ഗ്രീൻ ബുക്സ്

സിനിമ സ്വപ്നം ജീവിതം

നീലൻ

പ്രശസ്ത നടനും നാടകകൃത്തും കവിയും
സാമൂഹ്യപരിഷ്കർത്താവുമായ പ്രേംജിയുടെയും
ആര്യാ പ്രേംജിയുടെയും മകൻ.
പത്രത്തിലും ടെലിവിഷനിലുമായി
നാല്പത്തിയഞ്ചു വർഷത്തെ മാധ്യമപ്രവർത്തനം.
അച്ഛൻ എന്ന ഓർമ്മപ്പുസ്തകത്തിന് 2000–ലെ കേരള സാഹിത്യ
അക്കാദമി അവാർഡും വി.ടി. ഭട്ടതിരിപ്പാടിനെക്കുറിച്ചുള്ള
ബാലസാഹിത്യകൃതിക്ക് 2012–ലെ ബാലസാഹിത്യ
ഇൻസ്റ്റിറ്റ്യൂട്ടിന്റെ പുരസ്കാരവും ലഭിച്ചു.
ചലച്ചിത്രനിരൂപണത്തിന് 2011–ൽ സംസ്ഥാന ചലച്ചിത്ര
അവാർഡും 1994ലും 1996ലും മികച്ച ഡോക്യുമെന്ററിക്കുള്ള
സംസ്ഥാന ടെലിവിഷൻ അവാർഡും നേടി.
ആര്യാ പ്രേംജിയെക്കുറിച്ച് ആദ്യത്തെ സ്വന്തം
ചലച്ചിത്രം *അമ്മ* (2015), ദേശീയ-സംസ്ഥാന
പുരസ്കാരങ്ങൾ നേടി. ചലച്ചിത്രസംബന്ധിയായ
അഞ്ചുകൃതികൾ വേറെയുണ്ട്. ചലച്ചിത്രനിരൂപണത്തിനു
പുറമേ കവിതയും എഴുതാറുണ്ട്.

സിനിമ സ്വപ്നം ജീവിതം

നീലൻ

അവതാരിക

അടൂർ ഗോപാലകൃഷ്ണൻ

ഗ്രീൻ ബുക്സ്

green books private limited
gb building, civil lane road, ayyanthole,
thrissur- 680 003, kerala
ph: +91 487-2381066, 2381039
website: www.greenbooksindia.com
e-mail: info@greenbooksindia.com

(malayalam)
cinema swapnam jeevitham
(film study)
by
neelan

first published november 2016

inner layout : v. bhattathiri
cover design : rajesh chalode
cover photo: photocreo/depositphotos

branches:
thrissur 0487-2422515
palakkad 0491-2546162
kannur 0497-2763038
thiruvananthapuram 9846670899

isbn : 978-93-86120-70-0

GBPL/840/2016

മുഖക്കുറി

സിനിമയെപ്പോലെ സാർവദേശീയത മറ്റൊരു
കലാസൃഷ്ടിക്കും അവകാശപ്പെടാനാകില്ല.
ജനകീയമായി ഏറ്റവുമധികം സംവദിക്കുന്ന
സിനിമയുടെ പരിണാമചരിത്രമാണ് ഈ കൃതിയുടെ
ഉള്ളടക്കം. ബാഹ്യമായും ആന്തരികമായും
സിനിമ അതിവേഗം മാറിക്കൊണ്ടിരിക്കുന്നു.
സ്വപ്നത്തേക്കാൾ പെരുത്ത സ്വപ്നമാകുന്നു സിനിമ.
ജീവിതംപോലെ താളസാന്ദ്രമായ സംഗീതവും.
സിനിമയ്ക്ക് എന്തുമാകാൻ കഴിയും.
അത് എന്തായിരിക്കണമെന്ന് എളുപ്പത്തിൽ
മറുപടി പറയുക സാദ്ധ്യമല്ല. കഥകളി, കൂടിയാട്ടം,
ശാസ്ത്രീയസംഗീതം തുടങ്ങിയ മേഖലകളിൽ
ഈയെഴുത്തുകാരന്റെ അറിവും പരിചയവും
ഈ കൃതിയെ സവിശേഷമാക്കുന്നു.
സിനിമയെ ചരിത്രപരമായി വ്യാഖ്യാനിക്കുക മാത്രമല്ല,
വായനക്കാരനെ പുറംകാഴ്ചകൾക്കപ്പുറത്തുള്ള
അറിവുകളിലേക്കും അനുഭവങ്ങളിലേക്കും
കൊണ്ടുപോകുന്നു. സിനിമയുടെ ഒരു
ചരിത്രരേഖയും കൂടിയാണ് ഈ കൃതി.

കൃഷ്ണദാസ്
മാനേജിങ് എഡിറ്റർ

എഴുതാൻ പ്രേരിപ്പിച്ച
ലക്ഷ്മിക്ക്

ആദ്യം വായിച്ച
ലീലയ്ക്ക്

പ്രാർത്ഥിച്ചു സ്നേഹിച്ച
സതിക്ക്

ഉള്ളടക്കം

അവതാരിക

അടൂർ ഗോപാലകൃഷ്ണൻ

നീലന്റെ ഈ പുസ്തകം ഏറെ സവിശേഷതകൾ നിറഞ്ഞതാണ്. സിനിമയെയും നാടകത്തെയും ജീവിതത്തെയും അവയുടെ സ്വത്വത്തിൽ കണ്ടും അറിഞ്ഞും അകമേ തുടിക്കുന്ന താളങ്ങൾക്കു കാതോർത്തും പറയുന്ന സിനിമാവിശേഷങ്ങൾ നാം കേട്ടിരുന്നുപോവും. കേൾക്കേണ്ടതും അറിയേണ്ടതുമായ ഏറെ കാര്യങ്ങൾ ഇതാ ഈ ചെറുപുസ്തകത്തിൽ.

അനക്കം കണ്ടാൽ കണ്ണും മനസ്സും അങ്ങോട്ടുചെല്ലുന്നു. ചലനമാണല്ലോ ജീവന്റെ പ്രകടലക്ഷണം. ചലനത്തെപ്പറ്റി വിചാരിച്ചും പറഞ്ഞുമാണ് ഗ്രന്ഥാരംഭം. ചലനം രേഖപ്പെടുത്തുക, അത് പുനരാവിഷ്കരിക്കുക. ഇത് ആദിമമനുഷ്യനിൽ നിന്നുതന്നെ ആരംഭിച്ച ഒരു ഉൽക്കടമായ മോഹമായിരുന്നു. ഗുഹാഭിത്തികളിൽ ചലനത്തിന്റെ തുടർച്ചയുള്ള ചിത്രങ്ങൾ കോറിയിട്ടുകൊണ്ട് തുടങ്ങിയ അന്വേഷണം ശതാബ്ദങ്ങൾ കടന്ന് പത്തൊമ്പതാം നൂറ്റാണ്ടിന്റെ അന്ത്യപാദംവരെ തുടർന്നു. ഒടുവിൽ സിനിമ മനുഷ്യന്റെ ദിവാസ്വപ്നം സാക്ഷാത്കരിച്ചു തരികതന്നെ ചെയ്തു.

ആഴത്തിൽ പതിഞ്ഞ അനുഭവങ്ങൾ ഓർമ്മകളായി, പിന്നെ പരിണാമങ്ങളിൽ പൂത്ത് സ്വപ്നങ്ങളായി മാറുന്നു. മനസ്സിന്റെ ഉൾത്തളങ്ങളിലെവിടെയോ അവ യാഥാർത്ഥ്യബോധം ജനിപ്പിക്കുകയും നമ്മെ ജീവിതത്തോട് അടുപ്പിക്കുകയും ചെയ്യുന്നു. കാടും പടലുംവിട്ട് അനുഭവത്തിന്റെ മജ്ജയിലേക്കിറങ്ങിയുള്ള ജീവിക്കലാണ് സ്വപ്നങ്ങൾ നമുക്കു സാധിച്ചുതരുന്നത്. ഒരു തരത്തിൽ സിനിമചെയ്യുന്നതും ഇതുതന്നെ. കാഴ്ചയിലെ ചലനവും കേഴ്വിയിലെ ശബ്ദവും ചേർന്ന് നമ്മിൽ ജനിപ്പിക്കുന്നത് ജീവിതപ്രതീതിയാണല്ലോ. സ്വപ്നത്തിൽനിന്ന് ഉണരുന്നതോടെ, തിയേറ്ററിലെ വൈദ്യുതിവിളക്കുകൾ പ്രകാശിക്കുന്നതോടെ കണ്ടതും കേട്ടതുമെല്ലാം കേവലം വൈയക്തികാനുഭവങ്ങളുടെ ഭാഗമായി മാറുന്നു.

നാടകത്തിൽ നടനാണ് സർവ്വപ്രധാനം. അയാൾ അരങ്ങിന്റെ അതിരുകൾക്കുള്ളിലും അരുതുകൾക്കു വെളിയിലും ഒതുങ്ങിനിന്ന് അവയ്ക്കെല്ലാമപ്പുറത്തേക്കുള്ള അനുഭവസാരം കാണികൾക്കു പകരുന്നു. അല്ലെങ്കിൽ കാണികൾ അയാളിൽ എല്ലാം കണ്ടറിയുന്നു. ഇത്തരം നാട്യം സിനിമയ്ക്ക് അന്യമാണ്. നടന്റെ നോക്കും വാക്കും മാത്രമല്ല സിനിമാസ്വാദകന്റെ അനുഭവമേഖല. അയാൾ അനന്തവിശാലമായ ജീവിതത്തിന് അഭിമുഖമായി നിൽക്കുന്നു. സിനിമാറ്റോഗ്രഫിയുടെ മായികച്ചിറകേറി അയാൾക്ക് ഭൂമിയിലും സ്വർഗ്ഗത്തിലുമെല്ലാം യഥേഷ്ടം വിഹരിക്കാം. രണ്ടിലും അനുഭവത്തിന്റെ രസം ഒന്നാണെങ്കിലും അത് വന്നെത്തുന്ന വഴി വ്യത്യസ്തമായിരിക്കുന്നു.

സിനിമയുടെ ജന്മോദ്ദേശ്യം യാഥാർത്ഥ്യത്തിന്റെ ശരിപ്പകർപ്പെടുക്കുകയാണെന്നിരിക്കേ അത്തരം ആരംഭങ്ങളിൽ നിന്ന് അത് എത്രത്തോളം അകന്നുകഴിഞ്ഞുവെന്നും കാണാത്ത കാഴ്ചകളിലേക്കും അനുഭവങ്ങളിലേക്കും അതെങ്ങനെ കണ്ണുതുറക്കുന്നുവെന്നും അന്വേഷിച്ചുചെല്ലുമ്പോൾ അതിന്റെ സാങ്കേതികാംശങ്ങളിൽ വന്നുചേർന്നുകഴിഞ്ഞ അതിശയ വളർച്ചയാണ് കാഴ്ചയിൽപ്പെടുക. ദൃശ്യചിത്രീകരണത്തിനു സ്വീകരിക്കുന്ന വീക്ഷണകോണം, ക്യാമറയുടെ കണ്ണുതുറക്കുകയും തെളിയിക്കുകയും അടുത്തേക്കും അകലത്തേക്കും പ്രേക്ഷകനെ കൂട്ടിക്കൊണ്ടുപോവുകയുംചെയ്യുന്ന കാച (ലെൻസ്) പ്രയോഗം, പ്രകാശവത്കരണത്തിൽ സാദ്ധ്യമായി വന്ന നൂതന സൗകര്യങ്ങൾ, ക്യാമറയുടെതന്നെ സീമാതീതമായ ചലനസാദ്ധ്യതകൾ എല്ലാം ഇവിടെ കണക്കിലെടുക്കണം.

സിനിമയുടെ അവതാരചരിതം വായനക്കാരൻ അവശ്യം അറിഞ്ഞിരിക്കേണ്ട വിവരങ്ങൾ ചേർത്തുതന്നെ ഇവിടെ പ്രതിപാദിക്കപ്പെട്ടിരിക്കുന്നു. സെക്കൻഡുകൾ മാത്രം നീളുന്ന പ്രദർശനസാദ്ധ്യതയുമായി തുടക്കംകുറിച്ച എഡിസന്റെ കൈനെറ്റോസ്കോപ്പ്, ലൂമിയർ സഹോദരന്മാരുടെ ആദ്യ സിനിമാപ്രദർശനം, ജോർജ് മെലിയുടെ *ട്രിപ് റ്റു ദ മൂൺ* തുടങ്ങിയ ട്രിക് ചിത്രങ്ങൾ, ഡി.ഡബ്ല്യൂ. ഗ്രിഫിത്തിന്റെ *ബർത്ത് ഓഫ് എ നേഷൻ* തൊട്ടുള്ള സിനിമകൾ (അതുവരെ ഏതാണ്ട് മദ്ധ്യദൂരദൃശ്യത്തിൽ, പ്രേക്ഷകർ നാടകം കണ്ടിരുന്ന അകലത്തിൽ, മാറിനിന്നിരുന്ന സിനിമയെ സമീപദൃശ്യത്തിലൂടെ കാഴ്ചക്കാരിലേക്ക് അടുപ്പിക്കുകവഴി അയാളെ തിരശ്ശീലയിലെ ക്രിയകളിൽ പങ്കാളിയാക്കി ഗ്രിഫിത്ത്), ഈ പ്രതിഭാശാലിയുടെ ചിത്രങ്ങളിലെ സന്നിവേശത്തിൽ സ്വീകരിക്കപ്പെട്ട സമാന്തരവിന്യാസങ്ങൾ, മോസ്കോ ഫിലിം സ്കൂളിലെ ലെവ്

കുളെഷോവ്, പുഡോവ്കിൻ, ഐസൻസ്റ്റൈൻ തുടങ്ങിയവരുടെ ഫിലിം ലാബ് പരിശോധനകൾ, പരീക്ഷണങ്ങൾ, കണ്ടെത്തലുകൾ, ദൃശ്യങ്ങളെ വാസ്തുശില്പവിദ്യയിലെ ഇഷ്ടികകളോടുപമിച്ച പുഡോവ്കിന്റെ സംയോജനസിദ്ധാന്തത്തെ ഖണ്ഡിച്ചുകൊണ്ട് വ്യത്യസ്തമായ രണ്ടു ദൃശ്യങ്ങൾ ചേർത്തുവെക്കുമ്പോൾ അവയുടെ ആകെത്തുകയല്ല, മറിച്ച് രണ്ടിന്റെയും സ്ഫോടകസ്വഭാവം ഉൾക്കൊണ്ട് മൂന്നാമതൊരു ആശയം ഉയിർക്കൊള്ളുന്നുവെന്ന ഐസൻസ്റ്റൈന്റെ വിപ്ലവകരമായ മൊണ്ടാഷ് തിയറി, അതിന് മിസെൻസീനിന്റെ വക്താവും നിരൂപകനുമായ ആന്ദ്രേ ബസാന്റെ നിശിതവിമർശനം, ജീവിതയാഥാർത്ഥ്യങ്ങൾ സത്യസന്ധമായി (കിനോ പ്രവ്ദ) ചിത്രീകരിച്ച് ചരിത്രം സൃഷ്ടിച്ച സിഗാ വെർത്തോവിന്റെ (*ദ മേൻ വിത്ത് എ മൂവി ക്യാമറ*) വിയോജിപ്പ്. (സിനിമയിലുണ്ടായ പുതിയ സിദ്ധാന്തങ്ങൾ അതുവരെ നിലവിലിരുന്നവയുടെ നിരാസമായി അവതരിപ്പിക്കപ്പെട്ടെങ്കിലും കാലക്രമത്തിൽ അടിസ്ഥാനസിദ്ധാന്തങ്ങളുടെ തുടർച്ചതന്നെയാണെന്ന് ഗൊദാർദിനെപ്പോലെയുള്ള ധിഷണാശാലികൾ ഉറപ്പിക്കുന്നുണ്ട്. മിസെൻസീൻ ഒറ്റയ്ക്കൊറ്റയ്ക്കു കാട്ടാവുന്ന നിരവധി ദൃശ്യങ്ങളെ ഒറ്റ ദൃശ്യത്തിൽ ഉൾക്കൊള്ളിച്ചുള്ളതാവാമെങ്കിലും ദീർഘവും സങ്കീർണ്ണവുമായ ദൃശ്യഘടനയിൽ തങ്ങളറിയാതെതന്നെ ഐസൻസ്റ്റൈന്റെ മൊണ്ടാഷ് സിദ്ധാന്തം അനുസരിച്ചിട്ടുണ്ടെന്നതാണ് വാസ്തവം). സോവിയറ്റ് ചലച്ചിത്രധിഷണകളുടെ വിമർശനം ഏറ്റുവാങ്ങിയെങ്കിലും പിൽക്കാലം സിനിമയിലെ മാസ്റ്റർപീസുകളിലൊന്നായി കണക്കാക്കപ്പെട്ടുപോരുന്ന *ക്യാബിനറ്റ് ഓഫ് ഡോക്ടർ കലിഗാരി* തുടങ്ങിയുള്ള ജർമ്മൻ എക്സ്പ്രഷണിസ്റ്റ് ചിത്രങ്ങൾ – ഇവയിലൂടെയൊക്കെ സിനിമ വളരുകയായിരുന്നു. വെറുമൊരു വിനോദോപാധിയെന്ന നിലയിൽ നിന്ന് ശക്തമായൊരു പ്രചാരണമാദ്ധ്യമമായും (ഹിറ്റ്ലറുടെ ജർമ്മനിയിൽ ലെനി റെയ്ഫെൻസ്റ്റാൾ നിർമ്മിച്ച *ട്രയംഫ് ഓഫ് ദ വിൽ*, റഷ്യയിൽ രൂപംകൊണ്ട സോഷ്യലിസ്റ്റ് റിയലിസ്റ്റ് സിനിമ) ഇതിൽനിന്നെല്ലാം മാറി ശുദ്ധവും സ്വതന്ത്രവുമായ കലാമാദ്ധ്യമമായും അതു വളർന്നു.

സ്ഥലകാലസ്ഥിതമാണ് (സ്പേഷ്യോടെമ്പൊറൽ) സിനിമ. സിനിമ ജീവിതം പകർത്തുന്നു. അതുകൊണ്ട് അത് കാലത്തിന്റെയും സ്ഥല(ഇട)ത്തിന്റെയും ചരിത്രരേഖകൂടിയാവുന്നു. മറ്റു മാദ്ധ്യമങ്ങൾക്കൊന്നുംതന്നെ അവകാശപ്പെടാനാവില്ലാത്തൊരു സിദ്ധിയത്രേ ഇത്.

സ്ഥലകാലങ്ങളെപ്പറ്റി പ്രതിപാദിക്കുന്ന അദ്ധ്യായം സവിശേഷ ശ്രദ്ധയർഹിക്കുന്നു. സ്ഥലം സ്ഥാപരമായിരിക്കേ കാലം

ആദിമദ്ധ്യാന്തങ്ങളില്ലാതെ പ്രവഹിച്ചുകൊണ്ടേയിരിക്കുന്നു. സ്ഥലത്തെ കെട്ടിയടയ്ക്കാം, അതിരുകൾ പൊളിച്ച് തുറന്നിടാം. എന്നാൽ കാലം ഒരു മെരുക്കലിനും ഒതുക്കലിനും വഴങ്ങുന്നില്ല. കാലം എല്ലാറ്റിനെയും അതിക്രമിക്കുന്നു, ഗ്രസിക്കുന്നു, ഹരിക്കുന്നു. കാലൻ മൃത്യുദേവനായത് അങ്ങനെയാണ്. എന്നാൽ തർക്കോവ്സ്കി പറഞ്ഞിട്ടുള്ളതുപോലെ സിനിമ കാലത്തിൽ കൊത്തിയ ശില്പമായി നിലകൊള്ളുന്നു. (*സ്കൾപ്റ്റിങ് ഇൻ ടൈം* എന്ന ഗ്രന്ഥം)

ഈ പുസ്തകത്തിൽ സവിശേഷമായ പ്രാധാന്യം നൽകപ്പെട്ടിട്ടുള്ളത് ചലച്ചിത്രപ്രതിഭ സർഗി ഐസൻസ്റ്റീനാണ്. അത് അങ്ങനെയാവാതെ വയ്യതാനും. കാരണം, ചലച്ചിത്രത്തിന്റെ ഭാഷയും രൂപവും എത്രതന്നെ മാറിമറിഞ്ഞാലും അതിന്റെ അടിസ്ഥാനസിദ്ധാന്തങ്ങൾ രൂപീകരിക്കുകയും തന്റെ ചിത്രങ്ങളിലൂടെ അവ വൈദഗ്ദ്ധ്യപൂർവ്വം പ്രാവർത്തികമാക്കുകയും ചെയ്ത അസാമാന്യപ്രതിഭയായിരുന്നു ഐസൻസ്റ്റൈൻ. ചിത്രങ്ങളിൽ അർത്ഥവത്തായി സമീപദൃശ്യം ഉപയോഗിക്കുമ്പോഴും കാണികളിൽ ആവേഗമുണർത്താനായി സമാന്തര ദൃശ്യവിന്യാസങ്ങൾ നടത്തുമ്പോഴുമൊന്നും താൻ ചലച്ചിത്രകലയുടെ അടിസ്ഥാന വ്യാകരണവ്യവസ്ഥയ്ക്ക് അടിത്തറയിടുകയായിരുന്നുവെന്ന് ഗ്രിഫിത്തിന് ഏതുമേ ധാരണയുണ്ടായിരുന്നില്ല. ഏതോ ഉൾപ്രേരണയാലെന്നപോലെ അതൊക്കെ ചെയ്തെന്നേയുള്ളു. എന്നാൽ *ബർത്ത് ഓഫ് എ നേഷൻ* തുടങ്ങിയ ചിത്രങ്ങൾ മോസ്കോ ഫിലിം സ്കൂളിൽ വിശദമായ പഠനാപഗ്രഥനങ്ങൾക്കു വിധേയമാക്കപ്പെട്ടു. അങ്ങനെ സിനിമയുടെ അടിസ്ഥാനസിദ്ധാന്തങ്ങൾക്ക് ഐസൻസ്റ്റൈനും കൂട്ടരും രൂപം നൽകുകയായിരുന്നു.

ഐസൻസ്റ്റൈന്റെ മൊണ്ടാഷ്സിദ്ധാന്തത്തിന് മകുടോദാഹരണമായ കൃതിയാണ് എക്കാലത്തെയും മഹത്തായ സിനിമാസൃഷ്ടിയായ *ബാറ്റിൽഷിപ് പോടെംകിൻ*. എല്ലായിനത്തിലുമുള്ള മൊണ്ടാഷ് മാതൃകകളും ഈ ചിത്രത്തിൽനിന്ന് കണ്ടെടുക്കാൻ കഴിയും. മെട്രിക് മൊണ്ടാഷ് (ദൃശ്യങ്ങളുടെ നീളത്തിൽ കൂട്ടൽ കുറയ്ക്കൽ ചെയ്തുകൊണ്ടുള്ളവ), റിഥമിക് മൊണ്ടാഷ്, ദൃശ്യങ്ങളുടെ താളാനുസരണം നടത്തുന്ന സന്നിവേശം, പിന്നെ ഇന്റലക്ച്വൽ മൊണ്ടാഷ് ഇങ്ങനെ ദൃശ്യങ്ങളുടെ ആന്തരികഘടനയെയും സ്വഭാവത്തെയും ആസ്പദമാക്കി പലതരം സന്നിവേശരീതികൾ ഇവിടെ പരീക്ഷിച്ചിരിക്കുന്നു. ഒഡേസ പടവുകളിൽ അരങ്ങേറുന്ന അത്യന്തം

നാടകീയമായ രംഗങ്ങൾ വായനക്കാരന് വായിച്ചറിയാനുള്ള അവസരവും പുസ്തകം നൽകുന്നുണ്ട്.

കേരളത്തിന്റെ കഥകളി, കൂടിയാട്ടം തുടങ്ങിയ പാരമ്പര്യ കലകളിലും ശാസ്ത്രീയസംഗീതത്തിലുമെല്ലാമുള്ള ഗ്രന്ഥ കാരന്റെ അറിവും പരിചയവും അടിസ്ഥാനപരമായ പല രസ വിചാരങ്ങളും ഉദാഹരിക്കുന്നതിനും ഉദ്ദീപിപ്പിക്കുന്നതിനും ഏറെ സഹായകമായിട്ടുണ്ടെന്നു കാണാം. വായനക്കാരനെ പുറം കാഴ്ചകൾക്കപ്പുറമുള്ള അറിവുകളിലേക്കും അനുഭവങ്ങളി ലേക്കും ആനയിക്കുന്നതിൽ ഗ്രന്ഥകാരൻ വിജയിച്ചിട്ടുണ്ടെന്നു പറയുന്നതിൽ എനിക്ക് അനല്പമായ സന്തോഷമുണ്ട്.

ചലച്ചിത്രകലയിൽ താല്പര്യമുള്ള ഏവരുടെയും ശ്രദ്ധയും പ്രീതിയും പ്രതീക്ഷിച്ചുകൊണ്ട് നമ്മുടെ ചലച്ചിത്രശാഖയ്ക്ക് ഈടാവുന്ന ഈ കൃതി സഹൃദയസമക്ഷം അവതരിപ്പിച്ചു കൊള്ളുന്നു.

തിരുവനന്തപുരം
20.01.2016

1 സിനിമ സ്വപ്നം ജീവിതം

"The moving hand writes, and having writ moves on. Neither all your tears, nor all your wit, shall lure it back to erase half a line, nor change a word of it."

Rubiyaat - Omar Khayaam[1]

ചലച്ചിത്രം എന്ന ചലനരേഖ

എഴുതുന്ന കൈ ചലിച്ചുകൊണ്ടിരിക്കുന്നു. മായ്ക്കാനാവാത്ത വാക്കുകൾ പിറന്നുവീണുകൊണ്ടിരിക്കുന്നു. ജീവിതത്തിന്റെ തിരക്കഥ ആരെഴുതിയെന്നറിയാതെ അമ്പരക്കുമ്പോൾ, തലയിലെഴുത്തെന്നു നാം ഇതിനെ വിളിക്കുന്നു. വാക്കും നാക്കും തിരിച്ചെടുക്കാനാവുന്നില്ല. എല്ലാം ചലനാത്മകമായിരിക്കുന്നു. ഈ ചലനാത്മകതയാണ് ജീവിതം. അതുകൊണ്ടുതന്നെ ജീവിച്ചിരിക്കുന്നവർക്കെല്ലാം പ്രിയപ്പെട്ടത് ചലിക്കുന്നവയാകുന്നു. പാറക്കല്ല് കുന്നിൻമുകളിൽനിന്നു ഉരുണ്ടുവീഴുന്നതു കണ്ട് കൈകൊട്ടിച്ചിരിക്കുന്ന ഐതിഹാസികമായ ഭ്രാന്തൻ രസം. ഇരിക്കുന്ന കല്ലിനേക്കാൾ രസം ഉരുളുന്ന കല്ല്. ഇരിക്കുന്ന പക്ഷിയേക്കാൾ രസം പറക്കുന്ന പക്ഷി. തെളിവാനിലേക്ക് തൊടുത്തുവിട്ട കിളിക്കൂട്ടവും അരളിയുടെ വിറയ്ക്കുന്ന ചാണും[2] ഒരുപോലെ രസം. അതുകൊണ്ടാണ് കുട്ടികൾ പട്ടികളെ കല്ലെറിയുന്നത്. കിടക്കുന്ന പട്ടിയേക്കാൾ രസം ഓടുന്ന പട്ടി. കല്ലേറുകൊണ്ട് പട്ടി പൈ, പൈ പറഞ്ഞാൽ ഓഡിയോവും വീഡിയോവുമായി. അതു ബഹുരസം. തേരട്ടപോലെ നീങ്ങുന്ന തീവണ്ടി ബസ്സിനേക്കാൾ, കാറിനേക്കാൾ രസം. ചലനത്തോടൊപ്പം ഇവിടെ താളവുമുണ്ട്. ചലനവും താളവും ചേരുന്നതാണ് ജീവിതത്തിന്റെ ലഹരി. ജീവിതത്തിന്റെ താളം തെറ്റി, മനസ്സിന്റെ താളംതെറ്റി എന്നൊക്കെ പറഞ്ഞുപോകുന്നതും ഇതു കൊണ്ടാണ്. ജീവിതത്തിനു ചലനംമാത്രം പോരാ, വേണം താളവും. നൃത്തവും സംഗീതവും നാടകവും കവിതയുമെല്ലാം ചലനമാകുന്നു, താളവും. എന്തിന് പുലിക്കളിയും വള്ളംകളിയുംപോലും ചലനവും താളവുമാണ്. ചലനതാളങ്ങളത്രേ ജീവിതലഹരി.

ലഹരികൊള്ളിക്കുന്ന ചലനതാളലയങ്ങളായി ജീവിതം അനുനിമിഷം മുന്നോട്ടുപോവുകയാണ്. ഒരുനിമിഷം ഇതിനെ പിടിച്ചുനിർത്താനാണ് സ്റ്റിൽ ഫോട്ടോഗ്രഫിയും പോർട്രേറ്റ് പെയ്ന്റിങ്ങും ശ്രമിച്ചത്. പക്ഷേ, പിടിച്ചെടുത്ത നിമിഷത്തെവിട്ട് ജീവിതം പിന്നേയും മുന്നോട്ട് കുതിക്കുന്നു. ഈ കുതിപ്പ് മനുഷ്യനെ ഹതാശനാക്കുന്നു. ഇതെഴുതിക്കൊണ്ടിരിക്കെ ഇവന്റെ ആയുസ്സും കടന്നുപോകുന്നു. മണിമുഴങ്ങുന്നത് എനിക്കുവേണ്ടിക്കൂടിയാണ്; ഓരോരുത്തർക്കുംവേണ്ടിയാണ്[3]. പ്രപഞ്ചകാലം അതിവിശാലവിസ്തൃതം. മനുഷ്യമനസ്സിനു പിടികിട്ടാത്തത്. അതിനെ കൈപ്പിടിയിലൊതുക്കാനായി വർഷം, മാസം, ആഴ്ച, ദിവസം, മണിക്കൂർ, മിനിറ്റ്, സെക്കന്റ് എന്നിങ്ങനെ മനുഷ്യൻ മുറിച്ചെടുത്തു വരുതിയിലാക്കാൻ നോക്കുന്നു. എന്നിട്ടും അമ്മയ്ക്ക് 98 വയസ്സായിയെന്നു പറയുമ്പോൾ എന്തോ അവ്യക്തത ബാക്കിയാവുന്നുണ്ട്. കണക്കുപുസ്തകത്തിൽ, വലിയൊരു കലണ്ടറിൽ രേഖപ്പെടുത്താവുന്ന ഒന്നായി അതു ചുരുങ്ങുന്നു. എങ്കിലും അങ്ങനെയെങ്കിലും രേഖപ്പെടുത്താവുന്ന ഒന്നാകുന്നുണ്ടത്. കാലത്തെ അങ്ങനെ കലണ്ടറിൽ കെട്ടിയിടാം. പക്ഷേ, ഈ ചലനതാളങ്ങളെ എന്തുചെയ്യും, അവയെ എങ്ങനെ രേഖപ്പെടുത്തും? ചലനതാളങ്ങളെ, ഇന്നലയെന്ന വിസ്മൃതിയെ, രേഖപ്പെടുത്തുമ്പോൾ അത് സ്വപ്നമാകുന്നു. ഓടിപ്പോകുന്ന ജീവിതത്തേക്കാൾ, യാഥാർത്ഥ്യത്തേക്കാൾ സുന്ദരമാകുന്നു സ്വപ്നം. "We are made of such stuff as dreams are made on, and this our little life is rounded with a sleep" എന്ന് വില്യം ഷേക്സ്പിയർ[4]. പക്ഷേ, ഉണരുന്നതോടെ അതും തീരുന്നു. അപരനെ അറിയിക്കാനാവാത്ത മട്ടിൽ വീണ്ടും വിസ്മൃതം. മറ്റൊരാൾക്ക് അനുഭവിക്കാനാവുന്ന വിധത്തിൽ അതിനെയെങ്ങനെ രേഖപ്പെടുത്താമെന്ന ചിന്തയും മോഹവും മനുഷ്യന് അങ്ങനെ കലശലാകുന്നു. ഇതിനായുള്ള ആശ്രാന്തശ്രമമാണ് ചലച്ചിത്രമായത്. കാറ്റിനെ ഫിലിമിലാക്കാൻ ശ്രമിക്കുകയും വിജയിക്കുകയും ചെയ്ത ജോറിസ് ഇവൻസിന്റെ[5] വ്യാമോഹമാണ് ഇതിന്റെ ഉച്ചസ്ഥായി. ചലിക്കുന്ന ചിത്രരേഖയാകുന്നു ചലച്ചിത്രം. അതു സ്വപ്നസമാനമാകുന്നു. "Film, if not a document is a dream" എന്ന് *മാജിക് ലാന്റേണിൽ* ബർഗ്മാൻ.[6] "Artists are divided into those who create their own inner world and those who recreate reality" എന്ന് ആന്ദ്രേ തർക്കോവ്സ്കി[7]. ഒരുപക്ഷേ, പിന്നിൽനിന്ന് തലയ്ക്കു മുകളിലൂടെ വരുന്ന വെളിച്ചംകൂടിയാകണം ചലച്ചിത്രത്തെ സ്വപ്നസമാനമാക്കുന്നത്. ആ വെളിച്ചവും അതിൽ പാറുന്ന ചെറുപ്രാണികളും പൊടിയും എല്ലാവരുടേയും ചലച്ചിത്രാനുഭവത്തിന്റെ ഭാഗമാകുന്നു. പിന്നിൽനിന്നു വരുന്ന വെളിച്ചമത്രേ സ്വപ്നം. ടെലിവിഷൻവെളിച്ചം മുന്നിൽനിന്നുവരുന്നു. പിറകിൽനിന്നു വരാത്തതുകൊണ്ട് അതിനു സ്വപ്നമാകാൻ വയ്യ. ടെലിവിഷനിൽ സിനിമ കാണുമ്പോൾ നഷ്ടപ്പെടുന്നത് ഈ സ്വപ്നസുഖമാണ്.

ബർഗ്മാൻ സ്വപ്നസിനിമ എന്നു വിളിക്കുന്ന കഥാചിത്രങ്ങൾ പോലും പക്ഷേ, ചിത്രരേഖകളാകുന്നു. ഒരു കാലത്തിന്റെ ചരിത്രരേഖ യാകുന്നു ഓരോ ചലച്ചിത്രവും. അക്കാലത്തെ മനുഷ്യരുടെ നോക്കും വാക്കും പെരുമാറ്റരീതിയും വസ്ത്രധാരണവും ജീവിതവീക്ഷണവും ദുഃഖവും സന്തോഷവും നിരാശതകളുമെല്ലാം അതിൽ രേഖപ്പെടുത്തി യിരിക്കുന്നു. *നീലക്കുയിൽ* മുതൽ *ചെമ്മീൻ* വരെയും അതിനപ്പുറവും ഇതാണു സ്ഥിതി. പ്രണയത്തിൽ വഞ്ചിക്കപ്പെട്ട നായികയുടെ പ്രതി കരണം *നീലക്കുയിലി*ലും *22 ഫീമെയിൽ കോട്ടയ*ത്തിലും വ്യത്യസ്ത മാണ്. *നീലക്കുയിലി*ലെ നായികയ്ക്ക് പ്രതികാരമില്ല. അക്കാലത്തെ വർഗ്ഗസദാചാരം അവളെ പഠിപ്പിച്ചിട്ടുള്ളത് സർവ്വംസഹയാകാനാണ്. ആത്മഹത്യയത്രേ അവൾക്കാകാവുന്ന പ്രതികാരം. *22 ഫീമെയിലി*ലെ ന്യൂജെൻ നായിക ഒന്നും സഹിക്കാൻ തയ്യാറല്ല. അവൾ പെട്ടെന്ന് പ്രതികാരദുർഗ്ഗയാവുന്നു. ആത്മഹത്യയല്ല, പുരുഷലിംഗഹത്യയത്രേ അവളുടെ പ്രതികാരം. രണ്ടു കാലം, രണ്ടു സമീപനങ്ങൾ, രണ്ടു നില പാടുകൾ. ഇവ രണ്ടു ചിത്രങ്ങളിൽ രേഖപ്പെടുത്തിയിരിക്കുന്നു. കഥാ ചിത്രങ്ങളങ്ങനെ കാലത്തിന്റെ ചരിത്രചിത്രരേഖകളാവുന്നു; ഡോക്യു മെന്ററികളാകുന്നു.

സ്ഥലകാലാനുഭവം, ജീവിതം

സ്ഥലകാലങ്ങളിലൂടെയാണ് ഒരുവൻ ജീവിതത്തെ അനുഭവി ക്കുന്നത്. ഒരു സ്ഥലത്തുനിന്ന് മറ്റൊന്നിലേക്കുള്ള നിരന്തരയാത്രയാ കുന്നു ജീവിതം. ഗർഭപാത്രമെന്ന സ്വസ്ഥസ്ഥലത്തുനിന്നു തുടങ്ങിയ യാത്ര. ജീവിതയാത്ര എന്ന സങ്കല്പം അങ്ങനെ പൗരാണിക ഇതി ഹാസസങ്കല്പമാകുന്നു. *രാമായണം* കാട്ടിലേക്കുള്ള യാത്ര. ഇത്തിക്കാ നഗരത്തിൽനിന്നുള്ള പത്തുവർഷംനീണ്ട യാത്രയാകുന്നു *ഒഡീസ്സി*. സെർഗി ഐസൻസ്റ്റീന്റെ *പൊട്ടെംകിൻ* മുതൽ ഋത്വിക് ഘട്ടക്കിന്റെ *ജുക്തി*വരെയുള്ള ചിത്രങ്ങളെല്ലാം യാത്രകളാകുന്നു. “നഷ്ട വസന്ത സ്ഥലികളിൽനിന്ന് സമൃദ്ധവസന്തതടങ്ങളിലേക്കളവറ്റു പറക്കും പക്ഷികൾപോലെ” എന്ന് വൈലോപ്പിള്ളി[8] പറയുന്നുണ്ട്. രാവിലെ കിടക്കയിൽനിന്ന് ബാത്ത്റൂമിലേക്ക്, അടുക്കളയിലേക്ക്, പത്രവും ചൂടു ചായയുമായി സോഫയിലേക്ക്, കുളിമുറിയിലേക്ക്, പൂജാമുറിയിലേക്ക്, തീൻമേശയിലേക്ക്, ഉടുപ്പുകൾക്കകത്തേക്ക്, പുറത്തേക്ക്, മുറ്റത്തേക്ക്, ബസ്സിലേക്ക്, ഓഫീസ്, ക്ലാസ്, കട എന്നിവിടങ്ങളിലേക്ക്, സന്ധ്യകഴി ഞ്ഞാൽ ഇതേ ഇടങ്ങളിലൂടെ തിരിച്ചു വീണ്ടും പുറത്തേക്ക്, തെരുവി ലേക്ക്, വീട്ടിലേക്ക്. ഒഴിവുദിനങ്ങളിൽ നാട്ടിലേക്കോ കാട്ടിലേക്കോ. തിരിച്ചുചെല്ലാവുന്ന ഇടമാണ് വീടും കൂടും മാളവും. തിരിച്ചു ചെല്ലാ നിടമില്ലാത്തവൻ എന്നും ഒരേ കടത്തിണ്ണതന്നെ തേടാൻ ശ്രമിക്കുന്നു. കിടക്കുന്നത് കടത്തിണ്ണയിലാണെങ്കിലും അവിടേക്ക് എന്നും തിരിച്ചു

നീലക്കുയിൽ

22 ഫീമെയ്ൽ കോട്ടയം

എ ടെയ്ൽ ഓഫ് ദ വിൻഡ്

വരാതിരിക്കാനാവുന്നില്ല, ആർക്കും. ഒരിക്കലും ഒരിടത്തേക്കും തിരിച്ചുവരാത്ത ഒരേ ഒരു പടിയിറക്കമേയുള്ളൂ. അന്ത്യയാത്രയെന്ന് അതിനെ നാം വിളിച്ചുപോന്നു. അതും യാത്രതന്നെ. അങ്ങനെ ഇറങ്ങിപ്പോയവരും സത്യത്തിൽ തിരിച്ചുവരാതിരിക്കുന്നില്ല. ഓർമ്മകളിലേക്ക് അവരും തിരിച്ചുവരുന്നു. മരിച്ചവർ കൂടുകൂട്ടുന്ന ചില്ലകളത്രേ ഓർമ്മകൾ! മരിച്ചവരുടെ കുടിക്കിടപ്പിടങ്ങൾ!

എന്നാൽ ഈ ഇടങ്ങളൊന്നും വെറും ഇടങ്ങളല്ല. അവയ്ക്കെല്ലാം സവിശേഷമായ സ്ഥാനാർത്ഥങ്ങളുണ്ട്. സ്ഥാനാർത്ഥങ്ങളാണ് ഈ ഇടങ്ങളിൽ ഒരുവന്റെ പെരുമാറ്റരീതികളെ നിർണ്ണയിക്കുന്നത്. വീട്ടിൽ പെരുമാറുംപോലെയല്ല റോഡിൽ പെരുമാറുക, അതുപോലെയല്ല ബസ്സിൽ, ഓഫീസിൽ. സ്ഥലകാലാർത്ഥബോധം വിട്ടു പെരുമാറുമ്പോളാണത് സാമൂഹികപ്രശ്നമാകുന്നത്. വീട്ടിൽത്തന്നെ സ്വീകരണമുറിയിലെ പെരുമാറ്റമല്ല, ഊൺമേശയിലേത്. അതല്ല അടുക്കളയിൽ, പൂജാമുറിയിൽ, ബാത്ത്റൂമിൽ. ഇതൊന്നുമല്ല കിടപ്പുമുറിയിൽ. സ്ഥലങ്ങൾ ശരീരത്തിനു പുറത്താണ്. പക്ഷേ, മനസ്സിനകത്തുമാണ്. ശരീരങ്ങൾ തമ്മിലുള്ള സ്പേസ് മനസ്സുകൾ തമ്മിലുള്ള സ്പേസാകുന്നു. ഒരാളു മായി അടുത്തു എന്നു പറയുന്നത് അയാളുമായി മാനസികമായി അടുത്തുവെന്ന അർത്ഥത്തിലാണ്. ശരീരങ്ങൾക്കിടയിലെ സ്പേസ് കുറയുന്തോറും മാനസികമായ ദൂരവും കുറയുന്നു. ആലിംഗനമുണ്ടാകുന്നത് അങ്ങനെയാണ്. ക്യൂ ശ്രദ്ധിച്ചാൽ അതിൽ നിൽക്കുന്നവർ തമ്മിലുള്ള ബന്ധമറിയാം. സ്കൂട്ടറിൽ പോകുന്ന രണ്ടുപേർ തമ്മിലുള്ള ബന്ധവും ഇങ്ങനെ വായിക്കാം. പ്രണയകാലത്തെ ഇരിപ്പല്ല സ്കൂട്ടറിൽ മധുവിധുക്കാലത്ത്, അതല്ല ഒരു കുട്ടിയായ ശേഷം, രണ്ടാമത്തെ കുട്ടികൂടിയാവുമ്പോൾ ഇരിപ്പു പിന്നേയും മാറുന്നു. പിന്നിലിരിക്കുന്ന പെണ്ണ് അകന്നിരിക്കാൻ തുടങ്ങുന്നു. പിൻസീറ്റിൽ പെണ്ണുങ്ങൾക്ക് തിരിഞ്ഞിരിക്കാൻ സൗകര്യമുണ്ടെങ്കിൽ ഒടുവിൽ ഒരുപാട് പെണ്ണുങ്ങൾ തിരിഞ്ഞിരുന്നുകളയും!

തന്റേതായ ഒരിടം ഒരുവന് പലപ്പോഴും ഒരു കസേരയോ സ്റ്റൂളോ മാത്രമായിരിക്കും. മറ്റെല്ലാ ഇടങ്ങളും മറ്റുള്ളവരുടെ കൂടി, അവർക്കുകൂടി അവകാശപ്പെട്ട ഇടങ്ങളായിരിക്കും. മറ്റുള്ളവരുടെ ഇടങ്ങളിലെ മനുഷ്യന്റെ പെരുമാറ്റരീതികൾ കാലത്തിനും സംസ്കാരത്തിനുമനുസരിച്ചു മാറിക്കൊണ്ടിരിക്കുന്നു. ഈ മാറ്റങ്ങളുടെ ചലനരേഖകൾകൂടിയാവുന്നു ചലച്ചിത്രം. ജീവിതത്തിലുള്ള സ്ഥലംതന്നെയാണ് ചലച്ചിത്രത്തിലുള്ള സ്ഥലം. നാടകത്തിൽ, അരങ്ങിൽ അങ്ങനെയല്ല. നാടകത്തിലെ, അരങ്ങിലെ സ്ഥലം സവിശേഷമാണ്. നടനോ നർത്തകിക്കോ കാണി അനുവദിച്ചുകൊടുത്ത സ്ഥലമാണത്. പരസ്പരവിശ്വാസത്തിന്റെ ഒരിടം. അവിടെയാണ് കാണിയെക്കൂടി വിശ്വാസത്തിലെടുത്ത് നടനും

നർത്തകിയും തന്റെ കല മെനയുന്നത്. ഈ സ്ഥലത്താണ്, (സ്പേസിലാണ്) നാട്യകല സംഭവിക്കുന്നത്. ഇവിടെയാണ് നടൻ നാട്യസൃഷ്ടി സാധിക്കുന്നത്. സ്റ്റേജിലെ ഈ സ്ഥലം സവിശേഷസ്ഥല മായതുകൊണ്ട് അവിടെ നിൽക്കുമ്പോൾ നടനൊരു സവിശേഷ ജീവിയാണ്. സവിശേഷമായ ഈ ഇടത്തുനിന്ന് അയാൾ അവിടെയില്ലാത്ത പലതും ശരീരംകൊണ്ട് സൃഷ്ടിക്കുന്നു. ഇതത്രേ ലോക്കസ് ഡ്രമാറ്റിക്കസ് എന്നു സായിപ്പു വിളിക്കുന്ന സവിശേഷമായ ഇടം. ("He) gives to airy nothing a local habitation and a name" എന്നു വില്യം ഷേക്സ്പിയർ[9]. വെറുതെ കൈവിരിച്ച് പത്മാ സുബ്രഹ്മണ്യം താമര വിരിയിക്കുന്നത് ശൂന്യമായ ഈ ഇടത്തുനിന്നാണ്. കലാമണ്ഡലം രാമൻകുട്ടി നായരാശാന്റെ ഹനുമാൻ ലങ്കയിലേക്കു ചാടുന്നത് വെറുമൊരു മരസ്റ്റൂളിൽ കയറി നിന്ന്; അടയ്ക്കവെട്ടിയ പാടുപോലും കാണാം ആ സ്റ്റൂളിൽ. ആശാനും സ്റ്റൂളും, ആദ്യമൊരുവൻ അത്രയേ കാണൂ. പിന്നെ ആ ചാട്ടമുണ്ടല്ലോ, ആ ചാട്ടത്തിൽ ആശാനും സ്റ്റൂളും അപ്രത്യക്ഷമാകുന്നു. ഹനുമാനും ലങ്കയിലേക്കുള്ള ആ മഹാചാട്ടവും തെളിയുന്നു. അങ്ങനെ ഒരു ചാട്ടം സാധിക്കാത്തതുകൊണ്ടാണ് മറ്റു നടന്മാർ രാമൻകുട്ടിനായരാശാനേക്കാൾ ചെറിയ നടന്മാരാകുന്നത്. അരങ്ങിലെ സവി ശേഷസ്ഥലത്തു സംഭവിക്കുന്ന ഈ നാട്യത്തിലുണ്ടൊരു മാജിക്ക്. ഇല്ലാത്തയിടത്തു പത്മാ സുബ്രഹ്മണ്യം താമര വിരിയിക്കുംപോലെയാണ് രണ്ട് ഡിഫന്റർമാർക്കിടയിൽ ഇല്ലാത്ത ഇടംകണ്ടെത്തി അതിലൂടെ നൂഴ്ന്നുകടന്ന് മറഡോണ ഗോളടിക്കുന്നത്. കാണിയെ അമ്പരപ്പിക്കുന്ന മാജിക്കുണ്ട് ഇതിലും.

ലോക്കസ് ഡ്രമാറ്റിക്കസ് എന്നു വിളിച്ചുപോരുന്ന ഒരിടം സിനിമയിലില്ല. സിനിമാനടന് നിഷേധിക്കപ്പെട്ട ഒരിടമാണത്. 'ലോക്കസ് ഡ്രമാറ്റിക്കസ്' സിനിമയ്ക്ക് അന്യമാണ്. വെള്ളിത്തിരസങ്കല്പത്തിനു വിരുദ്ധമാണത്. സ്ക്രീൻ, ഫോട്ടോവിൽ ഒതുക്കുംപോലെയൊരു ഫ്രെയിമല്ല. ക്രിയാംശങ്ങളെ കുറെ കാണിക്കുകയും കുറെ മറയ്ക്കു കയും ചെയ്യുന്നൊരു മുഖംമൂടിയാണത്. കഥാപാത്രം സ്ക്രീനിൽനിന്നു പുറത്തു പോകുമ്പോൾ അയാളെ കാണാതായി എന്ന വസ്തുത നാം അംഗീകരിക്കുന്നു. പക്ഷേ, സ്ക്രീനിനു പുറത്ത് നമുക്കു കാണാനാവാത്ത എവിടെയോ അപ്പോഴും അയാളുണ്ട്. അരങ്ങുവിട്ട നടൻ പിന്നെ ഇല്ല. സ്റ്റേജിലുള്ളതുപോലെ പുറത്ത് വിങ്ങ്സ് ഇല്ല, സ്ക്രീനിൽ" എന്ന് ആന്ദ്രേ ബസാൻ[10]. നാടകവേദിയുടെ സവിശേഷസ്ഥലമല്ല, ജീവിതത്തിന്റെ പൊതുസ്ഥലമാണ് സിനിമയിലെ സ്ഥലം. അതുകൊണ്ടു തന്നെ എത്ര ചെപ്പടിവിദ്യകാട്ടിയാലും സിനിമ റിയലിസ്റ്റിക്കായിരിക്കുന്നു. അതങ്ങനെതന്നെ എക്കാലവും തുടരുകയും ചെയ്യും.

1. Omar Khayyam, *Rubiyaat*, Centre Space Independent Publishing Platform (31 July 2013.)
2. സച്ചിദാനന്ദൻ, 'ഒടുവിൽ ഞാൻ ഒറ്റയാകുന്നു' എന്ന കവിതയിൽ.
3. "Any man's death diminishes me; because I am involved in mankind. And therefore never send to know for whom the bell tolls; it tolls for thee", John Donne, 'Meditation 17', *Poems by John Donne*, 116/193., poemhunter.com ഏണസ്റ്റ് ഹെമിങ്‌വേയുടെ *For Whom the Bell Tolls* എന്ന നോവൽ കാണുക.
4 വില്യം ഷേക്സ്പിയർ *ടെംപസ്റ്റ്*, ആക്റ്റ് 1, സീൻ 4:148–158, പെൻഗ്വിൻ പോപ്പുലർ ക്ലാസിക്സ്, 2007.
5. ജോറിസ് ഇവൻസിന്റെ *എ ടെയ്ൽ ഓഫ് ദ വിൻഡ്* എന്ന ചലച്ചിത്രം.
6. Ingmer Bergman, Joan Tate (Translator), *The Magic Lantern*, 15 May 2007, University of Chicago Press (First published 1st January 1987)
7. Andrey Tarkovsky, *Sculpting in Time*, with Kitty Hunter Blair (Trans.), University of Texas Press, 2000, p.118.
8. വൈലോപ്പിള്ളി, 'ഓണപ്പാട്ടുകാർ', *വൈലോപ്പിള്ളി സമ്പൂർണ കൃതികൾ*, എൻ.ബി.എസ്., കോട്ടയം
9. William Shakespere, *A Midsummer Night's Dream*, 5-1, Penguin Popular Classics. 2007. നാട്യകർത്താവായ കവിയെക്കുറിച്ചാണ് ഷേക്സ്പിയർ പറയുന്നത്. നാടകാന്തം തന്നെ കവിത്വം.
10. Andre Bazin, *What is Cinema*, Vol-1, University of California Press, 1967.

ബാലിവധം കൂടിയാട്ടത്തിൽ അമ്മന്നൂർ മാധവചാക്യാരുടെ ബാലി,
അമ്മന്നൂർ കുട്ടൻചാക്യാർ - സുഗ്രീവൻ

2 സിനിമ സ്വപ്നം ജീവിതം

"The members of the audience must be respected; they must never be underestimated... You respect them, they may respect you."

Laurence Olivier[1]

കളിവിളക്കിന്റെ നാളം

നാടകം കാണുന്നയാളും സിനിമ കാണുന്നയാളും ഒന്നല്ല, രണ്ടാണ്. നാടകം കാണുന്നവൻ സർവ്വാധികാരിയാണ്. അവനെ സാക്ഷിനിർത്തിയാണ് നടനോ നർത്തകിയോ നാട്യം പ്രയോഗിക്കുന്നത്. അയാളെ ഉത്തേജിപ്പിക്കുന്നതും തളർത്തുന്നതും അവനാണ്. അവനെ വിശ്വസിച്ചാണ് അരങ്ങത്തു നിൽക്കുന്നവൻ നിത്യജീവിതത്തിലെ മുഖംമൂടി അഴിക്കുന്നത്; നഗ്നനാകുന്നത്. അവന്റെ ആഹ്ലാദം മാത്രമാണ് അരങ്ങിൽ നിൽക്കുന്നവന്റെ ലക്ഷ്യം. നാട്യം ദാനമാണെന്നും യാഗതുല്യമെന്നും ഭരതമുനി[2]. കിട്ടുന്ന ദാനം സ്നേഹാദരത്തോടെ സ്വീകരിക്കാം, തട്ടിക്കളയാം. യാഗാശ്വത്തെ പിടിച്ചുകെട്ടാം, മേയാൻ വിടാം. കാണിയും നടനും തമ്മിലുള്ള പരസ്പരവിശ്വാസത്തിന്റേയും ധാരണയുടേയും കലയാണ് നാട്യം.

ചെറുകാടിന്റെ *നമ്മളൊന്ന്* [3] നാടകത്തിന്റെ അരങ്ങ്. അക്കാലത്ത് നാടകം നാടകമല്ലെന്ന നാട്യം നടനോ കാണിക്കോ ഇല്ല. മൈക്ക് ഒളിപ്പിച്ചുവെക്കാൻ അരങ്ങിൽ അവർ തുളസിത്തറ ഒരുക്കിയിരുന്നില്ല. മൂന്നു മൈക്ക് കെട്ടിത്തൂക്കിയാണ് നാടകം. *നമ്മളൊന്ന്* നാടകത്തിലെ പങ്ങൻനായരുടെ കുടിലിനു മുന്നിൽ മൈക്കു കെട്ടിത്തൂക്കുമോ എന്ന അസംബന്ധചിന്ത കാണിക്കില്ല, നടനുമില്ല. അവർ തമ്മിലുള്ള പരസ്പരധാരണയിൽ അത്തരം അസംബന്ധചിന്തകൾക്കില്ല സ്ഥാനം. പങ്ങൻ നായരായ നടൻ[4] മുറുക്കിത്തുപ്പാൻ സ്റ്റേജിനു നെടുകെ നടന്നപ്പോൾ മൈക്കിൽ തലയിടിച്ചു. കാണികൾ ചിരിച്ചു. പരസ്പരധാരണ തെറ്റി.

അരങ്ങിലെ അമ്മന്നൂർ

അതാണ് ആ ചിരി. തിരിച്ചുനടന്നപ്പോൾ വീണ്ടും മൈക്കിൽ തലമുട്ടി. മൈക്കുനിന്ന് ആടി. കാണികൾ കൂവി. തങ്ങളുടെ ചിരികണ്ടിട്ടും കാര്യം മനസ്സിലാക്കാത്ത നടനോടുള്ള പ്രതിഷേധം. ആടുന്ന മൈക്ക് പിടിച്ചുനിർത്തി അണിയറയിലേക്ക് നോക്കി നടൻ പറഞ്ഞു: "ലക്ഷ്മിക്കുട്ടീ, ഞാനെത്ര പറഞ്ഞതാണ് ഈ ഭസ്മക്കൊട്ട ഇത്ര താഴ്ത്തിക്കെട്ടരുതെന്ന്." ആടിയിരുന്ന മൈക്ക് കാണാതായി. ഭസ്മക്കൊട്ട പ്രത്യക്ഷപ്പെട്ടു. ലക്ഷ്മിക്കുട്ടിയുടെ അശ്രദ്ധയും! കാണികൾ കൈയടിച്ചു. നടൻ ചെറിയ മിടുക്കുകൊണ്ട് കൈവിട്ടുപോയ വിശ്വാസം തിരിച്ചെടുത്തു. ഇനി നാടകം തുടരാം.

ദൃക്സാക്ഷിയായ കാണി ഉണ്ടെന്നു മാത്രമല്ല വേണമെന്നുമുണ്ട് നടന്. കർക്കിടകത്തിൽ തൃശ്ശൂർ വടക്കുന്നാഥൻ ക്ഷേത്രത്തിൽ കൂടിയാട്ടമുണ്ട്. അമ്മന്നൂരാണ് പതിവ്. ഉച്ചതിരിഞ്ഞാണ് കൂടിയാട്ടം. ഉച്ചയൂണ് കഴിഞ്ഞുവരുന്ന നാലഞ്ചുപേരേ കാണികളായി ഉണ്ടാവാറുള്ളൂ. കർക്കിടകവ്രതത്തിന്റേയും ഭക്തിയുടേയും ഭാഗമായി വരുന്നവർ, കൂട്ടത്തിൽ ഞാനും. അതിശുഷ്കമായ ഈ സദസ്സിനു മുമ്പിലാണ് ചാക്യാർ *ബാലിവധ*ത്തിലെ ബാലിയുടെ മരണം അരമണിക്കൂറിലേറെ അഭിനയിച്ചു ഫലിപ്പിക്കുന്നത്. ജീവിതംപോലെ സുദീർഘമാണ് മരണവും എന്നു തോന്നിപ്പോകും അതിസൂക്ഷ്മമായ ആ അവതരണം കണ്ടാൽ. അരങ്ങിൽ വധവും മരണവും പാടില്ലെന്ന് നാട്യശാസ്ത്രം. അതുകൊണ്ട് മരിക്കാതെ അരങ്ങത്ത് മരിച്ചുതീരാത്ത മരണം നടിക്കുകയാണ് ചാക്യാർ. വിവരക്കേടുകൊണ്ട് ഒരിക്കൽ ചാക്യാരോടു ചോദിച്ചു, ഇത്ര ശുഷ്കമായ സദസ്സിനു മുമ്പിൽ ഇത്ര ഗംഭീരമായി അഭിനയിക്കാനാവുന്നതെങ്ങനെയെന്ന്. "അരങ്ങത്തൊരു കളിവിളക്കു കണ്ടോ, അതിന്റെ നാളംനിന്ന് ആടുന്നതു കണ്ടോ, അതുനോക്കിയാണ് ഞാൻ ആടുന്നത്" എന്നായിരുന്നു മറുപടി. കളിവിളക്കിന്റെ നാളത്തിനു ജീവനുണ്ടെന്നും എല്ലാം അതു കാണുന്നുണ്ടെന്നും അറിഞ്ഞത് അന്നാണ്. വെളിച്ചത്തിനുവേണ്ടിയല്ല, നാട്യത്തിലെ തെളിച്ചത്തിനുവേണ്ടിയാണ് അരങ്ങത്തു കളിവിളക്ക്. അതിന്റെ നാളം നാട്യസാക്ഷിയും!

വി.ടി. ഭട്ടതിരിപ്പാടിന്റെ *അടുക്കളയിൽനിന്ന് അരങ്ങത്തേക്ക്* (1929)[5] നാടകത്തിൽ വൃദ്ധനായ നമ്പൂതിരി, മകളോളംപോന്ന, യുവതിയായ പെൺകുട്ടിയെ മൂന്നാമത്തേയോ നാലാമത്തേയോ വിവാഹത്തിനായി വരനായി ഒരുങ്ങിവരുന്നത് കാണികൾക്കിടയിലൂടെയാണ്. വൃദ്ധവിവാഹം എന്ന സാമൂഹികാനീതിക്കെതിരെ ശബ്ദമുയർത്തുന്ന നാടകം, അതിന്റെ ഇരകളും മൂകസാക്ഷികളുമായ കാണികളെക്കൂടി ആ അനീതിയുടെ അനുഷ്ഠാനത്തിൽ പങ്കാളികളാക്കുന്നു. നാടകവും ജീവിതവും ഇവിടെ കൂടിക്കുഴയുന്നു. അന്ന് ആ നാടകം കാണികളിലുണ്ടാക്കിയ വികാരവിചാരങ്ങൾ ഇന്നു സങ്കല്പിച്ചെടുക്കാൻ സാദ്ധ്യമല്ല, തീർച്ച. Happening എന്നൊക്കെ സായിപ്പ് വിളിച്ചുപറയുന്നതിനും എത്രയോ മുമ്പാണിത്.

ബ്രെഹ്തോൾഡ് ബ്രെഹ്തിന്റെ ത്രീപെന്നി ഓപ്പെറയിൽനിന്ന്

അരങ്ങിലെ സ്ഥലത്തെ (space) ഒന്നുകൂടി വ്യാപിപ്പിച്ചാൽ തെരുവുനാടകമായി. തെരുവിലെ കാണിക്ക് പക്ഷേ, ശ്രദ്ധ കുറവായിരിക്കും. അയാളുടെ ശ്രദ്ധപിടിച്ചുപറ്റാൻ എല്ലാം ഉറക്കെയാക്കണം, ഉറക്കെപ്പറയണം, ഉടുപ്പ് കടുക്കണം, ആംഗ്യങ്ങൾ ആവശ്യത്തിലധികം മുഴങ്ങണം. ഇതൊക്കെയായാലും സംഘാടകർക്കപ്പുറമുള്ള കാണികളിൽ എത്രപേരുടെ ശ്രദ്ധകിട്ടുമെന്ന കാര്യം സംശയമാണ്. വെളിച്ചപ്പാടും ഒരർത്ഥത്തിൽ തെരുവിലാണ്. അതാണയാൾക്ക് പെരുത്തവേഷം, പള്ളിവാൾ, പൊൻചിലമ്പ്, ചെമ്പട്ട്, ചെമ്പരത്തിപ്പൂ, രക്തചന്ദനം, അരമണി, അഴിച്ചിട്ട മുടി, അലൗകികമായ പെരുമാറ്റം. സ്വയം അന്യവത്കൃതനായി അയാൾ അന്യരെ അടിമപ്പെടുത്തുന്നു. ഇവിടെ പക്ഷേ, ഭക്തിയുടെ ആനുകൂല്യമുണ്ട്, ശ്രദ്ധയുണ്ട്. ഒരുതരം കീഴ്പ്പെടലുമുണ്ട്. അയാളുടെ മൊഴികൾക്കായി കാതുകൂർപ്പിക്കലുണ്ട്. ഭയാശങ്കകളുണ്ട്. തെരുവുനാടകക്കാരന് ഇതൊന്നുമില്ല. അതുകൊണ്ടയാൾ കൂടുതൽ ക്ലേശിക്കേണ്ടിവരുന്നു. തെരുവ് അരങ്ങിനു പറ്റിയൊരു ഇടമല്ല. അരങ്ങിനുവേണം സ്വസ്ഥത, ശ്രദ്ധ, ധ്യാനം. ഇതെല്ലാം തെരുവിനന്യം.

പ്രൊഫഷണൽ നാടകക്കാർ ഉത്സവക്കളി എന്നു വിളിക്കുന്നൊരു അരങ്ങുണ്ട്. ഉത്സവപ്പറമ്പിലെ അരങ്ങാണത്. ആ അരങ്ങിൽ അച്ചടക്കമോ ശ്രദ്ധയോ കൂടാതെ പെരുമാറുന്നു നടീനടന്മാർ. ശ്രദ്ധയോ അച്ചടക്കമോ ഇല്ലാത്തവരാണ് ഉത്സവപ്പറമ്പിന്റെ കാണികൾ എന്നതുതന്നെ കാരണം. കാണിയുടെ ശ്രദ്ധയാണ് നടനെ ശ്രദ്ധാലുവാക്കുന്നത്. അവന്റെ അച്ചടക്കമാണ് നടനിൽ അച്ചടക്കമാവുന്നത്. കാണിയുടെ സമീപനമാണ് അരങ്ങിൽ നാട്യത്തോടുള്ള നടന്റെ സമീപനത്തെ നിർണയിക്കുന്നത്. നാടകം കാണാൻ കൊച്ചുകുട്ടികളേയുംകൊണ്ട് വരരുതെന്ന് പി.ജെ. ആന്റണി *നാടകമേ ഉലകം*[6] എന്ന നാടകസ്മരണകളിൽ പറയുന്നു. കുട്ടികൾ വാശിപിടിച്ചു കരയും. നാട്യത്തെ അതു ബാധിക്കും. സിനിമകണ്ട് കരയുംപോലെ, നാടകംകണ്ട് ആരും കരയാറില്ല. നാടകം ജന്മനാ അന്യവത്കൃതമായ കലയാണ്. അന്യവത്കൃതമായ അരങ്ങിനെ കൂടുതൽ അന്യവത്കൃതമാക്കാനാണ് ബ്രെഹ്തോൾഡ് ബ്രെഹ്ത് ശ്രമിച്ചത്. നാടകം കാണുന്നവൻ കരയുന്നില്ല; ചിന്തിക്കുന്നുമില്ല. കാണിയെക്കൊണ്ട് ചിന്തിപ്പിക്കാനുള്ള ശ്രമമായിരുന്നു ബ്രെഹ്തിയൻ അന്യവത്കരണവിദ്യകൾ[7]. വികാരമില്ലാ കാണിയെ വിചാരമുള്ളവനാക്കിത്തീർക്കൽ. അകലെയുള്ള അരങ്ങിനെ കൂടുതൽ അകലെയാക്കൽ. റിയലിസ്റ്റല്ലാത്ത അരങ്ങിനെ കൂടുതൽ അൺറിയലിസ്റ്റാക്കൽ.

സിനിമ: സത്യവും മിഥ്യയും

"When we experience a film, we conciously prime ourselves for illusion. Putting aside will and intellect,

പിയർ ലേ ഫോ

ലോറൻസ്
ഒളിവിയർ

ബർതോൾഡ്
ബ്രെഹ്റ്റ്

പി.ജെ. ആന്റണി

ചെറുകാട്

we make way for it in our imagination. The sequence of pictures plays directly on our feelings. Music works in the same fashion; I would say that there is no art form that has so much in common with film and music. Both affect our emotions directly, not via the intellect."

Ingmer Bergman[8]

നാടകത്തിന്റെ എതിർദിശയിലാണ് സിനിമ. ദൃക്സാക്ഷിയായ കാണിയെ കണ്ടില്ലെന്നു നടിക്കുക. അവന്റെ സാന്നിദ്ധ്യമേ ഇല്ലെന്നു ഭാവിക്കുക. ഇതാണ് സിനിമ ചെയ്യുന്നത്. സിനിമയെ സ്വപ്നസമാന മാക്കുന്നതും ഇതാണ്. ചുറ്റുമുള്ള ജീവിതം കാണുമ്പോൾ കാണുന്ന ഞാനുണ്ട്. സ്വപ്നംകാണുമ്പോൾ കാണുന്ന ഞാനില്ല. നാടകം കാണുമ്പോൾ ഞാൻ ഉണ്ട്. സിനിമകാണുമ്പോൾ ഇല്ല. നാടകംകണ്ട് ആരും കരയാറില്ലെന്നു പറയുന്നതിന്റെ മറുവശമാണ് സിനിമകണ്ടുള്ള ഏങ്ങിക്കരച്ചിൽ. സ്വപ്നംകണ്ടും കരയാം. രണ്ടുംകണ്ട് പേടിക്കാം. സംഗീതത്തിലെന്നപോലെ അത്രമേൽ ഒരുവൻ സിനിമയിൽ ലയിച്ചു പോകുന്നു. നാടകം നാടകമാണെന്ന ബോധം നിലനിൽക്കെത്തന്നെ സിനിമ സത്യമോ മിഥ്യയോ എന്ന ആശങ്ക എപ്പോഴും ബാക്കിയാവുന്നു.

മൂന്നു സുഹൃത്തുക്കൾ സിനിമ കാണാൻപോയ കഥയുണ്ട്. ഒരാൾ മന്ദബുദ്ധി, രണ്ടാമൻ സാധാരണക്കാരൻ, മൂന്നാമനൊരു ബുദ്ധി ജീവി. ഏറ്റവും മുന്നിലുള്ള സീറ്റിലാണ് ഇരുപ്പ്. സിനിമതുടങ്ങി. ആദ്യ ഷോട്ടിൽ കാട്ടാനക്കൂട്ടം ചിന്നംവിളിച്ച് ഓടിവരുന്നു. മന്ദബുദ്ധി പരുങ്ങി. "നമുക്ക് എഴുന്നേറ്റ് പിന്നിലേക്ക് മാറിയിരിക്കാ"മെന്നായി. "ഇതു സിനിമയല്ലേ, പിന്നെയെന്തിനു ആനയെ പേടിക്കണം" എന്നായി രണ്ടാ മൻ. "സിനിമയാണെന്ന് നമുക്കറിയാം, ആനകൾക്കറിയില്ല" എന്നു ബുദ്ധിജീവി എഴുന്നേറ്റു എന്നാണ് കഥ. *ലൂമിയർ ഷോ*[9]യിൽ പ്ലാറ്റ് ഫോമിൽവന്നു നിൽക്കുന്ന തീവണ്ടി മേലുവന്ന് കയറിയാലോ എന്നു പേടിച്ചെഴുന്നേറ്റ സിനിമാകാണിതന്നെയാണ് ഇന്നും തിയേറ്ററിൽ ഇരി ക്കുന്നത്. കൺമുന്നിൽ നടക്കുന്നത് സത്യമോ മിഥ്യയോ എന്നറിയാ ത്തവർ.

ഈ വിഭ്രാന്തിയിൽനിന്ന് കാണിയെ തട്ടിത്തെറിപ്പിക്കാനാണ് ഗൊദാർദിനെ[10]പ്പോലുള്ളവർ ശ്രമിച്ചുപോന്നത്. ഗൊദാർദിന്റെ ആദ്യ ചിത്രമായ *ബ്രെത്‌ലസ്സിൽ* (1960) നായകനായ മൈക്കൽ പിക്കാർഡ് മരിക്കുന്നത് വെടിയേറ്റാണ്. മരിച്ചുവീഴുമ്പോൾ അയാൾ കാമുകിയായ പട്രീഷ്യയെ നോക്കി 'പുലയാടിമോളെ' എന്നു പിറുപിറുക്കുന്നു. ഇയാ ളെന്താണ് പറയുന്നതെന്ന് അവൾ. അവളതു ചോദിക്കുന്നത് ക്യാമറയിൽ

ഭാവ്നി ഭവായ്

ബ്രെത്‌ലസ്സ്

നോക്കിയാണ്. അതായത് കാണിയെ നോക്കി. കാണി, താനൊരു കാണി മാത്രമാണെന്നു തിരിച്ചറിയുന്ന നിമിഷങ്ങളിലൊന്ന്. ചിത്രാരംഭത്തിൽ ഒരാത്മഗതത്തിനുശേഷം നായകൻ കാണിയെനോക്കി 'ഞാൻ പറഞ്ഞതു മനസ്സിലായില്ലെങ്കിൽ പോയി തുലയ്' എന്നും പറയുന്നുണ്ട്. *പിയർ ലേ ഫോ* (1965) എന്ന ഗൊദാർദ് ചിത്രത്തിൽ കാറോടിച്ചുപോകുന്ന നായകൻ പിറകോട്ട് തിരിഞ്ഞുനോക്കുന്നു. 'നിങ്ങളാരെയാണ് നോക്കുന്നതെ'ന്ന് തൊട്ടടുത്തിരിക്കുന്ന നായിക. 'കാണികളെ' എന്നാണ് മറുപടി. ഇയാളൊരു വെറും കാണിമാത്രമെന്ന് കാണിയെ ഗൊദാർദ് വീണ്ടും വീണ്ടും ഓർമ്മിപ്പിക്കുന്നു. സ്ക്രീനിൽ നടക്കുന്നതുമായി വൈകാരികമായി താദാത്മ്യം പ്രാപിക്കാൻ കാണിയെ ഗൊദാർദ് അനുവദിക്കുന്നില്ല.

കേതൻ മേത്തയുടെ ഗുജറാത്തി ചിത്രമായ *ഭാവ്നി ഭവായിൽ* (1980) ഭവായ് നാടോടി നാടകാംശങ്ങളോടൊപ്പം ബ്രെഹ്ത്തിയൻ നാട്യരീതികളെയും അതിവിദഗ്ദ്ധമായി സമന്വയിപ്പിച്ചിരിക്കുന്നു. പല കഥാപാത്രങ്ങളും ചിലപ്പോഴൊക്കെ സംസാരിക്കുന്നത് ക്യാമറ നോക്കിയാണ്; കാണികളോടാണ്. മുത്തച്ഛന്റെ കഥകേട്ടുകൊണ്ടിരിക്കേ, മകൻ ക്യാമറനോക്കി ക്ഷുഭിതനാവുന്നു: 'ഞങ്ങളുടെ ദുരിതങ്ങൾകണ്ട് രസിച്ചിരിക്കുകയാണോ?' 'നിങ്ങളാരോടാണ് സംസാരിക്കുന്നതെ'ന്ന് ഭാര്യ. 'അതാ, ആ ഇരുട്ടിൽ ഒളിച്ചിരുന്ന് ഇതൊക്കെ കണ്ടുരസിക്കുന്നവരോട്.' 'അവരോടു പറഞ്ഞിട്ടു കാര്യമില്ല' എന്നു ഭാര്യ. 'എന്നും ഇരുട്ടത്ത് ഒളിച്ചിരിക്കുന്ന അവർക്ക് ഇതൊന്നും മനസ്സിലാവില്ല' എന്ന് അവൾ. ഇരുട്ടത്ത് ഒളിച്ചിരുന്ന് എല്ലാം കണ്ടുരസിക്കുന്നവരാണ് തങ്ങളെന്ന് കാണികൾ പെട്ടെന്ന് ഓർത്തുപോവുന്നു. ഇവിടെയും സിനിമ കാണിയെ അടുപ്പിക്കാതെ അവർ ഇരിക്കേണ്ടിടത്ത് ഇരുത്തുന്നു.

സിനിമയിൽ നോട്ടങ്ങൾ മൂന്നാണ്. കഥാപാത്രത്തിന്റെ നോട്ടം, ക്യാമറാനോട്ടം. കാണിയുടെ നോട്ടം. കാണിയുടെ നോട്ടത്തെ കണ്ടില്ലെന്നു നടിക്കുകയാണ് സിനിമചെയ്യുന്നത്. സിനിമകാണൽ അങ്ങനെ താക്കോൽപ്പഴുതിലൂടെയുള്ള ഒളിനോട്ടമാകുന്നു. ഈ ഒളിനോട്ടമത്രേ സിനിമയുടെ രസം.

1. Laurence Olivier, *On Acting*, Sceptre Books, 1987 (1), p.20
2. ഭരതമുനി, *നാട്യശാസ്ത്രം*, പരിഭാഷ, കെ.പി. നാരായണപ്പിഷാരൊടി, സംഗീത നാടക അക്കാദമി, തൃശ്ശൂർ.
3. ചെറുകാട്, *നമ്മളൊന്ന്*, നാടകം, കറന്റ് ബുക്സ് തൃശ്ശൂർ.
4. പ്രേംജിയായിരുന്നു അന്ന് പങ്ങൻനായരുടെ വേഷത്തിൽ. പി.ജെ. ആന്റണി, എം.എസ്. ബാബുരാജ്, പരിയാനംപറ്റ, എം.എസ്. നമ്പൂതിരി എന്നിവരായിരുന്നു മറ്റു നടന്മാർ. തൃശ്ശൂർ കേരള കലാവേദിയാണ് നാടകം അവതരിപ്പിച്ചിരുന്നത്. കമ്മ്യൂണിസ്റ്റ് പാർട്ടിക്കു കീഴിലുള്ള രണ്ടു നാടകസംഘങ്ങൾ

ലൂമിയർ സഹോദരന്മാരുടെ ചലച്ചിത്രത്തിലെ രംഗം

ലൂയി ലൂമിയർ, അഗസ്റ്റി ലൂമിയർ

- തെക്കുനിന്ന് *നിങ്ങളെന്നെ കമ്മ്യൂണിസ്റ്റാക്കി* നാടകവുമായി കെ.പി.എ.സിയും *നമ്മളൊന്ന്* നാടകവുമായി വടക്കുനിന്ന് കേരള കലാവേദിയും - തമ്മിൽ കടുത്ത മത്സരത്തിലായി. ഈ മത്സരമാണ് മലയാള നാടകവേദിയെ കമേഴ്സ്യൽ നാടകത്തിന്റെ വഴിക്ക് തള്ളിവിട്ടത്. പാട്ടുകളൊന്നുമില്ലാതെ, ശുദ്ധനാടക മായിട്ടാണ് *നമ്മളൊന്ന്* ആദ്യം അവതരിപ്പിച്ചുപോന്നത്. കെ.എസ്. ജോർജ് -സുലോചന ടീമിന്റെ പാട്ടുകളുമായി, അതും മുഴത്തിനുമുഴം, കെ.പി.എ.സി. കൂടുതൽ ജന പിന്തുണ നേടാൻ തുടങ്ങി. നാടകത്തേക്കാൾ പ്രധാന മായി പാട്ടുകൾ. അങ്ങനെ സംഗീതനാടകപാരമ്പര്യത്തിന്റെ തുടർച്ചയായി വിപ്ലവനാടകവേദി. പിടിച്ചു നിൽക്കാൻ മറുവഴിയില്ലാതെ *നമ്മളൊന്നി*ലും പിന്നീട് പാട്ടുകൾ ചേർക്കുകയാണുണ്ടായത്. പൊൻകുന്നം ദാമോദരനും വയലാറും എഴുതി, ബാബുരാജ് സംഗീതം നൽകിയ പാട്ടുകൾ. ബാബുരാജും കൊടുങ്ങല്ലൂർ ഭാഗീരഥിയു മായിരുന്നു പാട്ടുകാർ. 'പച്ചപ്പനം തത്തേ, പുന്നാര പ്പൂമുത്തേ' എന്ന പ്രശസ്ത മായ പാട്ട് *നമ്മളൊന്ന്* നാടകത്തിലേതാണ്. രചന പൊൻകുന്നം ദാമോദരൻ, സംഗീതം ബാബുരാജ്

5. വി.ടി. ഭട്ടതിരിപ്പാട്, *അടുക്കളയിൽനിന്ന് അരങ്ങത്തേക്ക്*, ഡി.സി ബുക്സ്, കോട്ടയം, 2010.
6. പി.ജെ. ആന്റണി, 'നാടകമേ ഉലകം', 1977 ഫെബ്രുവരി 20 മുതൽ 13 ലക്ക ങ്ങളിലായി *ദേശാഭിമാനി* വാരികയിൽ പ്രസിദ്ധീകരിച്ചത്.
7. Walter Benjamin, *Understanding Brecht*, 1st September1998, Verso (First published 1971)
8. Ingmer Bergman, *Introduction of Four Screenplays*, 1st February 1989, Simon and Schuster (First published 1960).
9. ലൂയി ലൂമിയർ, അഗസ്റ്റി ലൂമിയർ എന്നീ സഹോദരന്മാരാണ് ചരിത്രത്തിലാദ്യ മായി സദസ്സിനായി ചലച്ചിത്രം പ്രദർശിപ്പിച്ചത്. 1895-ൽ പാരീസിൽ. ഇവർ അന്നു പ്രദർശിപ്പിച്ച ചിത്രങ്ങളിലൊന്ന് തീവണ്ടി പ്ലാറ്റ്ഫോമിൽവന്നു നിൽക്കു ന്നതാണ്. ഒരുമിനിറ്റ് തികച്ച് ദൈർഘ്യമില്ലാത്ത ചിത്രം. അത്ര മതിയായിരുന്നു അന്നത്തെ കാണിയെ വിഭ്രാന്തിയിലാക്കാൻ. സിനിമാ കാണിയെ ഇന്നും വിട്ടു പോയിട്ടില്ല ആ വിഭ്രാന്തി.
10. ഫ്രഞ്ച് ന്യൂവേവ് എന്നറിയപ്പെടുന്ന ചലച്ചിത്രപ്രസ്ഥാനത്തിന്റെ നേതാക്കളിൽ ഒരാൾ. ആന്ദ്രേ ബസാൻ* എന്ന ചലച്ചിത്ര സൈദ്ധാന്തികൻ, മറ്റു രണ്ടു പേരും ചേർന്ന് 1951ൽ തുടങ്ങിയ *Cahiers du Cinema (കയേ ദു സിനിമ)* എന്ന ഫിലിം മാഗസിനിൽ ചലച്ചിത്രനിരൂപകനായിരുന്നു ഗൊദാർദ്. പിന്നീട് ചലച്ചിത്ര സംവിധായകനായ ഗൊദാർദ്, സിനിമയിൽ വിവാദപരമായ പല പരീക്ഷണ ങ്ങളും നടത്തി. ഈ നൂറ്റാണ്ടിലെ ഏറ്റവും പ്രധാനപ്പെട്ട ചലച്ചിത്രകാരനാണ് ഗൊദാർദ്.

* ആന്ദ്രേ ബാസിൻ, *കഹേ ദു സിനിമ* എന്നാണ് മലയാളത്തിൽ എഴുതിപ്പോരാറ്. ഉച്ചാരണം തിരുത്തിത്തന്നത് അടൂർ ഗോപാലകൃഷ്ണനാണ്.

എ ലെറ്റർ ടു ജെയ്ൻ എന്ന ചലച്ചിത്രത്തിലെ ഏറെ വിശകലനത്തിനും വിമർശനത്തിനും വിധേയമായ രംഗം

വൈഡ് ആംഗിൾ ലെൻസുപയോഗിച്ചെടുത്ത പ്രശസ്തമായൊരു ഷോട്ട് സിറ്റിസൺ കെയ്ൻ എന്ന ചിത്രത്തിൽനിന്ന്

3 സിനിമ സ്വപ്നം ജീവിതം

അർക്കാനലാദി വെളിവൊക്കെഗ്രഹിക്കുമൊരു
കണ്ണിന്നുകണ്ണ് മനമാകുന്ന കണ്ണ്...

ഹരിനാമകീർത്തനം[1]

ക്യാമറക്കണ്ണ്

കാണിയുടെ നോട്ടത്തെ അവഗണിക്കുന്ന സിനിമയുടെ പ്രശ്നം ക്യാമറയുടെ നോട്ടമാണ്. ക്യാമറയുടെ നോട്ടം അനന്തമല്ല. കണ്ണിനു കാണാവുന്നത്രയേ ക്യാമറയ്ക്കും കാണാനാവൂ. പക്ഷേ, കണ്ണിന്റെ പരിമിതിയെ മറികടന്നാലേ ക്യാമറയ്ക്കു കാണിയുടെ മനസ്സിലെത്താനാവൂ. കണ്ണിനു കണ്ടില്ലെന്നു നടിക്കാം. ക്യാമറയ്ക്ക് അതു സാദ്ധ്യമല്ല. മുന്നിലുള്ള സ്ഥലംമുഴുവൻ, കണ്ണെത്താ ദൂരം മുഴുവൻ ക്യാമറയിൽ പതിയും. അതിനാൽ ലെൻസിനു മുന്നിലുള്ള സ്ഥലത്തിനു (space) മേൽ ക്യാമറയ്ക്കൊരു നിയന്ത്രണവുമില്ല. ഇതൊരു പരിമിതിയാണ്. കാരണം ഈ സ്പേസിൽ സിനിമയ്ക്കൊന്നും സൃഷ്ടിക്കാനാവില്ല. (ക്യാമറയ്ക്കു മുമ്പിലുള്ള സ്പേസിനെ സർഗാത്മകമാക്കണമെന്നു വാദിച്ച ആന്ദ്രേ ബസാന്റെ[2] മിസെൻ സീൻ (mise-en-scene) സങ്കല്പത്തെക്കുറിച്ച് പിറകെ പറയാം.) അരങ്ങിലെ സ്പേസുപോലെയല്ല ക്യാമറയ്ക്കു മുമ്പിലുള്ള സ്പേസ്. അരങ്ങിലെ സ്പേസ് പരിമിതമാണ്. പിന്നിലെ അതിരുവരെ മാത്രമേ അതുള്ളൂ. സെറ്റിൽ എന്തൊക്കെ മാജിക്കുകാണിച്ചാലും ആർട്ടിസ്റ്റ് സുജാതനെ[3] എത്ര കൂട്ടുപിടിച്ചാലും കൃത്രിമമായ, പരിമിതമായ ആഴം അല്ലെങ്കിൽ ഡെപ്ത് മാത്രമേ അരങ്ങിലെ സ്പേസിനുണ്ടാകൂ. പരിമിതമായ ഈ സ്ഥലം പക്ഷേ, സർഗാത്മകമാണ്, പവിത്രമാണ്, സവിശേഷമാണ്. അവിടെനിന്നാണ് നടനും നർത്തകനും ഗംഭീരമായ കലാസൃഷ്ടി സാധിക്കുന്നത്. ആ സവിശേഷ സ്ഥലത്ത് നടനൊരു സവിശേഷജീവിയാണ്. ദൈവത്തിനും മനുഷ്യനും ഇടയിലാണ് നടനെന്ന് ലെ ക്ലെസിയോ.[4] (1986-ൽ ലോകകപ്പ് ഫുട്ബോൾ ക്വാർട്ടറിൽ ഇംഗ്ലണ്ടിനെതിരെ താൻ നേടിയ ഗോൾ ദൈവം

ബാറ്റിൽഷിപ് പോടെംകിൻ എന്ന ചലച്ചിത്രത്തിലെ രംഗം

ലെനി റീഫൻസ്ഥാൾ ഹിറ്റ്ലർക്കൊപ്പം

നേടിയതാണെന്നു പറയുന്ന മറഡോണ അറിയാതെ ഇതേ സത്യം പറഞ്ഞുപോവുന്നു. നാട്യം പ്രയോഗിക്കുമ്പോഴും ഗോളടിക്കുമ്പോഴും അയാൾ പാതി ദൈവമാണ്, പാതിമാത്രം മനുഷ്യനും. ഇതൊരുതരം സ്നേഹസമ്പൂർണ്ണമായ, സർഗ്ഗാത്മകമായ സ്ഖലനാവസ്ഥയാണ്. ശരീരംകൊണ്ടു സാധിക്കുന്നത് ചെയ്യുകയും ദൈവീകവും ആത്മീയവുമായ രസം സാധിക്കുകയും ചെയ്യുക!)

മുന്നിലുള്ള സ്ഥലത്തിനുമേൽ ക്യാമറയ്ക്ക് നിയന്ത്രണമില്ലെന്നതിനാൽ ആ സ്പേസിനെ സർഗാത്മകമാക്കാൻ രണ്ടു വഴികളേയുള്ളൂ. ഒന്നുകിൽ അതിനെ പെരുപ്പിക്കുക (ഡീപ് ഫോക്കസ്), അല്ലെങ്കിൽ ചുരുക്കുക (മൈക്രോ ഫോക്കസ്). വൈഡ് ആംഗിൾ ലെൻസുപയോഗിച്ചാൽ ലെൻസിനു മുന്നിലുള്ള സ്ഥലത്തിന്റെ ആഴം കൂട്ടാം. സാങ്കേതികമായി പറഞ്ഞാൽ depth of field കൂട്ടാം. ക്യാമറയ്ക്കു മുന്നിലുള്ള സ്ഥലമാണ് ഫീൽഡ്. അതിന്റെ ആഴം കൂട്ടാം. അമേരിക്കൻ സംവിധായകനായ ഓർസൺ വെൽസും[5] ക്യാമറാമാനായ ഗ്രെഗ് ടോളന്റുമാണ്[6] ചരിത്രത്തിലാദ്യമായി സർഗ്ഗാത്മകമായി ഇതു സാധിച്ചത്. 1941ൽ നിർമ്മിച്ച *സിറ്റിസൺ കെയ്ൻ* എന്ന ചിത്രത്തിലൂടെ. ഈ ചിത്രത്തിലെ എല്ലാ സീനുകൾക്കും കാഴ്ചയുടെ പല തലങ്ങളുണ്ട്. ഫോർഗ്രൗണ്ടും ബാക്ക് ഗ്രൗണ്ടും അതിനിടയിലുള്ള എല്ലാ സ്ഥലങ്ങളും വസ്തുക്കളും ഫോക്കസിലാവുമ്പോൾ കിട്ടുന്ന കാഴ്ചയുടെ പല തലങ്ങൾ. "I am in an excellent position to discuss what is termed 'Pan-focus', as I have been active for two years in its development and used it for the first time in *Citizen Kane*. Through its use, it is possible to photograph action from a range of eighteen inches from the camera lens to cover two hundred feet away, with extreme foreground and background figures and action both recorded in sharp relief. Hitherto, the camera had to be focused either for a close or distant shot, all efforts to encompass both at the same time resulting in one or the other being out of focus. The handicap necessitated the breaking up of a scene into long and short angles, with much consequent loss of realism." എന്ന് ഗ്രെഗ് ടോളന്റ്[7]. കണ്ണിന്റെ കാഴ്ചയെ ഇവിടെയങ്ങനെ ക്യാമറ മറികടക്കുന്നു. സ്പേസിനുമേൽ ഉണ്ടാകാതിരുന്ന നിയന്ത്രണം ക്യാമറ ഏറ്റെടുക്കുന്നു. മുമ്പിലുള്ള സ്ഥലത്തെ സർഗാത്മകമാക്കുന്നു. കൺകാഴ്ചയ്ക്ക് അപ്രാപ്യമാണ് പല തലങ്ങളിലുള്ള ഈ സർഗാത്മകകാഴ്ച. ക്യാമറക്കാഴ്ച കാണിക്കാഴ്ചയാവുകയും അതു സർഗാത്മകത കൈവരിക്കുകയും ചെയ്യുന്നു. കാണിയുടെ ഒളിച്ചുനോട്ടം രസമുള്ള സ്വപ്നക്കാഴ്ചയായി മാറുന്നു.

അതേസമയം ടോളന്റ് പറയുന്ന ഡീപ് ഫോക്കസിനു മുമ്പുള്ള പഴയ ക്യാമറക്കാഴ്ച കൺകാഴ്ചയ്ക്കു സമാനമാകുന്നു. അടുത്തുള്ളതിനേയും അകലെയുള്ളതിനേയും ഒരുപോലെ ശ്രദ്ധിച്ചുകാണാൻ

ജെയ്ൻ ഫോണ്ട

ഓർസൺ വെൽസ്

കണ്ണിനു കഴിയില്ല. അടുത്തുള്ളതു കാണുമ്പോൾ അകലെയുള്ളതു മങ്ങുന്നു, മറിച്ചും. കൺകാഴ്ചയുടെ ഈ പരിമിതിയെയാണ് ഡീപ് ഫോക്കസ് ലെൻസുപയോഗിച്ച് ക്യാമറ മറികടക്കുന്നത്. മറുവശത്ത് മൈക്രോലെൻസ് അല്ലെങ്കിൽ മാക്രോലെൻസ് ഉപയോഗിച്ച് കൺ കാഴ്ചയ്ക്കതീതമായ അടുപ്പക്കാഴ്ചയും ക്യാമറ സാധിക്കുന്നു.

സത്യം ലളിതം, പറയൽ ദുഷ്ക്കരം

> "വാനിൽനിന്നു നിജ നീഡമാർന്നെഴും
> കാനനം ഖഗയുവാവു പോലവേ"
> (ആകാശത്തുനിന്ന് പക്ഷി, തന്റെ കൂടിരിക്കുന്ന കാട് കാണുന്നപോലെ)
>
> കുമാരനാശാൻ[8]

ജെയ്ൻ ഫോണ്ട ഹോളിവുഡ് നടിയാണ്. പ്രശസ്ത നടനായ ഹെൻട്രി ഫോണ്ടയുടെ മകൾ. മികച്ച നടിയെന്നതിലുപരി അപാരമായ രാഷ്ട്രീയബോധമുള്ള സ്ത്രീകൂടിയാണ് ജെയ്ൻ ഫോണ്ട. അമേരിക്കയിൽ വിയറ്റ്നാംയുദ്ധത്തിനെതിരെ വലിയ പ്രക്ഷോഭം നടന്നു. വിയറ്റ്നാമിൽ കമ്മ്യൂണിസ്റ്റ് വിരുദ്ധർക്കുവേണ്ടി അമേരിക്ക നടത്തിയ സൈനിക ഇടപെടലിനെതിരായിരുന്നു പ്രക്ഷോഭം. വിദ്യാർത്ഥികൾ മുതൽ കലാകാരന്മാരും ബുദ്ധിജീവികളുംവരെ ഇതിൽ അണിചേർന്നു. ഇതിന്റെ പ്രചാരണത്തിന്റെ ഭാഗമായി, അമേരിക്കൻ സൈന്യത്തിനെതിരെ പൊരുതുന്ന വിയറ്റ്നാം ജനതയ്ക്ക് ഐക്യദാർഢ്യം പ്രഖ്യാപിച്ചുകൊണ്ട് ജെയ്ൻ ഫോണ്ട, കമ്മ്യൂ ണിസ്റ്റ് നിയന്ത്രണത്തിലുള്ള വടക്കൻ വിയറ്റ്നാമിന്റെ തലസ്ഥാനമായ ഹാനോയ് സന്ദർശിച്ചു. 1972 ആഗസ്റ്റിൽ *ലാ എക്സ്പ്രസ്*[9] പത്രത്തിന്റെ ഒന്നാംപേജിൽ 'ജെയ്ൻ വിയറ്റ്നാമിൽ' എന്ന ചിത്രം വന്നു. പത്രത്തിൽവന്ന ഈ ചിത്രത്തെക്കുറിച്ച് ഫ്രഞ്ച് ചലച്ചിത്രകാരന്മാരായ ഗൊദാർദും ഗോറിനും[10] ചേർന്ന് ഒരു മണിക്കൂറോളം ദൈർഘ്യമുള്ള ചിത്രമുണ്ടാക്കുന്നു. പത്രത്തിൽ വന്ന ചിത്രവും (അമേരിക്കൻ ഫോട്ടോഗ്രാഫറായ ജോസഫ് ക്രാഫ്റ്റ് എടുത്തതാണ് ഈ ചിത്രം) അതിനോടു ചേർന്നുപോകുന്ന ചില നിശ്ചലചിത്രങ്ങളുംമാത്രം വെള്ളിത്തിരയിൽ. ശബ്ദരേഖയിൽ ഗൊദാർദും ഗോറിനും മാറിമാറി ഇംഗ്ലീഷിൽ നൽകുന്ന കമന്ററിയും. ക്യാമറ എങ്ങനെ യാഥാർത്ഥ്യങ്ങളെ വളച്ചൊടിച്ച് തെറ്റായി അവതരിപ്പിക്കുന്നുവെന്ന് വിശദമാക്കുന്നു ഈ ചിത്രം. "നിങ്ങൾക്ക് ഒരുപക്ഷേ, ഇപ്പറയുന്നതെല്ലാം സങ്കീർണമായി തോന്നാം. വെർത്തോവ്[11] ലെനിനോട് പറഞ്ഞതുപോലെ സത്യം ലളിതമാണ്. എന്നാൽ, സത്യംപറയുക അത്ര ലളിതമല്ല" എന്ന് കമന്ററിയിൽ ഗൊദാർദ്.

ക്യാമറാ ആങ്കിളും ഫോക്കസ്സുമാണ് ഇവിടെ ചോദ്യംചെയ്യപ്പെടുന്നത്. ചിത്രത്തിൽ മൂന്നു മനുഷ്യരൂപങ്ങളാണുള്ളത്. നടിക്കു പുറമെ

ഗ്രെഗ് ടോലൻഡ്

സീഗാ വെർത്തോവ്

ഒരു വിയറ്റ്നാംകാരനും ക്യാമറയ്ക്കു പിന്തിരിഞ്ഞു നിൽക്കുന്ന ഒരു വിയറ്റ്കോങ്ങ് ഒളിപ്പോരാളിയും. പക്ഷേ, ക്യാമറയുടെ ആങ്കിൾ നടിയെ ചിത്രത്തിലെ മുഖ്യകഥാപാത്രമാക്കുന്നു. ലോ ആങ്കിളിൽനിന്ന് ചിത്രം എടുത്തിട്ടുള്ളതിനാൽ ഈ മുഖ്യകഥാപാത്രം ജീവിതത്തേക്കാൾ വലുതായിരിക്കുന്നു. ഇതൊരു കള്ളമാണെന്ന് ഗൊദാർദും ഗോറിനും വാദിക്കുന്നു. ക്യാമറയ്ക്കു മുമ്പിലുള്ള യാഥാർത്ഥ്യത്തെ വളച്ചൊടിക്കലാണിത്. ക്യാമറയ്ക്കു മുമ്പിലുള്ള യാഥാർത്ഥ്യത്തിൽ, സത്യത്തിൽ, പ്രാധാന്യം വിയറ്റ്നാം ഒളിപ്പോരാളിക്കും ദുഷ്ക്കരമായ വിപ്ലവകാലത്തു ജീവിക്കുന്ന സാധാരണക്കാരനായ വിയറ്റ്നാംകാരനുമാണ്. ഇവർക്കു മുന്നിൽ സിനിമാനടി ആരുമല്ല. പക്ഷേ, ഫോട്ടോ കാണുന്നവർ കരുതുക, നടിക്കാണ് പ്രാധാന്യമെന്നാണ്. ക്യാമറാ ആങ്കിളിലൂടെ അടിച്ചേല്പിക്കുന്ന തെറ്റായ ധാരണയാണിത്. ക്യമറാ ആങ്കിൾ സാങ്കേതികപ്രശ്നമല്ല, രാഷ്ട്രീയപ്രശ്നമാണ്, പ്രത്യയശാസ്ത്രപ്രശ്നമാണ്. ക്യാമറാ ആങ്കിൾ ക്യാമറയ്ക്കു മുമ്പിലുള്ള യാഥാർത്ഥ്യത്തോടുള്ള കാഴ്ചപ്പാടാണ്. തെറ്റായ ആങ്കിൾ തെറ്റായ കാഴ്ചപ്പാടായി മാറുന്നു. കാഴ്ച്ചക്കേടാവുന്നു.

ക്യാമറയുടെ ഫോക്കസിനുമുണ്ട് പ്രശ്നം. ജെയ്ൻ ഫോണ്ടയാണ് ഫോക്കസിൽ. അജ്ഞാതനായ വിയറ്റ്നാംകാരൻ ഫോക്കസ് ഔട്ടിലാണ് അല്ലെങ്കിൽ സോഫ്റ്റ് ഫോക്കസിലാണ്. ഇതും ചലച്ചിത്ര

നടിയെ കേന്ദ്രസ്ഥാനത്തു കൊണ്ടുവരുന്നു. ക്യാമറയുടെ മുന്നിലുള്ള യാഥാർത്ഥ്യത്തിൽ ഫോക്കസിൽ വരേണ്ടത് ആ വിയറ്റ്നാംകാരനാണ്. പക്ഷേ, ഇവിടെ നടിയാണ് ഫോക്കസിൽ. ഇതും കാണിയെ തെറ്റായ കാഴ്ചപ്പാടിലേക്ക് നയിക്കുന്നു. ഇതെല്ലാം മനഃപൂർവമാണെന്നും അല്ലെങ്കിൽ 'വിചിത്രമായ സ്വാഭാവികത' മൂലമാണെന്നും ഗോദാർദും ഗോറിനും വാദിക്കുന്നു. ഗവർണറോ മുഖ്യമന്ത്രിയോ പട്ടിണിപ്പാവങ്ങൾക്ക് 'സൗജന്യ'ങ്ങൾ വിതരണംചെയ്യുമ്പോൾ പത്രങ്ങളിലും ടി.വി യിലും കാണാം 'വിചിത്രമായ ഇതേ സ്വാഭാവികത.' കിട്ടേണ്ടത് കൊടുക്കുന്നതിനെ, അവകാശപ്പെട്ടത് അനുഭവിക്കുന്നതിനെ അങ്ങനെ 'സൗജന്യ' മാക്കുന്നു ക്യാമറ! മുഖ്യമന്ത്രിയുടെയും ഗവർണറുടെയും മുഖത്ത് ഔദാര്യം തിരയടിക്കുന്നു.

ഫാസിസ്റ്റ് നേതാക്കളെ താരങ്ങളാക്കിയിട്ടാണ് ക്യാമറ ജനങ്ങൾക്കു മുകളിൽ പ്രതിഷ്ഠിക്കുന്നത്. "ആളുകൾ കണ്ടുകണ്ടാണ് സർ കടലിത്ര വലുതായത്, പുഴകൾ ഇതിഹാസങ്ങളായത്"[12] കണ്ടുകണ്ടങ്ങനെ ഇമേജുകൾ വലുതാവുകയും നാം കൊച്ചാവുകയും ചെയ്യുന്നു. ലെനി റീഫൻസ്ഥാളിന്റെ[13] ചിത്രങ്ങളിൽ ഹിറ്റ്ലർ അതികായനാകുന്നതും ജനങ്ങൾ കൊച്ചാവുന്നതും ആ മട്ടിൽത്തന്നെ. ഹിറ്റ്ലർ വരുമ്പോഴെല്ലാം ക്യാമറ ലോ ആങ്കിളിലാണ്. ജനങ്ങളെ കാണുമ്പോഴെല്ലാം ഹൈ ആങ്കിളിലും. മറിച്ച് ഐസൻസ്റ്റീൻ ചിത്രങ്ങളിലെ[14] ജനങ്ങളാകട്ടെ ഉത്സവോത്സുകരായിരിക്കുന്നു. വിപ്ലവം ചൂഷിതജനതയുടെ ഉത്സവമാണെന്ന് വ്ളാഡ്മിർ ഇലിച്ച് ലെനിൻ[15]. പാരീസിൽ ഐഫൽ ഗോപുരത്തിനു മുകളിലെ കഫേയിലിരുന്ന് പാരീസ്നഗരത്തെ കാണുന്ന മോപ്പസാങ്ങിനെക്കുറിച്ച് റൊളാങ്ങ് ബാർത്ത്[16] പറയുന്നുണ്ട്. ഗോപുരം കാണാതിരിക്കാൻ ഒരേയൊരു വഴിയെയുള്ളുവെന്ന് മോപ്പസാങ്ങ്. അതിനു മുകളിൽ കയറിയിരിക്കുക. ആനപ്പുറത്തിരുന്നു പൂരം കാണും പോലെയാണിത്. അവിടെനിന്നു കാണുമ്പോൾ പാരീസ് മറ്റൊന്നാണ്, പൂരവും മറ്റൊന്നായിരിക്കണം. ഇത്തരം നോട്ടങ്ങൾ ജീവിതത്തിൽ അപൂർവവും സങ്കല്പത്തിൽ ധാരാളവുമാണ്. ആകാശത്തുനിന്ന് തന്റെ കൂടിരിക്കുന്ന കാടുകാണുന്ന കുമാരനാശാന്റെ പക്ഷിയും തൃശ്ശൂർ വടക്കുന്നാഥക്ഷേത്രത്തിലെ ഉയർന്ന തെക്കേ ഗോപുരനടയിൽനിന്ന് താഴെ കുടമാറ്റം കണ്ടാസ്വദിക്കുന്ന, പൂത്ത താഴ്വാരംപോലെയുള്ള പുരുഷാരത്തെ കാണുന്ന വൈലോപ്പിള്ളിയുടെ *സഹ്യന്റെ മകനും*[17] സങ്കല്പത്തിലെ ഇത്തരം നോട്ടസാദ്ധ്യതകളാണ്. നമ്പൂതിരിച്ചിത്രങ്ങളിലും കാണാം ഈ നോട്ടസാദ്ധ്യതാസമൃദ്ധി. ഒരു നദിയെ *സുവർണ രേഖ*[18]യെന്നു വിളിക്കുന്നതിലുണ്ട് അപാരമായൊരു ടോപ് ആങ്കിൾ ദർശനം.

ഇടയ്ക്ക് ജീവിതത്തിലുമുണ്ട് ഇത്തരം നോട്ടങ്ങൾ. കുട്ടി കുട്ടിയായിരിക്കുന്നത് എല്ലാവരും അവനെ താഴോട്ടുനോക്കി കൊച്ചാക്കുന്നതു

യാസുജിറൊ ഒസു

റൊളാങ് ബാർത്ത്

കെ.ജി.ശങ്കരപ്പിള്ള

കുമാരനാശാൻ

കൊണ്ടാണ്. അവനാകട്ടെ എപ്പോഴും മുകളിലേക്കു നോക്കേണ്ടിവരുന്നു. കുട്ടിയെ അനുനയിപ്പിക്കേണ്ടിവരുമ്പോഴാണ്, ഈ നോട്ടത്തിന്റെ രാഷ്ട്രീയം തെളിയുന്നത്. താഴെ മുട്ടുകുത്തി ഇരുന്നോ അവനെ എടുത്തുയർത്തിയോ മുതിർന്നവർ അവനേയും നോട്ടത്തിൽ തന്നോടൊപ്പമാക്കാൻ ശ്രമിക്കുന്നു. കുട്ടി വഴങ്ങാതെ വരുമ്പോൾ അവനെ താഴെവെച്ച് നോട്ടത്തിലൂടെ ഉണ്ടാക്കിയെടുത്ത കപടമായ തുല്യത മുതിർന്നവർ പിൻവലിക്കുന്നു. കുട്ടി കുട്ടിയായും കുള്ളനായും തുടരുന്നു. കുട്ടികൾ വലുതാവുകയും ഉയരംവെയ്ക്കുകയും ചെയ്യുമ്പോൾ അമ്മമാർ പരസ്യമായി അസ്വസ്ഥരാകാറുണ്ട്. നോട്ടം മാറുന്നതുകൊണ്ടാണിത്. നോട്ടം മാറിയാൽ കുട്ടി കുട്ടിയല്ലാതാവുന്നു. കുട്ടി കുട്ടിയായിരിക്കുന്നതാണ് അമ്മയ്ക്കിഷ്ടം.

ജാപ്പനീസ് സംവിധായകനായ യാസുജിറോ ഓസു[19] തന്റെ ചിത്രങ്ങളിലെ ജീവിതപശ്ചാത്തലത്തെ മുഴുവൻ കാണുന്നത് ലോ ആങ്കിൾ ക്യാമറയിലൂടെയാണ്. ഇതൊരു കുട്ടിയുടെ ലോകക്കാഴ്ചയാണ്. ഈ നോട്ടത്തിലുണ്ട് നിഷ്ക്കളങ്കത. നാം നിലത്തിരുന്ന് ഊണുകഴിച്ചിരുന്ന കാലത്ത് ഉപയോഗിച്ചിരുന്ന പലകപോലെയുള്ള 'തത്താമി' എന്നു വിളിക്കുന്ന പലകമേലിരുന്നാണ് ജപ്പാൻകാരൻ തന്റെ ജീവിതാനുഷ്ഠാനങ്ങളിലെല്ലാം മുഴുകുന്നത്. ഈ ആങ്കിളിലുള്ള നോട്ടത്തിലൂടെയാണയാൾ ജീവിതത്തേയും ലോകത്തേയും കാണുന്നത്. ഇതാണവന്റെ കാഴ്ചപ്പാട്. ഇതിലുണ്ടൊരു സ്വസ്ഥത. ഓസുവിന്റെ ലോ ആങ്കിൾ ക്യാമറ നിഷ്ക്കളങ്കം മാത്രമല്ല, സ്വസ്ഥവുമാകുന്നു. സാങ്കേതികതയെ സ്വസ്ഥസത്യമാക്കുന്നു ഓസു. ക്യാമറ ആംഗിളിന്റെ സാങ്കേതികതയെ മറികടക്കുന്നൊരു ആത്മീയാനുഭവം. ജപ്പാൻകാരനുമാത്രമേ ഇതനുഭവിക്കാനാവൂ. അനുഭവങ്ങൾ അന്തർദ്ദേശീയമല്ല; സ്വകാര്യമാണ്.

നോട്ടംപിഴച്ചാൽ നേരു പിഴയ്ക്കുന്നു, എല്ലാം പിഴയ്ക്കുന്നു. ആണുങ്ങളുടെ അശ്ലീലമായ ആൺനോട്ടം അങ്ങനെയുണ്ടാവുന്നതാണ്. ആ നോട്ടത്തിൽ പ്രേമവും സ്നേഹവും കുറവും കാമവും ആർത്തിയും കൂടുതലുമായിരിക്കും. 'അവന്റെയൊരു നോട്ടം' എന്നു പെണ്ണുങ്ങൾ അവരറിയാതെ പറഞ്ഞുപോകുന്നു. 'എന്നെ എന്താ ഇങ്ങനെ നോക്കുന്നത്' എന്ന് പെങ്ങൾപോലും ചോദിച്ചുപോകും. "For the eye altering alters all."[20]

1. തുഞ്ചത്തെഴുത്തച്ഛൻ, *ഹരിനാമകീർത്തനം*, 4, ഗുരുവായൂർ ദേവസ്വം പ്രസിദ്ധീകരണം, 2005.
2. പ്രമുഖ ഫ്രഞ്ച് ചലച്ചിത്ര സൈദ്ധാന്തികൻ. ഐസൻസ്റ്റീന്റെ മൊണ്ടാഷ് സിദ്ധാന്തത്തിനു ബദലായി മിസ് എൻസീൻ സിദ്ധാന്തം മുന്നോട്ടുവച്ചത് ബസാനാണ്.

3. ആർട്ടിസ്റ്റ് സുജാതനാണ് മലയാള കൊമേർസ്യൽ നാടകവേദിക്കുവേണ്ടി രംഗപടം ഒരുക്കുന്നവരിൽ പ്രമുഖൻ.
4. Jean-Marie Gustav Le Clezio, ഫ്രഞ്ച് ചലച്ചിത്രകാരനായ റോബർട്ട് ബ്രസോണിന്റെ *Notes on the Cinematographer* (Green Integer, May 1, 1997) എന്ന പുസ്തകത്തിനെഴുതിയ ആമുഖക്കുറിപ്പിലാണ് നടനെ ഇങ്ങനെ വിശേഷിപ്പിക്കുന്നത്. 2008-ൽ നോബൽസമ്മാനം നേടിയ എഴുത്തുകാരനാണ് ക്ലെസിയോ.
5. ഓർസൺ വെൽസ്, അമേരിക്കൻ നടൻ, എഴുത്തുകാരൻ, നാടക-ചലച്ചിത്ര സംവിധായകൻ.
6. ഗ്രെഗ് ടോളന്റ്, ലൈറ്റിങ്ങിലും ക്യാമറാ ടെക്നിക്കുകളിലും പ്രശസ്തനായ അമേരിക്കൻ സിനിമോട്ടോഗ്രാഫർ. ടോളന്റിനു പത്തുവർഷംമുമ്പ് അമേരിക്കൻ-ചൈനീസ് സിനിമാട്ടോഗ്രാഫറായ ജെയിംസ് വോങ്ങ് ഹോവ് ആണ് ആദ്യമായി വൈഡ് ആങ്കിൾ ലെൻസ് ഉപയോഗിച്ചത്, 1931-ൽ *ട്രാസ് അറ്റ്ലാന്റിസ്* എന്ന ചിത്രത്തിൽ.
7. Gregg Toland, *Theatre Arts magazine*, Theatre Arts, September 1941, p. 646-54
8. കുമാരനാശാൻ, 'നളിനി', *കുമാരനാശാന്റെ സമ്പൂർണ പദ്യകൃതികൾ*, എസ്.പി.സി.എസ്., കോട്ടയം, മേയ് 1986.
9. പ്രശസ്തമായ ഫ്രഞ്ച് ദിനപത്രം.
10. ഫ്രഞ്ച് ചലച്ചിത്രകാരന്മാർ. 1972-ൽ ദിഗാ വെർത്തോവ് ഗ്രൂപ്പിനുവേണ്ടിയാണ് ഇവർ ഈ ചിത്രം നിർമിച്ചത്. ഇവർ ചേർന്ന് സംവിധാനം ചെയ്ത *Tout Vabien (Everything is Fine)* എന്ന ചിത്രത്തിന്റെ അനുബന്ധമായിരുന്നു ഈ ലഘുചിത്രം. 1968-ൽ ഫ്രാൻസിൽ രൂപംകൊണ്ട ഇടതുപക്ഷ രാഷ്ട്രീയ ചലച്ചിത്രപ്രസ്ഥാനമാണ് സിഗാ വെർത്തോവ് ഗ്രൂപ്പ്.
11. റഷ്യൻ നിശബ്ദസിനിമയിലെ പ്രഗത്ഭനായ സംവിധായകൻ. കഥാചിത്രങ്ങളല്ല ഡോക്യുമെന്ററികളാണ് സത്യം പറയുന്നതെന്നും അതുകൊണ്ട് അവയാണ് പ്രധാനമെന്നും വാദിച്ചയാൾ. *മാൻ വിത്ത് എ മൂവി ക്യാമറ* (1929)യാണ് വെർത്തോവിന്റെ പ്രശസ്ത ചിത്രം.
12. കെ.ജി. ശങ്കരപ്പിള്ള, പല പോസിലുള്ള ഫോട്ടോകൾ, *കെ.ജി. ശങ്കരപ്പിള്ളയുടെ കവിതകൾ* (1969-96) ഡി.സി. ബുക്സ്, 1997.
13. ലെനി റീഫൻസ്ഥാൾ, ഹിറ്റ്ലറുടെ കാലത്തെ പ്രശസ്തയായ ജർമൻ സംവിധായിക. ലെനിയുടെ ചിത്രങ്ങൾ മികച്ച കലാമൂല്യം പുലർത്തിയ ഫാസിസ്റ്റ് ചിത്രങ്ങളായിരുന്നു. അതുകൊണ്ടാകണം സൂസൻ സൊണ്ടാഗ് ഈ ചിത്രങ്ങളെക്കുറിച്ചെഴുതുമ്പോൾ, ഫാസിനേറ്റിങ്ങ് ഫാസിസം എന്നു പറഞ്ഞുപോയത്. (*Movies and Methods*, Vol.1, Bill Nicholas (ed.), Seagull Book, Calcutta,1993). 2003 സെപ്റ്റംബറിൽ നൂറാം വയസ്സിലാണ് ലെനി റീഫൻസ്ഥാൾ അന്തരിച്ചത്.
14. സെർഗി ഐസൻസ്റ്റീൻ, *ബാറ്റിൽഷിപ്പ് പോട്ടെംകിൻ* കാണുക.
15. Lenin, *Complete Works*, Moscow, 1972.
16. *A Barthes Reader*, Roland Barthes (author), Susan Sontag (ed.), Hill and Wang, 1 July 1983. ഈ കൃതിയിലെ ഐഫൽഗോപുരം എന്ന ലേഖനം കാണുക.

17. വൈലോപ്പിള്ളി, 'സഹ്യന്റെ മകൻ' (വാദ്യമേളത്തിൻ താള/പാതത്തിൽ തലയാട്ടി/പൂത്തതാഴ്വാരംപോലെ/മരുവീ പുരുഷാരം) *സമ്പൂർണകൃതികൾ*, കറന്റ് ബുക്സ്, തൃശ്ശൂർ, 2001.
18. ഝാർഘണ്ഡ്, പശ്ചിമബംഗാൾ, ഒഡിഷ സംസ്ഥാനങ്ങളിലൂടെ ഒഴുകുന്ന നദി. ഋത്വിക് കുമാർ ഘട്ടക്കിന്റെ പ്രശസ്തമായ ചലച്ചിത്രം (1965)
19. യാസുജിറോ ഓസു, പ്രമുഖ ജാപ്പനീസ് സംവിധായകൻ, ലോ ആങ്കിൾ ക്യാമറയെ തന്റെ ചിത്രങ്ങളുടെ മുദ്രയാക്കിയവൻ. *ടോക്കിയോ സ്റ്റോറി* (1953) *ഫ്ളോട്ടിങ്ങ് വീഡ്സ്* (1959) എന്നിവ പ്രശസ്ത ചിത്രങ്ങൾ.
20. William Blake, The Mental Traveller, *The Complete Poetry and Prose of Wiliam Blake*, Harold Bloom (Commentary), David V. Erdman (ed.), Anchor Publishers, New edition of revised edition, 5 March 1997.

എലിപ്പത്തായം എന്ന ചിത്രത്തിലെ രംഗം

അടൂർ ഗോപാലകൃഷ്ണൻ

4

സിനിമ സ്വപ്നം ജീവിതം

സിനിമ ദൃശ്യമാദ്ധ്യമമല്ല. ഒരുകാലത്ത് അതങ്ങനെ യായിരുന്നിരിക്കണം. ദൃശ്യങ്ങളെ രേഖപ്പെടുത്തുന്ന മാദ്ധ്യമമായിരുന്ന കാലത്ത്. പിന്നീടത് കാലത്തിന്റെ (time) കലയായി. Temporal art; സംഗീതംപോലെ.

മണി കൗൾ[1]

സ്ഥലകാലാനുഭവങ്ങൾ

സമയം ഒരാശയമാണ്; ഒരു സങ്കല്പം. ഒരു സാധനമല്ല. അനുഭവംപോലുമല്ല. സമയം അനുഭവമാകുന്നത് ചലനങ്ങളിലൂടെമാത്രം. ചലനങ്ങളാണ് സമയാനുഭവം തരുന്നത്. ക്ലോക്കിൽ സെക്കന്റ് സൂചി ഓടുന്നു. മിനിറ്റ് സൂചി പിന്നാലെ പോകുന്നു. അതിനു പിന്നാലെ മണിക്കൂർ സൂചിയും. മണിക്കൂറും ദിവസവും ആഴ്ചയും മാസവും കൊല്ലവുമായി സമയം ഒരുവൻ അനുഭവിക്കുന്നു. സൂര്യന്റെയും ഭൂമിയുടെയും ചലനം പ്രഭാതമായും സന്ധ്യയായും രാത്രിയായും അവനിലെത്തുന്നു. പ്രകാശവേഗം സങ്കല്പാതീതമായതിനാലാണ് സമയത്തിനുപകരം അത് സ്ഥലത്തെ നിർവചിക്കുന്നത്. ഇത് വിരസമായ ശാസ്ത്രയുക്തി. “കോടി പ്രകാശവർഷം ദൂരെ നോക്കി ഞാൻ നിന്നു”[2] എന്നൊരു സിനിമാപ്പാട്ടിൽ കേൾക്കുമ്പോൾ സ്ഥലകാലാതീതമായ എന്തോ ആണ് തോന്നാറ്. ശാസ്ത്രയുക്തി തോന്നാറില്ല, അശേഷം. സൂര്യാസ്തമനം കാണുമ്പോൾ ഓർക്കാറുണ്ടോ ആരെങ്കിലും ശാസ്ത്രയുക്തി, അതുപോലെ.

എന്നാൽ ചലനം സ്ഥലങ്ങളിൽ (space) പ്രവർത്തിക്കുന്നത് നേരെ തിരിച്ചാണ്. ക്ലോക്കിലെ സൂചിയുടെ ചലനംപോലെയല്ല വീട്ടിലെ കുട്ടിയുടെ ചലനം. സൂചിയുടെ ചലനം സമയബോധമുണ്ടാക്കുമ്പോൾ കുട്ടിയുടെ ചലനം സമയബോധം ഇല്ലാതാക്കുന്നു. ഒരു പരിധിവരെ സ്ഥലബോധം ഉണ്ടാക്കുകയും ചെയ്യുന്നു. സ്ഥലവും (space) കാലവും (time) രസകരമായും സങ്കീർണമായും കൂടിക്കലരുന്നു, ഇഴകൾ

മണികൗൾ

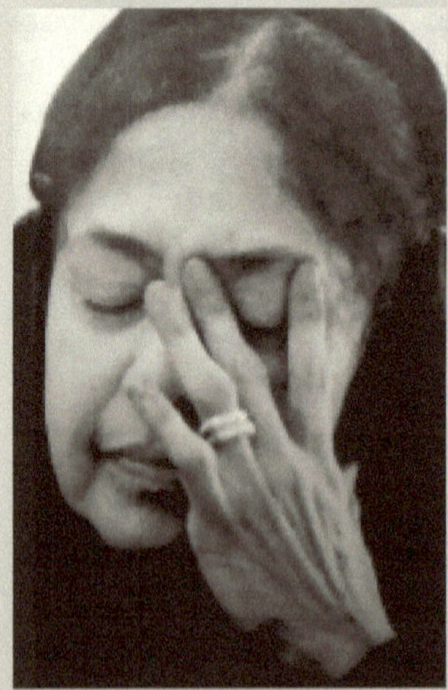

മാധവിക്കുട്ടി

ഒ.വി. വിജയൻ

വേർപ്പെടുത്താനാവാത്ത വിധത്തിൽ. അനിയന്ത്രിതമായ ചലനങ്ങളെ നിയന്ത്രിതമാക്കിയാണ് കൂടിക്കലർന്ന ഈ ഇഴകളെ നാം വേർപ്പെടുത്താൻ ശ്രമിക്കുന്നത്. കുട്ടിയുടെ ചലനം അനിയന്ത്രിതമാണ്. സൂചിയുടേത് നിയന്ത്രിതവും. കുട്ടിയുടെ അനിയന്ത്രിതമായ ചലനത്തെ നിയന്ത്രിതമാക്കി അവനെ വരുതിയിലാക്കാൻ മുതിർന്നവർ ശ്രമിക്കുന്നു. സ്കൂൾ ബാഗ് എന്ന ഭാണ്ഡംപേറി അവനെ സ്കൂളിൽവിട്ട്, ഹോംവർക്ക് ചെയ്യിച്ച്, ഇഷ്ടമില്ലാത്തത് തീറ്റിച്ച്... അവന്റെ കുട്ടിത്തവും നിഷ്ക്കളങ്കതയും അതോടെ ഇല്ലാതാവുന്നു; മുതിർന്നവർക്ക് ആശ്വാസമാകുന്നു. കുട്ടി വളരുന്നു, നമ്മേപ്പോലെ. അവനും കുട്ടിത്തം നഷ്ടസ്വപ്നമാകുന്നു, നമുക്കെന്നപോലെ.

കുട്ടി ഒരു നിമിഷത്തിൽ കിടക്കയിൽ, അടുത്ത നിമിഷത്തിൽ അടുക്കളയിൽ, തൊട്ടടുത്ത നിമിഷത്തിൽ കുളിമുറിയിൽ, ഉടനെതന്നെ ബക്കറ്റിലെ വെള്ളത്തിൽ. നിയന്ത്രണമില്ലാത്ത ദ്രുതചലനങ്ങളിലൂടെ അവൻ മറ്റുള്ളവരിൽ ഉണർത്തുന്നത് സ്ഥല(space)ബോധമാണ്. സമയ(time)ബോധമല്ല. ഇതാ, കിടപ്പുമുറി, അടുക്കള, കുളിമുറി, ബക്കറ്റ്, അതിൽ വെള്ളം. ഈ സ്ഥലബോധപ്പാച്ചിലിൽ ഒരുവന് സമയബോധം നഷ്ടപ്പെടുന്നു. സമയം പോയതറിഞ്ഞില്ല എന്നു നെടുവീർപ്പുയരുന്നു. കുട്ടിയുടെ അനിയന്ത്രിതമായ ഈ ചലനത്തെ, ക്ലോക്കിലെ നിയന്ത്രിത സമയത്തിലേക്ക് ഒതുക്കിക്കെട്ടി മെരുക്കിയെടുക്കുന്ന ഇടത്തെ സ്കൂൾ എന്നു നാം വിളിക്കുന്നു. പഠിക്കാൻ സ്കൂൾ വേണ്ട, മെരുക്കാനേ വേണ്ടൂ. സ്കൂളിൽ രാവിലെ അസംബ്ലിയിൽ തുടങ്ങി വൈകീട്ട് അവസാന മണിയടിവരെ നിയന്ത്രിതമായി സമയത്തെ നിർണയിച്ചിരിക്കുന്നു. പിരിയഡ്സ് എന്നു നാമതിനെ വിളിക്കുന്നു. (പെണ്ണിനെ നിയന്ത്രിക്കുന്ന ശാരീരികമായ ക്ലോക്കിനേയും നാം ഇതേ പേരിൽ വിളിക്കുന്നു! കുട്ടിക്ക് പിരിയഡ്സ് അകത്താകലാണെങ്കിൽ പെണ്ണിന് പിരിയഡ്സ് 'പുറത്താ'കലാണ്. രണ്ടുതരം തടവറകൾ!) സ്കൂൾവിട്ടു വന്നാലും നിയന്ത്രണത്തിനു കുറവില്ല. സന്ധ്യവരെ കളിക്കാം. അതു കഴിഞ്ഞാൽ കാലും മുഖവും കഴുകി നാമം ജപിക്കുക. ജപമാല ചൊല്ലി പ്രാർത്ഥിക്കുക. അല്ലെങ്കിൽ മഖരീബ് നമസ്ക്കാരം ചെയ്യുക. പിന്നെ പെരുക്കപ്പട്ടിക ചൊല്ലുക. കാലം മാറിയപ്പോൾ അത് ഹോംവർക്ക് ചെയ്യുകയെന്നായി. കുട്ടികളുടെ പുതിയ നാമജപമത്രേ ഹോംവർക്ക്! രാവിലെ കണ്ണു തുറന്നാൽ രാത്രി കണ്ണടയ്ക്കുംവരെ കുട്ടിയുടെ സമയം കണിശമായി നിയന്ത്രിച്ചിരിക്കുന്നു. ജീവിതത്തിനൊരു ചിട്ടയായി എന്നു വീണ്ടും ദീർഘനിശ്വാസം. ചെറിയ കുട്ടിയുടെ ജീവിതത്തിനില്ലാതിരുന്ന ചിട്ട വലുതാകുന്തോറും ഉണ്ടാകുന്നു. എല്ലാവരും കൂടി ഉണ്ടാക്കിയെടുക്കുന്നു. സ്കൂൾപോക്ക് പിന്നെ പണിക്കുള്ള പോക്കായും പണമുണ്ടാക്കാനുള്ള പരക്കംപാച്ചിലായും മാറുന്നു. ഓ, എന്തൊരു ഗംഭീര ചിട്ട!

പവിത്രൻ

ഇതിനിടയ്ക്കാണ് തൃശ്ശൂരിൽ മാധവിക്കുട്ടിയുടെ നാടായ പുന്നയൂർക്കുളത്ത് രാമവർമരാജാ എലിമെന്ററി സ്കൂളിന്റെ വടക്കേ മുറ്റത്ത് കുട്ടികളെ ചുറ്റും നിർത്തിയിട്ട് കാർത്ത്യായനി ടീച്ചർ ഉറക്കെ പാടിയത്: "ബാലകൃഷ്ണൻ ചെയ്ത ലീലയെ പാരടി സഖീ/പാരടി സഖി, അന്ത കൂരടി സഖി." പെൺകുട്ടികൾ മാധുര്യമുള്ള സ്വരങ്ങളിൽ ഏറ്റുപാടി. രണ്ടാമത്തെ വരിയുടെ അർത്ഥം നിഗൂഢമായിരുന്നു[3]. ടീച്ചറുടെ ആത്മനിന്ദയെ മാറ്റിനിർത്തിയാൽ നിഗൂഢം. അങ്ങനെ യുവജനോത്സവങ്ങളുണ്ടായി. എന്നും പുള്ളിസാരിയുടുത്തിരുന്ന കാർത്ത്യായനി ടീച്ചർക്കു പകരം ലെഗ്ഗീസണിഞ്ഞ മാർഗരത്ത ടീച്ചർ വന്നു. കൈകൊട്ടിക്കളിക്കും കോലാട്ടത്തിനും പകരം സിനിമാറ്റിക് ഡാൻസും റിയാലിറ്റി ഷോയുമായി. എല്ലായിടത്തും കുട്ടികൾക്കൊപ്പം രക്ഷിതാക്കളും മത്സരിച്ചു, കരഞ്ഞു, കയർത്തു, തള്ളിക്കയറി വഴക്കിട്ടു, പിന്നെ പിരിഞ്ഞുപോയി. വീണ്ടും പാഠപുസ്തകത്തിലേക്കും പഠിക്കാത്ത പാഠങ്ങളിലേക്കും എഴുതാത്ത, അരുതാത്ത പരീക്ഷകളിലേക്കും. പരീക്ഷ തോറ്റവൻ പണമുണ്ടാക്കി ജയിച്ചു. ജയിച്ചവർ പുതിയ പുതിയ പരീക്ഷകൾക്കൊരുങ്ങി. എന്റെ സഹപ്രവർത്തകന്റെ മകൾ അമ്മു, എം.ഫിൽ കഴിഞ്ഞ് ഐ.എ.എസ്. പരീക്ഷയ്ക്കൊരുങ്ങുന്നു. വീഡിയോ എഡിറ്റിങ്ങ് പഠിച്ചു പാസായ കൊല്ലങ്കോട്ടുകാരിയായ തസ്ലീമ താജുദ്ദീൻ ഫിലിം സ്റ്റഡീസിൽ ഗവേഷണത്തിനൊരുങ്ങുന്നു.

റിയാലിറ്റി ഷോകൾ അങ്ങനെ ഒരുവശത്ത് പൊടിപൊടിക്കുമ്പോൾ മറുവശത്ത് വീട്ടിനകത്തെ റിയാലിറ്റിയിൽ നേരംപോകാതെ വലയുന്നു മുതിർന്നവർ. "പിന്നെ, വഴികളെല്ലാം നിറഞ്ഞെത്തുന്നു, മക്കളില്ലാത്ത വീടിന്റെ മൗനം"[4] ചിട്ടയില്ലാത്ത, നിയന്ത്രണമില്ലാത്ത കാലത്തെ കുട്ടി, സമയബോധത്തെ നശിപ്പിച്ചിരുന്നു. അന്ന് നേരംപോയതറിഞ്ഞില്ല. പക്ഷേ, മത്സരരഹിതവും മാസ്മരികവുമായ പഴയ ആ നേരമ്പോക്ക് പിന്നീട് പെട്ടെന്നെങ്ങനെയോ അപ്രത്യക്ഷമാകുന്നു. നിഷ്ക്കളങ്കനായ കുട്ടിയെ ചിട്ടപ്പെടുത്തുന്നതോടെ പഴയ നേരമ്പോക്കില്ലാതാവുന്നു. മക്കളില്ലാമൗനം വീടിനെ പൊതിയുന്നു. അതോടെ നേരമ്പോക്കിനാവുന്നു മുതിർന്നവർക്ക് സിനിമയും ടെലിവിഷനും. സമയബോധത്തെ പെരുപ്പിക്കുന്ന സിനിമ അവർക്കിഷ്ടമല്ല. സിനിമ ഇഴയുന്നു എന്നവർ ചന്തി ചൊറിയുന്നു. ബാലിശമായ പഴയ കുട്ടിച്ചലനമാണ് സിനിമയിലും അവർക്കു വേണ്ടത്. സിനിമ ഇഴയരുത്. ഇഴയാതെ നേരംപോക്കണം. ടെലിവിഷൻ കണ്ടിരിക്കുന്ന വളർത്തു പൂച്ചയ്ക്കും വേണ്ടതിതാണ്. വലിയ അർത്ഥമൊന്നുമില്ലാത്ത ദ്രുതചലനങ്ങൾ. കച്ചവടസിനിമ കാണിയെ പിടിച്ചിരുത്തുന്നത് അത്തരം ദ്രുതചലനങ്ങളിലൂടെയാണ്. ആർട്ട് സിനിമ കാണാൻ ആളെ കിട്ടാത്തത്, നേരംപോക്കിനു പോന്ന ദ്രുതചലനങ്ങളില്ലാത്തതുകൊണ്ടുമാണ്. ടെലിവിഷനിൽ നേരംപോക്കിനായി മുട്ടിനുമുട്ടിനു ഫ്ളാഷ് ന്യൂസ്, ബ്രേക്കിങ്ങ് ന്യൂസ്. അനർത്ഥമായ ദ്രുതചലനങ്ങൾതന്നെ. എന്റെ വീട്ടുപൂച്ചയ്ക്കും രസിക്കുന്നുണ്ട് സർ, നിങ്ങളുടെ ന്യൂസ്ചാനൽ വൈഭവം!

'എല്ലാം ഒരു നേരംപോക്കല്ലേ മാഷേ' എന്നുപറഞ്ഞ ഖസാക്കിലെ സ്കൂൾ ഇൻസ്പെക്ടർ, കഥാനായകനായ രവിയോട് പറയുന്നത്,[5] മുങ്ങാങ്കോഴി ഊളിയിട്ടിറങ്ങിയ ആഴത്തിലും അകലെയുള്ള ജീവിതാവസ്ഥയുടെ ആഴത്തെക്കുറിച്ചാണ്. അതെ, ഒടുവിൽ എല്ലാം നേരമ്പോക്കാവുന്നു. വളരാൻ വിസമ്മതിക്കുന്ന അപ്പുക്കിളി സത്യത്തിൽ നേരമ്പോക്ക് ഉപേക്ഷിക്കാനാണ് വിസമ്മതിക്കുന്നത്. തുമ്പിയെ പിടിക്കുന്നു, പൊന്തക്കാട്ടിൽ ഒളിക്കുന്നു, അവന്റെ തലയിൽ പേനുകൾ ഇണചേർന്ന് പെരുകിയുല്ലസിക്കുന്നു. ഒരിക്കലും ഒഴിയാത്ത നേരമ്പോക്കുകൾ.

ഇതേ നേരമ്പോക്കിനായി തിയേറ്ററിൽ കയറുന്നവരെ നേരമോർമ്മിപ്പിച്ച് ഉണർത്തുന്നു ചില സംവിധായകർ. അടൂർ ഗോപാലകൃഷ്ണന്റെ *എലിപ്പത്തായ*(1982)ത്തിൽ ക്യാമറ നാലുകെട്ടിനു പുറത്തുപോകുന്നത് അപൂർവ്വംമാത്രം. പോകുന്നത് പുറത്തെ പെരുവഴിയിലെ ചെളിവെള്ളക്കെട്ടുവരെ മാത്രം. ഉടനെ മടങ്ങിപ്പോരുകയും ചെയ്യുന്നു. സ്ഥലത്തെ ചുരുക്കിയൊതുക്കി സമയബോധത്തെ പെരുപ്പിച്ചാണ് അടൂർ ഈ ചിത്രത്തിൽ കാണികളെ ഉണർത്തുന്നത്. ദ്രുതചലനങ്ങളുടെ എളുപ്പവഴി സംവിധായകൻ ഉപേക്ഷിക്കുന്നു. ഉന്നതമായൊരു ചലച്ചിത്രാനുഭവം ഇവിടെ അങ്ങനെ സാദ്ധ്യമാകുന്നു. പവിത്രന്റെ *യാരോ ഒരാളി*ൽ (1978) കഥാനായകൻ ബസ്സുകാത്ത് ക്യൂവിൽ

കാതറീൻ ഹെപ്ബേൺ

നിൽക്കുന്നു. ബസ്സ് വരുന്നില്ല. ക്യൂ നീളുന്നു. ഒടുവിൽ ബസ്സുവരുന്നു. എല്ലാവരും തള്ളിക്കയറുന്നു. നായകൻ കയറുന്നില്ല. ബസ്സു പോകുന്നു. നായകൻ മടങ്ങി വീട്ടിലെത്തി തന്റെ കട്ടിലിലിരിക്കുന്നു. വിരസത പ്രമേയ മായിരിക്കേ, വിരസതയെ ചലച്ചിത്രാനുഭവമാക്കാനുള്ള സംവി ധായകന്റെ ചങ്കൂറ്റമാണിത്.

മണികൗൾ പറഞ്ഞത് ഒന്നു കടത്തിപ്പറഞ്ഞാൽ Life in itself is a temporal art. കാലത്തിന്റെ കലയാകുന്നു ജീവിതം. സിനിമപോലെ, സംഗീതംപോലെ. കാതറീൻ ഹെപ്ബേൺ തന്നെക്കുറിച്ചുള്ള ഡോക്യു മെന്ററിയുടെ അന്ത്യത്തിൽ ക്യാമറനോക്കി ചോദിക്കുന്നു: 'നിങ്ങൾ ജീവിതത്തിന്റെ സംഗീതം കേട്ടിട്ടുണ്ടോ?'[6] ഉണ്ടോ?

1. മണികൗൾ, 4th Aravindan Memorial Lecture, Trivandrum, 11th December 2006, The International Film Festival of Kerala, Mani Kaul on Cinema, www.youtube.com.
2. *റാഗിങ്ങ്* (1973) എന്ന ചിത്രത്തിനുവേണ്ടി പി.ജെ. ആന്റണി രചിച്ച 'ആകാശ ഗംഗയിൽ ഞാനൊരിക്കൽ, നീരാടിനിൽക്കും നേരം' എന്ന ഗാനത്തിലെ വരികൾ.
3. മാധവിക്കുട്ടി, *ബാല്യകാലസ്മരണകൾ*, ഡി.സി. ബുക്സ്, കോട്ടയം, 1987.
4. കെ.ജി. ശങ്കരപ്പിള്ള, 'അന്യാധീനം', *കെ.ജി. ശങ്കരപ്പിള്ളയുടെ കവിതകൾ* (1969 -96), ഡി.സി. ബുക്സ്, കോട്ടയം, 1997.
5. ഒ.വി. വിജയൻ, *ഖസാക്കിന്റെ ഇതിഹാസം*, സാഹിത്യപ്രവർത്തക സഹകരണ സംഘം, കോട്ടയം, 1973.
6. കാതറീൻ ഹെപ്ബേണിനെക്കുറിച്ച് ഡേവിഡ് ഹീലി സംവിധാനംചെയ്ത ഡോക്യുമെന്ററി - *ഓൾ എബൗട്ട് മി.*

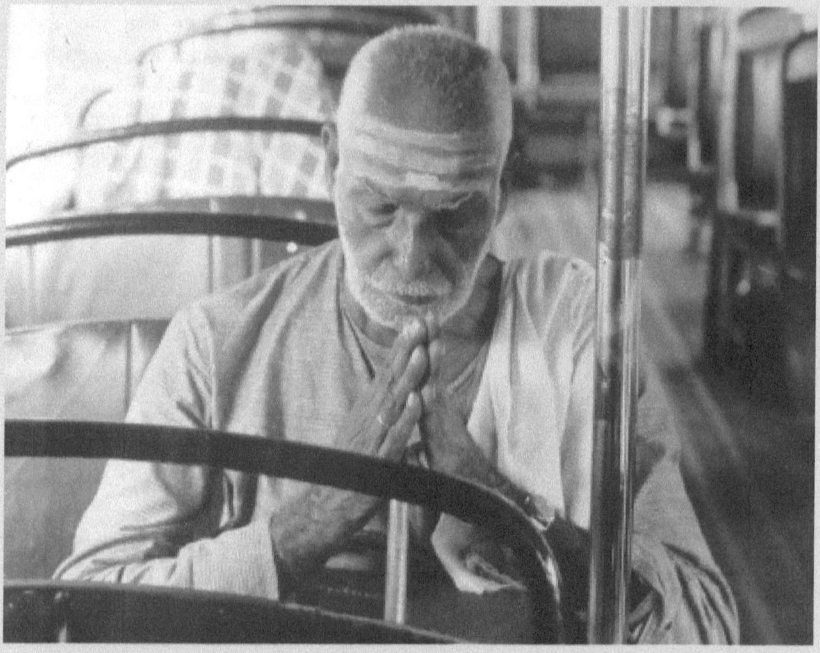

ഷാജി എൻ കരുൺ സംവിധാനംചെയ്ത പിറവിയിൽ പ്രേംജി

വൈൽഡ് സ്ട്രോബറീസിലെ ഒരു രംഗം

5 സിനിമ സ്വപ്നം ജീവിതം

"കാലമാണവിശ്രമം
പായുമെന്നശ്വം,
സ്നേഹജ്വാലയാണെ-
ന്നിൽ കാണും ചൈതന്യം സനാതനം."

വയലാർ രാമവർമ്മ[1]

കാലത്തെ താളമാക്കി മെരുക്കൽ

സ്ഥലകാലാനുഭവമാണ് ജീവിതമെന്നിരിക്കേ, ജീവിതത്തെ കൈപ്പിടിയിലൊതുക്കാൻ സ്ഥലത്തെയും (space) കാലത്തെയും (time) മെരുക്കിയെടുക്കണം. സ്ഥലത്തെ മെരുക്കാനെളുപ്പമാണ്. വാതിലടയ്ക്കുക, ജനൽ ചാരുക, കട്ടിലിൽ പുതപ്പിന്നടിയിൽ ഒളിക്കുക. "വീടെത്തി ലോകത്തെ പുറത്തിട്ടടയ്ക്കുക'[2]. കുട്ടികൾ ഒളിച്ചുകളിക്കുമ്പോൾ ചെയ്യുന്നത് അതാണ്. ഒരു സ്ഥലത്തുകയറി മറ്റെല്ലാ സ്ഥലങ്ങളേയും പുറത്താക്കുന്നു. താൻ പുറത്താക്കിയ സ്ഥലത്തുനിന്ന് കൂട്ടുകാരനോ/കാരിയോ വന്ന് അകത്തുകയറി കണ്ടുപിടിക്കുംവരെ ആ സ്ഥലം ഒരൊളിസ്ഥലം. വീടും പുതപ്പിന്നടിയുമെന്നപോലെത്തന്നെ. ഇഷ്ടതോഴിയുടെ മുട്ടുമുട്ടുന്ന മുടിക്കു പിറകിൽവരെ കാവ്യമനസ്സിലുണ്ടൊരു ഒളിസ്ഥലം!

കാലം (time) പക്ഷേ, ഒളിച്ചുകളി അനുവദിക്കുന്നില്ല. ഒരു കാലത്തിനകത്തു കയറി മറ്റൊരു കാലത്തെ പുറത്താക്കാൻ കഴിയുന്നില്ല. കാലത്തിനകത്തു കടന്നാൽ പുറത്തേക്കില്ല വഴി. വർത്തമാന ഭൂതഭാവികാലങ്ങളായി അതൊരുവനെ പൊതിയുന്നു. കുതിരപ്പുറമേറിയ പോലെ അതങ്ങനെ മുന്നോട്ടു കുതിക്കാൻ തുടങ്ങുന്നു. താഴെ ഇറങ്ങാനാവില്ലെങ്കിൽ കുതിരയ്ക്ക് കടിഞ്ഞാണിടുക. ജീവിതരഥം വലിക്കുന്ന അടിമയാക്കി അതിനെ മാറ്റുക. സമയരഥം എന്ന് ഓമനപ്പേരിട്ടു വിളിക്കുക. പടക്കുതിരപോലെ 'സമയമാംരഥത്തിൽ' എന്നു പായിക്കുക.

കാലത്തെ കഷ്ണമാക്കി മുറിച്ച്, താളമാക്കിയാണ് മനുഷ്യൻ അതിനെ കീഴടക്കുന്നത്. കുതിരക്കുളമ്പടിമുതൽ താൻ കേൾക്കുന്നതും മേളംതുടങ്ങി താൻ സൃഷ്ടിക്കുന്നതുമെല്ലാം താളമാകുന്നു. അവന്റെ വരുതിയിലുമാകുന്നു. കാലത്തിന്റെ കഷ്ണങ്ങളാണ് താളം. ചെണ്ട ക്കോൽ ചെണ്ടയിൽ മുട്ടിയുയർന്നു വീണ്ടും ചെണ്ടയിൽ മുട്ടുന്ന തിനിടയിലുള്ള സമയം അല്ലെങ്കിൽ കാലമാണ് താളം. കഷ്ണം വലുതെങ്കിൽ താളം പതിഞ്ഞത്, ചെറുതെങ്കിൽ മുറുകിക്കയറുന്ന ദ്രുതതാളം. അഞ്ചുകാലങ്ങളിൽ മുറുകുന്നത് പഞ്ചാരി മേളം. പാണ്ടി മേളത്തിനു കാലം നാല്. പാണ്ടിപ്പയ്യിനെപ്പോലെ നാൽക്കാലി! കാലത്തെ താളമാക്കുക മാത്രമല്ല, ലഹരിയാക്കുകയും ചെയ്യുന്നു മനു ഷ്യൻ. തൃശൂർ പൂരത്തിന്റെ ഇലഞ്ഞിത്തറമേളം മുറുകി ലഹരിയാവുന്നു. കാലുറയ്ക്കാതാവുന്നു. മനമിളകിയാടുന്നു. മേളംകഴിഞ്ഞാലും താളം ഉള്ളിൽ ബാക്കിയാവുന്നു. താളമാണ് ജീവിതലഹരി.

ഞായറാഴ്ച അല്ലെങ്കിൽ ഒരൊഴിവുദിനം ഒഴിവുദിനമാകുന്നത് കലണ്ടറിലെയോ അറ്റൻഡൻസ് രജിസ്റ്ററിലെയോ ചോപ്പുനിറംകൊണ്ടല്ല. മറിച്ച് അന്നത്തെ ജീവിതത്തിന്റെ മാറിയ താളംകൊണ്ടാണ്. ശനിയാഴ്ചത്തെ താളമല്ല ഞായറാഴ്ചയിലേത്, തിങ്കളാഴ്ച വീണ്ടും താളം മാറുന്നു. ഞായറാഴ്ച നേരത്തെ ഉണരേണ്ട, ബ്രേക്ഫാസ്റ്റ് വേണ്ടെന്നു വെയ്ക്കാം. പല്ലുതേപ്പ് ഉച്ചയൂണിനു മുമ്പുമതി. കുളി വൈകീട്ടുമതി. തിങ്കളാഴ്ച നേരത്തെ എഴുന്നേൽക്കണം, കുളിച്ചൊ രുങ്ങണം. ഓഫീസിലേക്കോടണം. ബസ്സ് തെറ്റരുത്. ട്രാഫിക് ജാം മുൻകൂട്ടി കാണണം. സമയത്ത് ഓഫീസിലെത്തണം. ശനിയാഴ്ചവരെ ഈ താളം കൂടിയോ കുറഞ്ഞോ തുടർന്നശേഷം വരുന്ന പതിഞ്ഞ, അയഞ്ഞ താളമാണ് ഞായറാഴ്ച. അതുകൊണ്ട് അത് ഒഴിവുദിനം. ഫുൾടൈം വീട്ടമ്മയ്ക്ക് ഒഴിവുദിനമില്ലാത്തത് ഞായറാഴ്ചയും അടുക്കളയിലെ താളത്തിനു വ്യത്യാസമില്ലാത്തതിനാലാണ്. അന്ന വൾക്ക് സാവകാശമേയുള്ളൂ, ഒഴിവില്ല, ഒഴികഴിവുമില്ല. ഒഴിവുദിനങ്ങൾ പെരുകുന്നകാലത്ത്, അലസതാളംമടുത്ത് കെട്ടുംകെട്ടി എല്ലാവരും യാത്രയാകുന്നു. തീവണ്ടിയിലെ വെയ്റ്റിങ്ങ്ലിസ്റ്റ് നീളുന്നു. ഓരോ തീർത്ഥയാത്രയും പുതിയ താളംതേടിയുള്ള പലായനമാകുന്നു. അല സതാളത്തെ മറികടക്കാനുള്ള, ദ്രുതതാളം തേടിയുള്ള പലായനം.

കുറേക്കൂടി സൂക്ഷ്മമായി ശ്രദ്ധിച്ചാൽ വെളുപ്പാൻകാലത്തി നൊരു താളം, പകലിനൊരു താളം, ഉച്ചയ്ക്കൊരു താളം, സന്ധ്യയ്ക്ക് വേറൊരു താളം, രാത്രിക്ക് മറ്റൊരു താളം, അർദ്ധരാത്രിക്കോ ഒര പൂർവ്വതാളം. വെളുപ്പിന് അയഞ്ഞതാളത്തിൽ തുടങ്ങി, വെയിലു യരുംതോറും മുറുകി, ഉച്ചയ്ക്ക് ഉച്ചസ്ഥായിയിലെത്തി, സന്ധ്യയോടെ വീണ്ടും അയഞ്ഞ്, രാത്രി ഇരുളുന്നതോടെ പതിഞ്ഞുപതിഞ്ഞ് താളം ഉറക്കത്തിലൊടുങ്ങുന്നു. ഉറക്കത്തിലും അവ്യക്തമായി, അബോധമായി, ശ്വാസമായി താളം

കൂടെയുള്ളതിനാൽ മരണസമാനമെങ്കിലും ഉറക്കം മരണമാകുന്നില്ല. ഉറക്കംനീളുമ്പോൾ, താളം ഒരു ശ്വാസത്തിലെവിടെയൊ മറഞ്ഞില്ലാതാകുമ്പോൾ മരണമാകുന്നു. ശ്വാസതാളത്തോടൊപ്പം ഹൃദയതാളവും നിലയ്ക്കുന്നു, ചലനങ്ങളൊടുങ്ങുന്നു, ഉണരാതെ പിന്നെയും അനന്തമായി ഉറക്കം നീളുന്നു. കട്ടിലിലെ നിശ്ചലതയ്ക്കെതിരെ നിലവിളിയുയരുന്നു. അതോടെ പുറത്തു താളം മുറുകുന്നു. ബന്ധുക്കളും അയൽവാസികളും നാട്ടുകാരും ഓടിക്കൂടുന്നു. തിരക്കാവുന്നു. മാവുവെട്ടുന്നു, അലസശയനത്തിനായി ചിതയൊരുങ്ങുന്നു, ഒരു ചെറുചിരിയോടെ ആ കിടപ്പിനെ അഗ്നി വിഴുങ്ങുന്നു. പിന്നെ ആർത്തിയോടെ അഗ്നി താളതാണ്ഡവമാടിത്തീർക്കുന്നു. ചിതയാറുന്നതിനൊപ്പം താളം വീണ്ടും അഴയുന്നു. വന്നവർ പിരിഞ്ഞുപോകുന്നു. പിന്നെ ചരമക്കോളത്തിൽ ഒരു ദിവസത്തെ വിശ്രമം. അതോടെ ആളൊഴിഞ്ഞ വീട്ടിലെ ഏകാന്തതയിൽ കണ്ണീരും വറ്റുന്നു. പതിയേ പതിയേ മറവിയുടെ പറവ ഒരാളെക്കൂടി എറ്റെടുത്തു പറന്നകലുന്നു. അപ്പോഴും പുറത്ത് താളം അയഞ്ഞു മുറുകിയങ്ങനെ ജീവിതം തുടരുന്നു. "Generations cometh and goeth, but the earth standeth still, and the sun also rises."[3] വരണ്ട ഭൂമിയിൽ പുതുജീവന്റെ നാമ്പുകൾ വീണ്ടും മുളപൊട്ടുന്നതിനെക്കുറിച്ച് വിശുദ്ധ ഖുർആനും പറയുന്നു.[4]

കുറച്ചുകൂടി സൂക്ഷ്മമായി ശ്രദ്ധിച്ചാൽ എന്റെ സന്ധ്യയല്ല നിന്റെ സന്ധ്യ. നിന്റെ പകലും രാത്രിയുമല്ല എന്റെ പകലും രാത്രിയും. ആയുസ്സിന്റെ പകുതിയും എനിക്കു നൈറ്റ് ഡ്യൂട്ടിയായിരുന്നു. വൈകീട്ട് നാലു മണിക്കു ചെന്നുകയറിയാൽ വെളുപ്പിന് മൂന്നു മണിക്ക് പത്രത്തിന്റെ സിറ്റി എഡിഷൻ പുറത്തിറങ്ങിയിട്ടേ ഓഫീസ് വിടാനൊക്കൂ. പിന്നെയാണുറക്കം. ഉണരുമ്പോൾ സൂര്യൻ ഉദിച്ചു പൊന്തിയിരിക്കും. മറ്റുള്ളവരുടെ താളം മുറുകാൻ തുടങ്ങിയിരിക്കും. ഉണർന്നുനോക്കുമ്പോൾ ബീഡിയില്ല. ഉറക്കച്ചടവിൽത്തന്നെ കടയിലേക്ക് നടക്കുന്നു. അയൽവാസിയായ സ്കൂൾമാഷ് മുന്നിൽ ചാടിവീഴുന്നു. "എന്താ മാഷേ, കണ്ടിട്ടൊരുപാടായി..." "ലോഹ്യത്തിനൊന്നും നേരല്യ കുട്ടീ. വൈകിച്ചെന്നാലേയ് ആ ഹെഡ്മാഷ് ചോന്ന പേനേടുക്കും." മാഷ് ബസ്സ് സ്റ്റോപ്പിലേക്കൊരു കൊടുങ്കാറ്റാവുന്നു. ഉച്ചയുറക്കം കഴിഞ്ഞെഴുന്നേൽക്കുമ്പോൾ വൈകും. കുളിച്ചെന്നു വരുത്തി, കിട്ടിയ ഉടുപ്പ് വലിച്ചുകയറ്റി ഓഫീസിലേക്കോടുമ്പോൾ മാഷ് സ്കൂൾവിട്ട് മടങ്ങിവരവായി. "രാവിലെ എന്താ കുട്ടി പറയാൻ വന്നത്?" 'ലോഹ്യ'മോ 'അലോഹ്യ'മോ എന്നറിയാത്ത വളിച്ചൊരു ചിരി പാസാക്കി മാഷെ മറികടന്നിവൻ ഓടിക്കിതച്ച് ഓഫീസണയുന്നു. ഈ താളവൈരുദ്ധ്യമാണ് ഞങ്ങളുടെ ജീവിതങ്ങളെ വ്യത്യസ്തമാക്കുന്നത്. അയൽക്കാരായിരിക്കെത്തന്നെ ഞങ്ങൾ രണ്ടു താളക്രമങ്ങളിൽ രണ്ടുജീവിതം ജീവിച്ചുതീർക്കുന്നു. ഒരേ ഓഫീസിൽ ഒരേ പണിയിലേർപ്പെട്ടിരിക്കുന്ന

പിറവിയിലെ മറ്റൊരു രംഗം

ബർഗ്മാൻ

ദമ്പതിമാർക്ക് പെട്ടെന്ന് അന്യോന്യം മടുക്കുന്നത് ജീവിതത്തിലെ താള വൈവിദ്ധ്യശൂന്യതകൊണ്ടാണ്. രണ്ടുപേർക്കും ഒരേ താളം, ഒരേ ചുവട്, ഒരേ സംസാരം.

മോസ്ക്കോ ഫിലിം സ്കൂളിൽ സെർഗി ഐസൻസ്റ്റീൻ കുട്ടികൾക്കു കൊടുക്കുന്ന ഹോം വർക്കിനെക്കുറിച്ച് ശിഷ്യനായ വ്ളാഡ് മിർനിസ്നി പറയുന്നുണ്ട്.[5] നോവൽ സിനിമയാക്കുന്നതാണ് പാഠ്യ വിഷയം. നോവലിൽ പരാമർശിക്കുന്ന സ്ഥലം ലോഡ്ജാണ്. ജയിൽ പോലുള്ള ലോഡ്ജ്. ദൃശ്യപരമായി ഈ 'ജയിൽപോലുള്ള'തെങ്ങനെ സാധിക്കും എന്നതാണ് ഐസൻസ്റ്റീൻ കൊടുക്കുന്ന ഹോം വർക്ക്. പിറ്റേന്ന് കുട്ടികളെഴുതിക്കൊണ്ടുവന്ന ഉത്തരങ്ങളെല്ലാം പതിവു സിനിമാ ജയിൽദൃശ്യങ്ങളുടെ അനുകരണങ്ങളായിരുന്നു. താൻ പാരീസിലൊരു ജയിൽ സന്ദർശിച്ച അനുഭവം വിവരിച്ചാണ് ഐസൻ സ്റ്റീൻ കുട്ടികളെ നേരിടുന്നത്. ആ ജയിലിലെ വേഷത്തിനോ ചുമരിനോ ഇരുമ്പുവാതിലുകൾക്കോ അഴികൾക്കോ പതിവു സിനിമാ ജയിൽ ദൃശ്യങ്ങളുമായി യാതൊരു സാദൃശ്യവുമില്ല. എന്നിട്ടും അതൊരു ജയിലായിരിക്കുന്നു. കാരണം താളംതന്നെ. ജയിലിലെ ജീവിതത്തിനൊരു താളമുണ്ട്. ആർക്കും ഒന്നിനും അവിടെ തിരക്കില്ല. പതിഞ്ഞ താളത്തിൽ അവിടെ ജീവിതം തുടരുന്നു. സമാനതകളില്ലാത്ത സാവധാനം. അലസശാന്തത. ജയിലിനു പുറത്തോ, തിരക്കോടു തിരക്ക്. ആളില്ലെങ്കിലും ലിഫ്റ്റ് മുകളിലേക്കും താഴോട്ടും പായുന്നു, ലിഫ്റ്റിൽനിന്നിറങ്ങിയാൽ റോഡിൽ വാഹനങ്ങൾ പായുന്നു. ഹോൺ മുഴക്കി തിരക്കുകൂട്ടുന്നു. കാൽനടക്കാർ ഓട്ടത്തോടടുത്ത വേഗത്തിൽ നടന്നുനീങ്ങുന്നു. ജയിലിനകത്തില്ല തിരക്കശേഷം. ഒരാൾ പതുക്കെ നടന്ന് ഒരു താക്കോൽ മറ്റൊരാളെ എല്പിക്കുന്നു. പതുക്കെത്തന്നെ തിരിച്ചുനടക്കുന്നു. പുറത്ത് ജീവിതം പരക്കംപായുന്നു. അകത്ത് ഇഴയുന്നു. ഈ താളവ്യത്യാസം ദൃശ്യവത്ക്കരിക്കുമ്പോളാണ് ജയിലനുഭവം സിനിമയിലുണ്ടാകുന്നതെന്ന് ഐസൻസ്റ്റീൻ. അതല്ലാതെ ജയിൽവേഷമോ ജയിൽച്ചുമരുകളോ അല്ല സിനിമയിൽ ജയിൽ അനുഭവം സൃഷ്ടിക്കുന്നത്. താളവൈവിദ്ധ്യത്തിലൂടെ നേടിയെടുക്കേണ്ട ദൃശ്യാനുഭവമാണിത്.

ബാല്യ-വാർദ്ധക്യ വൈരുദ്ധ്യവും ഈ താളവൈരുദ്ധ്യംതന്നെ. "ഈ കുട്ടി എന്തിനാ ഇങ്ങനെ കിടന്നോടുന്നത്" എന്ന്, നടക്കാൻ വടിയും ഒരുകൈ സഹായവുംവേണ്ട മുത്തശ്ശി ഇടയ്ക്കിടെ ആശ്ചര്യപ്പെട്ടുകൊണ്ടിരിക്കുന്നു. പകലിന്റേതുപോലെ ദ്രുതതാളമാണ് ബാല്യത്തിന്. തിരക്ക് കൂടും. വേഗവും വാശിയും കൂടും. ഉച്ചസ്ഥായി കഴിഞ്ഞ്, താളം അയഞ്ഞ സന്ധ്യയാകുന്നു വാർദ്ധക്യം. താളം പിന്നെയും അയയുന്നു. രാത്രിയാവുന്നു. അർദ്ധരാത്രിയാവുന്നു. ഇനിയൊരു പുലരിയില്ലാതെ രാത്രി നീളുന്നു. താളം അയഞ്ഞയഞ്ഞു വരുന്നു.

പുലരാത്ത, പുതുതായി ഒന്നുമില്ലാത്ത കാത്തിരിപ്പാകുന്നു വാർദ്ധക്യം. വാർദ്ധക്യവും കാത്തിരിപ്പും പ്രമേയമാകയാൽ ഷാജി എൻ. കരുണിന്റെ *പിറവി* (1988)ക്ക് ദ്രുതതാളം വയ്യ, ഇല്ല. പ്രമേയമായ വാർദ്ധക്യവും കാത്തിരിപ്പുമാണ് ഈ ചിത്രത്തിന്റെ താളത്തെ നിശ്ചയിക്കുന്നത്. ബർഗ്മാന്റെ *വൈൽഡ് സ്ട്രാബറീസ്* (1957), വാർദ്ധക്യത്തെക്കു റിച്ചുള്ള മറ്റൊര പൂർവചിത്രം. ദ്രുതതാളം അരുതാത്ത മറ്റൊന്ന്. എൺ പതുകഴിഞ്ഞ പ്രൊഫ. ഇസാക് ബോർഗ് പ്രൊഫസർഷിപ്പിന്റെ അമ്പതാംവർഷം പ്രമാണിച്ച് ഓണററി ഡിഗ്രി വാങ്ങാനായി യാത്ര യാവുന്നു. യാത്രയ്ക്കിടയിൽ പലരേയും കണ്ടുമുട്ടുകയും സഹ യാത്രികരാക്കുകയും ചെയ്യുന്ന പ്രൊഫസർ അവരുടെ ജീവിതപ്രശ് നങ്ങളറി യുന്നുവെങ്കിലും മനസ്സ് ഓർമ്മകളിലാണധികം മുഴുകുന്നത്. ബാല്യം, അച്ഛനമ്മമാർ, മരിച്ചു പോയ ഭാര്യ, സ്വന്തം ശവപ്പെട്ടി! ഓർമ്മകൾ ഒടുവിൽ വിഭ്രാത്മകമാവുന്നു. പതിഞ്ഞ താളത്തിൽ ഓർമ്മകളും യാഥാർത്ഥ്യങ്ങളും ചിത്രത്തിൽ ഇടകലരുന്നു. കാലം മുന്നോട്ടുപായുമ്പോൾ വൃദ്ധമനസ്സ് പിറകോട്ടു പോകുന്നു. എന്റെ തൊണ്ണൂറ്റെട്ടെത്തിയ അമ്മ രാത്രി ഉറക്കത്തിൽ സാമാന്യം ഉറക്കെ എന്തെല്ലാമോ പിറുപിറുത്തു കൊണ്ടിരിക്കുന്നു. ഇന്നലെ എന്നോ എങ്ങോ, തീർന്ന കലഹങ്ങളെ അമ്മ വീണ്ടും തുടങ്ങുകയും തുടരുകയുമായിരിക്കാം. മനസ്സുകൊണ്ടുള്ള മടക്കയാത്രയാകുന്നു വാർദ്ധക്യം. "In *Wild Strawberries* I move effortlessly and rather spontaneously between different planes-time-space, dream-realtiy" എന്നു ബർഗ്മാൻ[6]. താളമയഞ്ഞ് തിരക്കെല്ലാം തീർന്ന്, ഒന്നും നേടാനില്ലാതെ അനാസക്തമായ, എന്നാൽ പ്രിയപ്പെട്ട ഓർമ്മകളെ കൂട്ടിരുത്തിയുള്ള ഇരിപ്പാണ് സുഖസുന്ദരവാർദ്ധക്യം.

> "വരാന്തയുടെ വടക്കേയറ്റത്ത്
> മുറുക്കി മുനിയായ്
> കൈയിൽ കാവ്യപുസ്തകവും
> ചാരത്ത് സഖിയുമായ് അവസാനം
> പ്രേംജിയിരുന്ന ഇരിപ്പായിരുന്നു ഇരിപ്പ്.
> ഒരു സീറ്റിനും മത്സരിക്കാതെ.
> വീടും മതിലും മരവും കുലുക്കി രാപ്പകൽ
> കൂകിപ്പായലുണ്ടെന്നല്ലാതെ
> മെയിലോ പുഷ്പുളോ കണ്ണൂരോ
> കാറ്റോ മഴയോ ഭജനയോ ഭാവിയോ
> എന്നറിയേണ്ടതേയില്ലാതെ"[7]

1. വയലാർ രാമവർമ്മ, *എനിക്കു മരണമില്ല*, കറന്റ് ബുക്സ്, തൃശ്ശൂർ,1955.
2. കെ.ജി. ശങ്കരപ്പിള്ള, 'കുടമറ', *കെ.ജി. ശങ്കരപ്പിള്ളയുടെ കവിതകൾ*, ഡി.സി. ബുക്സ്, 1997.
3. *Holy Bible*, Ecclesiastes 1:4. www.holybible.com,സഭാപ്രസംഗി 1:4 ഒരു തലമുറ പോകുന്നു, മറ്റൊരു തലമുറ വരുന്നു. ഭൂമിയോ എന്നേക്കും നിൽക്കുന്നു. സൂര്യനുദിക്കുന്നു, അസ്തമിക്കുന്നു. ഉദിച്ച സ്ഥലത്തേക്കു തന്നെ ബന്ധപ്പെട്ടു പോകുന്നു. (*സത്യവേദപുസ്തകം*, ബൈബിൾ സൊസൈറ്റി ഓഫ് ഇന്ത്യ, ബംഗളൂരു)
4. *വിശുദ്ധ ഖുർആൻ*, ഭാഗം 17. "ഭൂമി വരണ്ടു നിർജ്ജീവമായി കിടക്കുന്നത് നിനക്കു കാണാം. അതിൽ നാം ചെളിവെള്ളം ചൊരിഞ്ഞാൽ അത് ഇളകുകയും വികസിക്കുകയും എല്ലാത്തരം ചെടികളെയും അതു മുളപ്പിക്കുകയും ചെയ്യുന്നു. - 22 അൽഹജ്ജ് 15.
5. Nizhny, V. (Vladimir), *Lessons with Eisenstein*, Ivor Montagu and Jay Leyda (Trans./ed.), Hill & Wang, New York, 1969.
6. Ingmer Bergman, 'Images', *My Life in Films*, Marianne Ruuth(Trans.) Arcade Publishing New York, 1994.
7. കെ.ജി. ശങ്കരപ്പിള്ള, 'സീറ്റ്', *സൈനികന്റെ പ്രേമലേഖനം*, ഡി.സി. ബുക്സ്, കോട്ടയം, സെപ്തംബർ, 2013.

ദാദാ സാഹേബ് ഫാൽക്കെ

6 സിനിമ സ്വപ്നം ജീവിതം

“ഒരിക്കൽ
നിന്നെ കുളിപ്പിച്ചൊരുക്കിയ
അമ്മയുടെ കൈകളിൽ
അന്നു നീ കിലുക്കിക്കളിച്ച വളകൾ കാണില്ല,
അവയുടെ ചിരിയൊച്ചയും.
നിന്റെ ഇളംകടിയേറ്റ
പഴയമോതിരം
ആ വിരലിൽനിന്നു വീണുപോയിരിക്കും.
എന്നാൽ,
ഇപ്പോൾ അമ്മയുടെ കൈകളിലുണ്ട്
ചുളിവിന്റെ
എണ്ണമില്ലാത്ത
ഞൊറിവളകൾ.
ഓർമകൊണ്ട് തിളങ്ങുന്നവ.”

സാവിത്രി രാജീവൻ[1]

അമ്മ തന്ന താളം

അമ്മയിൽനിന്നു തുടങ്ങുന്നതാണ് താളം. അമ്മയില്ലാതെ ഒരാളും സാദ്ധ്യമല്ല എന്നപോലെ താളമില്ലാതെ ജീവിതവും സാദ്ധ്യ മല്ല. അമ്മയെ മറക്കാം. പക്ഷേ, അമ്മ തന്ന താളത്തെ മറക്കാനാവില്ല. മറക്കാൻ ശ്രമിച്ചാലും വിട്ടുപോകാതെ അതു പുറകേ കൂടുന്നു. ഒടുങ്ങാത്ത ഓർമ്മപോലെ, അനാദിയായ ഓർമ്മ! ഗർഭപാത്രത്തിൽനിന്നു തുടങ്ങിയതാണ് ഈ താളസ്മരണ. ഗർഭത്തിലെ ജലവാരിധിയിൽ ആദ്യമനുഭവിച്ച ശബ്ദം, ഈ താളം. കേട്ടശബ്ദം എന്നു പറയാനാവാത്തവിധം ആദിയായ അനുഭവം. പൊക്കിൾക്കൊടിയുടെ, രക്തക്കുഴൽ നിറഞ്ഞ വേരുകൾ ഗർഭപാത്രച്ചുമരിൽ ആഴ്ന്നിറങ്ങുന്നു. ഭക്ഷണം, ശുദ്ധവായു, മാലിന്യനിർമ്മാർജനം എന്നിവ അമ്മയുടെയും ശിശുവിന്റേയും രക്തക്കുഴൽ സാമീപ്യത്തിലൂടെ സാധിക്കുന്നു. ഈ രക്തക്കുഴൽ സാമീപ്യ (രക്തബന്ധം ദുർബലമെങ്കിലും സുഖകരമായ

രാജാ ഹരിശ്ചന്ദ്ര: ദാദാ സാഹേബ് ഫാൽക്കെ മകനെ വേഷമണിയിക്കുന്നു

രാജാ ഹരിശ്ചന്ദ്രയിലെ ഒരു രംഗം

നുണമാത്രം)ത്തിലൂടെ അമ്മയുടെ ഹൃദയമിടിപ്പിന്റെ താളം ശിശുവിന് അനുഭവിക്കാനാവുന്നു. ഓർമയുടെ ആദ്യകണികമുതൽ ബോധത്തിൽ പതിയുന്നു ഈ താളം. പിന്നെയൊരിക്കലും അത് വിട്ടുപോകുന്നില്ല. ഇതാണ് ആദിതാളം. ഈ ആദിതാളം, ഹൃദയതാളം നിലച്ചാൽ ജീവിതമെന്ന സംഗീതക്കച്ചേരിയും നിലയ്ക്കുന്നു.

സ്വസ്ഥത അതാണെന്നതുകൊണ്ടാണ് താളം രസമാകുന്നത്. താളമാണ് മനസ്സിനെ സ്വസ്ഥാനത്തെത്തിക്കുന്നത്. മനസ്സ് സ്വസ്ഥാനത്തായാലേ പറയുന്നതും കേൾക്കുന്നതും അനുഭവിക്കുന്നതുമെല്ലാം 'മനസ്സിൽ' ആവുകയുള്ളൂ. 'മനസ്സിൽ' ആവാത്തതൊന്നും രസിപ്പിക്കുന്നില്ല. രസമില്ലാത്തതിൽനിന്നെല്ലാം മനസ്സ് അകലുന്നു. പുസ്തകം പാതി വായിച്ചുപേക്ഷിക്കുന്നതും ഭക്ഷണം പാതികഴിച്ചു കൈകഴുകുന്നതും സിനിമ പാതിക്കിറങ്ങിപ്പോകുന്നതും പ്രണയം ഒരു ചുംബനശേഷം പിൻവാങ്ങുന്നതുമെല്ലാം രസക്കേടുകൊണ്ടാണ്. വെറുതെ മടുത്തിരിക്കുമ്പോഴും 'എന്തോ, ഒരു രസല്ല്യ' എന്ന് അവ്യക്തമാകുന്നതും മറ്റൊന്നുംകൊണ്ടല്ല. സ്വസ്ഥതയും രസവും അങ്ങനെ വേർപെടുത്താനാവാത്തതാകുന്നു.

അമ്മമാർ ശിശുക്കളെ എടുക്കുന്നത് ഇടതേ നെഞ്ചോടു ചേർത്താണ്. അമ്മയുടെ ഹൃദയതാളം ശിശു അനുഭവിക്കുകയും സ്വസ്ഥമാവുകയും ചെയ്യുന്നു. പുറത്തു താളംപിടിക്കുന്നതും താരാട്ടുപാടുന്നതും തൊട്ടിലിലാട്ടുന്നതുമൊക്കെ ഇതിന്റെ തുടർച്ചകളാവുന്നു. ആ തൊട്ടിലാണ് ഊഞ്ഞാലായി വളരുന്നത്. ഇന്ന് വീട്ടിലൊരു ചൂരൽ കസേരയൂഞ്ഞാൽ വേണം മുതിർന്നവർക്കുകൂടി. ബാല്യത്തിന്റെ വിട്ടുപോകാൻ കൂട്ടാക്കാത്ത കുട്ടിത്തൊട്ടിൽ.

കാണുന്നതോ കേൾക്കുന്നതോ രസിക്കുന്ന ഒരാൾ കാലാട്ടിയിരിക്കുന്നു. അകാരണമായി വെറുതെ രസിച്ചിരിക്കുന്നയാൾ വിരലുകൾകൊണ്ട് മൃദുതാളമടിക്കുന്നു. മരണമെത്തുന്ന നേരംവരെ ഇതു തുടരുന്നു. "നാടോടിനൃത്തങ്ങൾക്കും നാടൻപാട്ടുകൾക്കും ഒരേ സ്വരലയതാളമാണുള്ളതെന്നത് യാദൃച്ഛികമല്ല. ശബ്ദങ്ങളും ചലനങ്ങളും ഇവിടെ ഗർഭപാത്രത്തിലെ ഭദ്രമായ ലോകത്തിലേക്കാണ് എത്തിക്കുന്നത്. യുവാക്കളുടെ പാട്ടിനെ റോക്ക് മ്യൂസിക് എന്നുവിളിക്കുന്നതും യാദൃച്ഛികമല്ല"[2]. കുട്ടിയെ കാലിലോ തൊട്ടിലിലോ കിടത്തി കാലിളക്കിയോ തൊട്ടിലാട്ടിയോ ഉറക്കലാണ് റോക്കിങ്ങ്. വളർന്നാലും റോക്കിങ്ങ് അത്ഭുതകരമായി മനസ്സിൽ ബാക്കിയാവുന്നു. യുവത്വത്തിന്റെ സംഗീതമാകുന്നു.

ചെണ്ടയുടെ താളം ശബ്ദതാളമാണ്. നർത്തകിയുടേത് ചലനതാളവും. കണ്ണിനും കാതിനും പുറത്താണ് രണ്ടും. ഈ ബാഹ്യതാളങ്ങൾ സിനിമയിലും എളുപ്പമാണ്. പാട്ടുപാടി നെൽപ്പാടവിസ്തൃ തിയിലൂടെ നടക്കുന്ന സിനിമാപ്പാട്ടുരംഗങ്ങൾ ഇതെളുപ്പം സാധിക്കു ന്നുണ്ട്. പക്ഷേ, ദൃശ്യകലയെന്ന നിലയിൽ സിനിമ ഫലപ്രാപ്തിയിലെത്തുന്നത്

തോമസ് ആൽവ എഡിസൺ കണ്ടുപിടിച്ച കൈനെറ്റൊഗ്രാഫ്

സിനിമ കാണാനുള്ള കൈനെറ്റൊസ്കോപ്പ്

ദൃശ്യപരമായ ആന്തരികതാളം സാധിക്കുമ്പോഴാണ്. സംഗീതാലാപനം പോലുള്ള ആന്തരികതാളം. കലയെന്ന നിലയിൽ സിനിമ നേരിട്ട ആദ്യത്തെ വെല്ലുവിളി ഈ ആന്തരികതാളം കണ്ടെത്തുന്നതിലാണ്. സാങ്കേതികവിദ്യയുടെ ബാഹ്യക്കുരുക്കിനപ്പുറത്തേക്ക് സിനിമ വളർന്നത് അപ്പോൾമാത്രം. കലയാകുംമുമ്പേ കൗതുകമായി രുന്നു സിനിമയുടെ കാലം.

സിനിമ വന്ന വഴികൾ

ചലനത്തെ രേഖപ്പെടുത്തുന്ന മാജിക്കൽ യാന്ത്രികവിദ്യയാ യിട്ടാണ് സിനിമയുടെ തുടക്കം. 126 വർഷം മുമ്പ് 1888-ൽ തോമസ് ആൽവ എഡിസണും സഹായിയായ ഡബ്ല്യു.കെ.എൽ. ഡിക്സണും ചേർന്ന് ഒരു മാജിക്കൽ യന്ത്രം കണ്ടുപിടിച്ചു; കൈനറ്റോഗ്രാഫ്. കൈനറ്റിക് ചലിക്കുന്നത്. ചലനത്തെ ഫോട്ടോഗ്രാഫ് ചെയ്യുന്ന യന്ത്രം കൈന റ്റോഗ്രാഫ്. (ഇലക്ട്രിക് ബൾബടക്കം രണ്ടായിരത്തിലേറെ കണ്ടുപിടി ത്തങ്ങളുടെ പേറ്റന്റാണ് തോമസ് ആൽവാ എഡിസന്റെ പേരിൽ. എന്തരോ മഹാനുഭാവുലു!!)

പിന്നെയും രണ്ടുവർഷം വേണ്ടിവന്നു ഇവർ രേഖപ്പെടുത്തിയ ചലനം മറ്റുള്ളവരെ കാണിക്കാൻ. ഇതിനായി ഒരു യന്ത്രംകൂടി! മൈക്രോസ്കോപ്പ്, ടെലിസ്കോപ്പ് എന്നപോലെ കൈനറ്റോസ്കോപ്പ്. വലിയൊരു പെട്ടി. അതിലാരു ദ്വാരം, അകത്തൊരു വിളക്കും ഷട്ടറും. ഈ ദ്വാരത്തിലൂടെ നോക്കിയാൽ ഫിലിമിൽ രേഖപ്പെടുത്തിയ സിനിമ കാണാം. 1891 മേയ് 20-ന് എഡിസന്റെ ന്യൂയോർക്കിലെ ലബോറട്ടറിയിൽ നാഷണൽ ഫെഡറേഷൻ ഓഫ് വിമൻസ് ക്ലബ്ബിലെ സ്ത്രീകൾക്കുവേണ്ടിയായിരുന്നു ആദ്യ പ്രദർശനം. നൂറ്റമ്പതുപേർ വരിവരിയായിനിന്ന് സിനിമകണ്ടു, മൂന്നു സെക്കന്റ് മാത്രമുള്ള ചിത്രം. മൂന്നേ മൂന്നു സെക്കന്റ്! ഡിക്സനാണ് കഥാപാത്രം. അയാൾ തലകു നിച്ചു വണങ്ങുന്നു, തൊപ്പിയൂരി കൈവീശി കാണികളെ അഭിവാദ്യം ചെയ്യുന്നു. കണ്ടവരുടെയെല്ലാം കണ്ണുതള്ളി. ശരിക്കും ജീവനുള്ളതു പോലെയെന്ന് കണ്ണുകളിൽ തിളക്കം!

ഒരുസമയത്ത് ഒരാൾക്കുമാത്രം കാണാവുന്ന അന്നത്തെ സിനിമ ഒരുപാടുപേർ ഒന്നിച്ചുകാണുന്നത് നാലുവർഷം കഴിഞ്ഞ് 1895 ഡിസം ബർ 28-നാണ്. ലൂമിയർ സഹോദരന്മാർ (ലൂയിയും അഗസ്റ്റിയും) പാരീസിൽ പ്രൊജക്റ്റർവെച്ച് അന്നു നടത്തിയ ഫിലിം സ്ക്രീനിങ്ങ്, ടിക്കറ്റുവെച്ചുള്ളതായിരുന്നു. ഫാക്റ്ററിയിൽനിന്ന് തൊഴിലാളികൾ പുറത്തുപോകുന്നതാണ് ചിത്രം. 46 സെക്കന്റ് മാത്രമുള്ള ചിത്രം. (സിനിമയുടെ ആയുസ്സ് അന്നും ഒരു മിനിറ്റ് തികഞ്ഞിട്ടില്ല.) തീവണ്ടി പ്ലാറ്റ്ഫോമിൽവന്നു നിൽക്കുന്നതായിരുന്നു മറ്റൊരു ചിത്രം. ഒരുപാടു പേരിരുന്നു കാണുമ്പോഴും, അന്നേ ഓരോ സിനിമാകാണിയും

കൈനറ്റോസ്കാപ്പ് പ്രദർശനത്തിന്റെ പരസ്യം

ഒറ്റയ്ക്കായിരുന്നു. അതുകൊണ്ടാണ് വെള്ളിത്തിരയിലെ തീവണ്ടി കണ്ട് അവർ പരിഭ്രമിച്ചത്. നാടകവും ടെലിവിഷനും കാണുന്നവർ ഒരിക്കലും ഒറ്റയ്ക്കാവുന്നില്ല. ഒറ്റക്കാവുന്നതിലാണ് സിനിമാകാണിക്ക് മറ്റാരും കാണാതെ, കരയാനും പേടിക്കാനും പുളകംകൊള്ളാനും കഴിയുന്നത്. സിനിമ കാണുന്നവർ ഇരിക്കുന്നത് മാനസികമായി മറ്റൊരിടത്താണ്, തിയേറ്ററിലല്ല. ഒറ്റയ്ക്കെവിടേയോ ഒരിടത്ത്. ഒറ്റയ്ക്കാവുന്നില്ല എന്ന തിനാൽ നാടകം കാണുന്നവർക്ക് ഈ രഹസ്യവികാരപ്രകടനം സാധി ക്കുന്നില്ല. ടെലിവിഷനിൽ കണ്ണീർ സീരിയലുകൾ നിറയുമ്പോഴും ഒരു തുള്ളി കണ്ണീർപോലും സ്വീകരണമുറിയിൽ വീഴുന്നില്ല. തിയേറ്ററിലിരുന്ന് സ്വകാര്യമായി കരയുന്നവർ വീട്ടിൽ പരസ്യമായി കരയാറില്ല.

പാരീസിൽ ലൂമിയർ സഹോദരന്മാരുടെ ആദ്യത്തെ ചലച്ചി ത്ര പ്രദർശനം കാണാൻ കൂടിയവരിൽ ജോർജ് മിലി (1861–1938) എന്നൊ രാളുണ്ടായിരുന്നു. മൂപ്പർക്ക് സിനിമാക്കമ്പം കയറി. ലൂമിയർ സഹോ ദരന്മാരിൽനിന്ന് ഒരു ക്യാമറ വിലയ്ക്കുവാങ്ങാൻ മിലി ശ്രമി ച്ചെങ്കിലും അവരതിനു വിസമ്മതിച്ചു. ഇതോടെ ലൂമിയർ ഷോവിനെ മറികടക്കണ മെന്ന വാശിയായി. മിലി ലണ്ടനിൽ പോയി ക്യാമറ സ്വന്തമാക്കി. നാടകക്കാരനായ മിലി അങ്ങനെ സിനിമാക്കാരനായി. 1896-നും 1913 -നുമിടയിൽ ഇദ്ദേഹം 531 സിനിമകളുണ്ടാക്കി. പലതിലും സ്വയം അഭിനയിച്ചു. സിനിമയെ സ്വപ്നസദൃശ്യമാക്കിയത് ജോർജ് മിലിയാണ്. ആദ്യത്തെ സയൻസ് ഫിക്ഷൻ ചിത്രങ്ങൾ മിലിയുടെ *റോക്കറ്റ് ടു ദ മൂൺ* (1902/13 മിനിറ്റ്), *ദ ഇംപോസിബിൾ വോയേജ്* (1904/20 മിനിറ്റ്) എന്നിവയാണ്. സ്വപ്നത്തിനപ്പുറം ഫാന്റസിയുടെ തലത്തിലേക്കു യർത്തി, മിലി സിനിമയെ. ഇന്നും സിനിമ ചിലവേള ഫാന്റസിയായി തുടരുന്നു.

പക്ഷേ, അന്നൊക്കെ ക്യാമറ നിശ്ചലനായ ഒരു ദൂരക്കാണിയാ യിരുന്നു. നാടകം കാണുന്നവനെപ്പോലെ. ക്യാമറയുടെ ആദ്യത്തെ പണി നാടകം പകർത്തലായിരുന്നു. തിരശ്ശീല വീഴുന്നതോടെ അപ്രത്യക്ഷ മാകുന്ന അരങ്ങിലെ വിസ്മയങ്ങൾ അങ്ങനെ അനശ്വരമായി. കാനായി കുഞ്ഞിരാമൻ കൊത്തിവെച്ച ശില്പങ്ങൾപോലെ ഓരോ സന്ധ്യയ്ക്കും എത്രയോ അരങ്ങുകളിൽ എത്രയോ പേർ ഗംഭീരമായ സജീവശില്പങ്ങൾ തീർക്കുന്നുണ്ട്. തിരശ്ശീല വീഴുന്നതോടെ അവ ഇല്ലാതാകുന്നു. ശംഖുമുഖത്തെ കടൽത്തിരയിൽ കാനായിയുടെ ശില്പം ഉരുകിയൊഴുകി മണലിൽ ചേർന്നാലെന്നപോലെ. അരങ്ങിലെ അപ്രത്യക്ഷമാകലിനെ അനശ്വരപ്രത്യക്ഷമാക്കിയത് പിന്നീടുവന്ന സിനിമയാണ്.

നാടകം പകർത്തുന്ന ഈ സിനിമയുടെ തുടർച്ചയാണ് ദാദാ സാഹേബ് ഫാൽക്കേ (1870–1944)യുടെ ആദ്യചിത്രമായ *രാജാ ഹരി ശ്ചന്ദ്ര* (1913). ആണുങ്ങൾ പെൺവേഷംകെട്ടി അതിനാടകീയമായി അഭി നയിക്കുന്നു. നാടകം തുടങ്ങുംപോലെ വിസിലൂതി കർട്ടൻ ഉയർന്നാണ് സിനിമതുടങ്ങിയതെന്നു തോന്നും. (ഈ ചിത്രം നശിച്ചുപോയി. നാലു

ലൂമിയർ സഹോദരന്മാരുടെ ആദ്യ ചലച്ചിത്രം:
ഫാക്ടറിയിൽനിന്നും പുറത്തേക്കുവരുന്ന തൊഴിലാളികൾ

ലൂമിയർ ഷോ

വർഷംകഴിഞ്ഞ് ഫാൽക്കേ ഇതേചിത്രം വീണ്ടും ഉണ്ടാക്കി. ഈ രണ്ടാം ചിത്രത്തിന്റെ ചില ഭാഗങ്ങളാണ് നാഷണൽ ഫിലിം ആർക്കേവ്സിലുള്ളത്). ആ നാടകശീലം പക്ഷേ, ഇന്നും ഇന്ത്യൻ സിനിമയെ കൈയൊഴിഞ്ഞിട്ടില്ല. നാടകത്തിന്റെ വാലുമായി കരയിലാണോ വെള്ളത്തിലാണോ എന്നു ശങ്കിച്ചുകഴിയുകയാണ് ഇന്നും നമ്മുടെ വാൽമാക്രി ജനകീയ സിനിമ. ഇവർക്ക് പ്രധാനം തിരക്കഥയെഴുത്താണ്. തിരക്കഥയെന്നാൽ തിരനാടകവുമാണ്. സ്കൂളിൽ ഇന്ന് സിനിമ പാഠ്യവിഷയമാണ്. അവിടെയും പ്രധാനം തിരക്കഥയെഴുത്തുതന്നെ! ഡയലോഗെഴുത്ത്. ഡയലോഗുപറയൽ, ബാക്കിയായ നാടകശീലമാണ്.

അതേതായാലും നാടകം പകർത്തുന്ന, നിശ്ചലനായ, ദൂരക്കാണിയായ ക്യാമറയെ ചലനാത്മകമാക്കിയത് ഹോളിവുഡ് സംവിധായകനായ ഡി.ഡബ്ല്യു. ഗ്രിഫിത്താണ് (1875–1948). അതിനുമുമ്പ് മിലിയും പിന്നീട് എഡ്വിൻ പോർട്ടറും (1870–1941) പല ക്യമറാ ആംഗിളുകൾ ഉപയോഗിച്ചു, പല സീക്വൻസുകളിലായി കഥ ചിത്രീകരിച്ച് അവയെ കൂട്ടിയിണക്കുകയുണ്ടായി. പക്ഷേ, ക്യാമറയുടെ നിശ്ചലാവസ്ഥയിൽ അപ്പോഴും കാര്യമായ മാറ്റമുണ്ടായില്ല. പോർട്ടറുടെ *ദ ഗ്രേറ്റ് ട്രെയിൻ റോബറി*യാണ് ഇക്കാര്യത്തിൽ നാഴികക്കല്ല്. 1903-ൽ നിർമിച്ച 12 മിനിറ്റുള്ള ഈ ചിത്രം 14 ഷോട്ടുകളടങ്ങിയതാണ്. ചിത്രാന്ത്യമാണ് പ്രധാനം. ഒരാൾ ക്യാമറയുടെ നേരെ വെടിവെക്കുന്ന ക്ലോസപ്പ് ഷോട്ടോടുകൂടിയാണ് ചിത്രം അവസാനിക്കുന്നത്. സിനിമാചരിത്ര ത്തിലെ സർഗാത്മകമായ ആദ്യത്തെ ക്ലോസപ്പ്. മിലിയുടെ ഫാന്റസിവിട്ട് റിയലിസ്റ്റിക്കായ കഥാകഥനത്തിലേക്ക് സിനിമ പ്രവേശിച്ചത് ഇവിടെ വെച്ചാണ്.

പോർട്ടർ അവസാനിപ്പിച്ചിടത്തുനിന്ന് ഗ്രിഫിത്ത് തുടങ്ങുന്നു. പോർട്ടർ സംശയിച്ചു പ്രയോഗിച്ച ക്ലോസപ്പ് ഗ്രിഫിത്ത് ധീരമായി പ്രയോഗിച്ചു. അങ്ങനെ പല റേഞ്ചിലുള്ള ഷോട്ടുകളായി. അവയെ കൂട്ടിയിണക്കണമെന്നായി. മിലിയും പോർട്ടറും സീക്വൻസുകളെ കൂട്ടിയിണക്കി ഫിലിം എഡിറ്റിങ്ങിന്റെ പ്രാകൃതരൂപത്തിനു തുടക്കം കുറിച്ചെങ്കിലും ഗ്രിഫിത്താണ് ആ പ്രക്രിയ പൂർത്തിയാക്കിയത്. അങ്ങനെ ഫിലിം എഡിറ്റിങ്ങ് അല്ലെങ്കിൽ മൊണ്ടാഷ് ഉണ്ടായി.

ഗ്രിഫിത്ത് കണ്ടെത്തിയ മറ്റൊരു കാര്യം എഡിറ്റിങ്ങിലൂടെ കാണിയുടെ മനസ്സിനെ വഴിതെറ്റിച്ചുവിടാമെന്നതാണ്. രണ്ടു സമയത്ത് രണ്ടിടത്ത് നടക്കുന്ന രണ്ടു സംഭവങ്ങളെ ഒന്നിച്ചുചേർക്കുമ്പോൾ അവ ഒരേസമയത്ത് നടക്കുന്നതുപോലെയാണ് കാണി അനുഭവിക്കുക. നായികയെ വില്ലൻ കെട്ടിയിട്ട് ദേഹോപദ്രവം ചെയ്യാനൊരുങ്ങുകയാണ്. നായകൻ കാലമനുസരിച്ച്, ബുള്ളറ്റിലോ കുതിരപ്പുറത്തോ പാഞ്ഞു വരുന്നു. വില്ലൻ നായികയോട് കൂടുതൽ അടുക്കുന്നു. നായകൻ കൂടുതൽ വേഗത്തിൽ പായുന്നു. വില്ലൻ അടുക്കുന്നു, നായകൻ കുതിക്കുന്നു.

തോമസ് ആൽവ എഡിസൺ

ജോർജ് മിലി

ഡി.ഡബ്ലിയു. ഗ്രിഫിത്ത്

എഡ്വിൻ എസ്. പോർട്ടർ

സ്ക്രീനിൽ ഇത് ടെൻഷനുണ്ടാക്കുന്നു. നായകൻ എങ്ങനെയെങ്കിലും എത്തിയാൽ മതിയെന്ന് കാണി കൈതരിച്ചിരിക്കുന്നു. ഇന്നും നമ്മുടെ സിനിമയുടെ ക്ലൈമാക്സ് സീനുകൾ ഇങ്ങനെയാണ്. ഈ ടെൻഷൻ തീരുന്നതാണ് സിനിമയുടെ പരിസമാപ്തി. പാരലൽ മൊണ്ടാഷ് അല്ലെങ്കിൽ സമാന്തരസംഭവങ്ങളുടെ കൂടിച്ചേരലെന്ന് ഇതിനെ വിളിച്ചുപോന്നു.

പലപ്പോഴും രണ്ടുകാലത്തു ചിത്രീകരിച്ചതാവും ഈ രണ്ടു രംഗങ്ങൾ. നായികയും വില്ലനും ചേർന്നുള്ള രംഗങ്ങൾ ചിത്രീ കരിച്ചപ്പോഴേക്കും നിർമാതാവിന്റെ കൈയിലെ കാശു തീർന്നിട്ടുണ്ടാകാം. അയാൾ വീണ്ടും ഗൾഫിലേക്കോ അമേരിക്കയിലേക്കോ തിരിച്ചുപോയി, ഒന്നോ രണ്ടോ വർഷംകഴിഞ്ഞ് തിരിച്ചുവന്ന്, ചിത്രം പൂർത്തിയാക്കാൻ തീരുമാനിച്ചതാകാം; അതിനുശേഷമാകാം, നായകന്റെ മരണപ്പാച്ചിൽ ചിത്രീകരിച്ചത്. പക്ഷേ, ഇതുരണ്ടും ഒന്നിച്ചുകാണുമ്പോൾ കാണി ഈ കാല വ്യത്യാസം അറിയുന്നില്ല. അറിയേണ്ടതുമില്ല. ചിത്രത്തിന്റെ ക്ലൈമാക്സിൽ മുഴുകിപ്പോകുന്നു അയാൾ. ആ ഉദ്വേഗത്തിൽ അയാൾക്ക് യുക്തിയില്ല, ചിന്തയില്ല. എങ്ങനെയെങ്കിലും നായിക രക്ഷപ്പെട്ടാൽ മതിയെന്നേ അയാൾക്കുള്ളൂ. തിന്മയുടെമേലുള്ള നന്മയുടെ, ജീവിതത്തിലില്ലാത്ത വിജയം വെള്ളിത്തിരയിൽ പ്രതീക്ഷിച്ചിരിക്കുകയാണയാൾ. അങ്ങനെ സിനിമ തിരശ്ശീലയിൽനിന്ന് കാണിയുടെ മനസ്സിലേക്ക് ചേക്കേറുന്നു. കാണിയോട് മനസ്സടുപ്പത്തോടെ സംസാരിക്കുന്ന ദൃശ്യഭാഷ അങ്ങനെയാണുണ്ടായത്. ഈ ഭാഷയ്ക്ക് വ്യാകരണമുണ്ടാവുന്നത് പിന്നീടാണ്. ആദ്യം ഭാഷ, പിന്നീട് വ്യാകരണം എന്നല്ലോ നാട്ടുനടപ്പ്. വ്യാകരണം നോക്കാതെ, അതിലേറേ അറിയാതെ സിനിമ എഴുതുകയായിരുന്നു, ഡേവിഡ് വാർക്ക് ഗ്രിഫിത്ത് - സിനിമയുടെ എഴുത്തച്ഛൻ.

"എഴുത്തച്ഛനെഴുതുമ്പോൾ
എഴുത്തച്ഛനായ് മാറുന്നു,
പിന്നെ,യച്ഛനെഴുത്തായും"[5]

1. സാവിത്രി രാജീവൻ, *അമ്മയെ കുളിപ്പിക്കുമ്പോൾ*, മാതൃഭൂമി ബുക്സ്, ജൂലൈ, 2014.
2. ഡെസ്മണ്ട് മോറിസ്, *നഗ്നവാനരൻ*, വിവ. കെ. കുഞ്ഞിക്കൃഷ്ണൻ, മാതൃഭൂമി ബുക്സ്, 2010.
3. സിനിമയ്ക്കൊരു ഭാഷയുണ്ടാക്കിയത് ഗ്രിഫിത്താണ്. ഗുരു എന്നു ചാർളി ചാപ്ളിനും സിനിമയുടെ പിതാവെന്ന് പ്രശസ്ത സംവിധായ കനായ ലിലിയൻ ഗിഷും ഗ്രിഫിത്തിനെ വിശേഷിപ്പിക്കുന്നു. *ബർത്ത് ഓഫ് എ നേഷൻ* (1915), *ഇൻടോളറൻസ്* (1916) എന്നിവയാണ് ഗ്രിഫിത്തിന്റെ ക്ലാസിക് ചിത്രങ്ങൾ.

എഡ്വിൻ എസ്. പോർട്ടറുടെ ദ ഗ്രേറ്റ് ട്രെയിൻ റോബറിയിൽനിന്ന്

ജോർജ് മിലിയുടെ ദ ഇംപോസിബിൾ വൊയേജിൽനിന്ന്

ഇറ്റാലിയൻ സംവിധായകരായ താവിയാനി സഹോദരന്മാരുടെ *ഗുഡ്മോണിങ്ങ് ബാബിലോണിയ* (1987) ഹോളിവുഡ്ഡിലെ ഗ്രിഫിത്തിന്റെയും കൂട്ടരുടെയും ഭ്രാന്തമായ ചലച്ചിത്രജീവിതത്തെക്കുറിച്ചുള്ള മനോഹര ചിത്രമാണ്.

4. മറ്റൊരു ഹോളിവുഡ് ചലച്ചിത്രപ്രതിഭയാണ് എഡ്വിൻ പോർട്ടർ. *ദ ലൈഫ് ഓഫ് ആൻ അമേരിക്കൻ ഫയർമാൻ* (1902/6 മിനിറ്റ്), *ദ ഗ്രെയ്റ്റ് ട്രെയിൻ റോബറി* (1903/12മിനിറ്റ്) എന്നിവയാണ് പ്രശസ്ത ചിത്രങ്ങൾ.
5. സച്ചിദാനന്ദൻ, *എഴുത്തച്ഛൻ എഴുതുമ്പോൾ.*

സെർഗി ഐസൻസ്റ്റീൻ

7

സിനിമ സ്വപ്നം ജീവിതം

"The most thrilling figure was Griffith, for it was in his works that the cinema made itself felt as more than an entertainment or pastime."

Sergie Eisenstien[1]

തന്നെ തിരയാൻ മറന്ന ഗ്രിഫിത്ത്

പക്ഷേ, ഗ്രിഫിത്തിന് ഈ മഹാസത്യം അറിയില്ലായിരുന്നു. ഡഡ്‌ലി ആൻഡ്രു ആണെന്നു തോന്നുന്നു, ഒരു സംഘം യുവാക്കൾ വയ സ്സുകാലത്ത് ഒറ്റയ്ക്കു കഴിഞ്ഞിരുന്ന ഗ്രിഫിത്തിനെ കാണാൻപോയ കഥ പറയുന്നുണ്ട്. (ഷെൽഫിൽനിന്ന് പുസ്തകങ്ങൾ പലതും, ഒരു വാക്കുപോലും പറയാതെ, ആരുടെയൊക്കെയോ കൂടെ, എവിടേ ക്കൊക്കെയോ ഇറങ്ങിപ്പോയി. അതുകൊണ്ട് ഇക്കാര്യം ആധികാരി കമായി പറയാനാവില്ല. ഓർമ്മയിൽനിന്നു പറയുകയാണ്.) 1920-ഓടെ ഗ്രിഫിത്തും ഗ്രിഫിത്തിന്റെ സിനിമയും ഹോളിവുഡ്ഡിൽ പഴഞ്ചനാ വുകയും ജീവിതത്തിന്റെ അവസാനത്തെ പതിനഞ്ചുവർഷം അദ്ദേഹം തൊഴിൽരഹിതനാവുകയും ചെയ്തു. താവിയാനി സഹോദരന്മാരുടെ *ഗുഡ്മോണിങ്ങ് ബാബിലോണിയ*[2] യിൽ കണ്ട അടങ്ങിയിരിക്കാനാ വാത്ത സ്വപ്നാടകനായ ആ യുവാവിനെ ഇവിടെ ഓർക്കാതെ വയ്യ. മടുപ്പിക്കുന്ന അലസജീവിതത്തിനും ഏകാന്തവ്യഥകൾക്കുംശേഷം 1948 ജൂലായ് 23-നു ലോസ് ഏഞ്ചലസിലെ ഒരു ചെറിയ ഹോട്ടലിൽ കിടന്നാണദ്ദേഹം മരിച്ചത്. തന്റെ സിനിമകളുടെ സർഗാത്മകരഹസ്യ ങ്ങളറിയാതെ, തന്നെ തിരിച്ചറിയാതെ ആ മഹാകലാകാരൻ പോയി. "Each epitaph is written as a monologue spoken by the deceased person" എന്നു സെർഗി ഐസൻസ്റ്റീൻ മറ്റൊരു സന്ദർഭത്തിൽ പറഞ്ഞത് ഇവിടെ ചേരുമെന്നു തോന്നുന്നു.[3]

പഴങ്കഥയിലേക്ക് വരാം. വയസ്സുകാലത്ത് ഗ്രിഫിത്ത് ഏകാകി യായിരുന്നു. തന്നെ കാണാൻ ആവേശത്തോടെ വന്ന യുവാക്കളുടെ

ബ്രോക്കൺ ബ്ലോസംസിൽനിന്ന്

സോവിയറ്റ് ചലച്ചിത്രപ്രതിഭകളായ സെർഗി ഐസൻസ്റ്റീൻ (നടുവിൽ), പുഡോവ്കിൻ (ഇടത്തേയറ്റം), ഐസൻസ്റ്റീൻ ചിത്രങ്ങളുടെ ക്യാമറാമാൻ എഡ്വേഡ് ടിസ്സെ (ഐസൻസ്റ്റീന്റെ തൊട്ടു പിറകിൽ), ഡോവ്ഷെങ്കോ (വലത്തേയറ്റം) തുടങ്ങിയവർ 1935-ലെ ഓൾ യൂണിയൻ സോവിയറ്റ് സിനിമാട്ടോഗ്രഫി ക്രിയേറ്റീവ് വർക്കേഴ്സ് കോൺഫറൻസിൽ

നിർബ്ബന്ധത്തിനു വഴങ്ങി അദ്ദേഹം സ്വന്തംചിത്രങ്ങൾ അവരോടൊത്തിരുന്നു കാണുന്നു. മുമ്പിലെ ചെറിയ സ്ക്രീനിൽ തെളിയുന്നത് സിനിമയുടെ ഏറ്റവും ആദ്യത്തെ വ്യാമോഹങ്ങളായിരുന്നു. നടക്കാൻ തുടങ്ങുന്ന കുട്ടി ഉയരങ്ങളിലേക്കു ചാടാനും ചിലതെങ്കിലും കൈക്കലാക്കാനും നോക്കുമ്പോലെയുള്ള വ്യാമോഹങ്ങൾ! ചെരുപ്പുകൾക്കൊക്കെയും മുമ്പുള്ള കൊച്ചുകൊച്ചു വ്യാമോഹങ്ങൾ! യുവാക്കൾ ഇതുകണ്ട് അമ്പരന്നിരിക്കുകയാണ്. പക്ഷേ, അപ്പോഴെല്ലാം മഹാനായ ഗ്രിഫിത്ത് പറഞ്ഞുകൊണ്ടിരുന്നത് ഹോളിവുഡ്ഡ് ചെറ്റത്തരങ്ങളായിരുന്നു. താൻ അവസരംകൊടുത്തു വളർത്തിയ നടിമാർ പിന്നീട് തന്നെ വഞ്ചിച്ചുപോയതും കള്ളച്ചെക്ക് നൽകി സിനിമാക്കമ്പനിക്കാർ തന്നെ വഞ്ചിച്ചതും ഹോളിവുഡ്ഡ് തന്നെ വിസ്മരിച്ചതും അതുമിതുമെല്ലാമെല്ലാം... സിനിമയെ കൈപിടിച്ചുയർത്തിയത് താനാണെന്ന കാര്യം ഗ്രിഫിത്തിനറിയില്ലായിരുന്നു. മഹത്വത്തിന്റെ കിരീടം അണിയാഞ്ഞിട്ടല്ല, അറിയാഞ്ഞിട്ടാണ്.

ആ മഹത്വം പക്ഷേ, വിസ്മരിക്കപ്പെട്ടില്ല. പിറകെ വന്ന ഐസൻസ്റ്റീനെപ്പോലുള്ള സോവിയറ്റ് ചലച്ചിത്രകാരന്മാർ അതു വീണ്ടെടുത്തു. ചാൾസ് ഡിക്കൻസിന്റെ വിക്റ്റോറിയൻ നോവൽ ഘടനയ്ക്കകത്തു നിന്നാണ് ഗ്രിഫിത്ത് സമാന്തരങ്ങളെ ചേർത്തുണ്ടാക്കുന്ന തന്റെ മൊണ്ടാഷ് കണ്ടെത്തിയതെന്ന് ഐസൻസ്റ്റീൻ വ്യാഖ്യാനിച്ചു. നവ സോവിയറ്റ് സിനിമയ്ക്ക് അങ്ങനെ എഴുത്തച്ഛനായി ഗ്രിഫിത്ത്. എന്നിരുന്നാലും വിപ്ലവാനന്തര റഷ്യയിലെ ഭരണാധികാരികളായ ചില പ്രത്യയശാസ്ത്രകിങ്കരന്മാർ ഇതിനെ അമേരിക്കൻ സാമ്രാജ്യത്വത്തോടുള്ള വിധേയത്വമായി കാണാതിരുന്നില്ല എന്നും പറയാതെവയ്യ. കലാശൂന്യമായ ഈ മുരടൻ പ്രത്യയശാസ്ത്ര പിടിവാശിക്ക് കീഴടങ്ങാൻ ഐസൻസ്റ്റീനും കൂട്ടരും കൂട്ടാക്കിയില്ല. മറിച്ചായിരുന്നെങ്കിൽ സിനിമാചരിത്രംതന്നെ മറ്റൊന്നാകുമായിരുന്നു. ലെനിനിസത്തിന്റെ തണലിൽ സിനിമ, സ്റ്റാലിനിസത്തിന്റെ വരവിനെ കഷ്ടിച്ചു മറികടന്നുവെന്നുമാത്രം.

ബോൾഷെവിക് വിപ്ലവവും സിനിമയും

1917 ഒക്ടോബറിൽ റഷ്യയിൽ നടന്ന ബോൾഷെവിക് വിപ്ലവം സമൂഹത്തിൽ വരുത്തിയ മാറ്റങ്ങൾ ഇന്നൊരുവന് സങ്കല്പിക്കാവുന്നതിലും അധികമാണ്. സാമൂഹ്യവും സാമ്പത്തികവുമായി അന്നുവരെ നിലനിന്നിരുന്ന എല്ലാ ബന്ധങ്ങളും പൊളിച്ചെഴുതപ്പെട്ടു. അതും നാല്പത്തിയെട്ടു മണിക്കൂറിനുള്ളിൽ. പെട്ടെന്നൊരു ദിവസം പുതി യൊരു പുലരി വിടരുകതന്നെയാണുണ്ടായത്, കാല്പനികമല്ലാത്ത എല്ലാ അർത്ഥത്തിലും. മുതലാളി ഇല്ലാതായി. വ്യവസായങ്ങൾ സർക്കാർ ഏറ്റെടുത്തു. ചൂഷിതരായ പഴയ തൊഴിലാളികൾ പുതിയ തൊഴിലുടമകളായി. ലോകത്തൊരിടത്തും അന്നുവരെ സംഭവിക്കാത്തതാണിത്.

പുഡോവ്കിന്റെ മദർ എന്ന ചിത്രത്തിൽനിന്ന്

ലെനിൻ

ലേവ് കുളെഷോവ്

മെയർ ഹോൾഡ്

അതുകൊണ്ടുതന്നെ പുതിയ സമൂഹത്തിൽ പുതിയ മനുഷ്യബന്ധങ്ങൾ വേണമെന്നായി. പുതിയൊരു മനുഷ്യൻതന്നെ വേണമായിരുന്നു ആ സമൂഹത്തിന്.

പുതിയ മനുഷ്യന് പുതിയ ഭാഷ വേണം, കവിത വേണം, സംഗീതം വേണം, പുതിയ നാട്യം വേണം, ചിത്രരചനാ ശൈലി വേണം, പുത്തൻ പ്രണയം വേണം. അങ്ങനെ കവിതമാറി, ആർസെനി ആവ്രാമോവ്, ലിയോൺ തെറാമിൻ തുടങ്ങിയ സംഗീതജ്ഞർ സംഗീതപരീക്ഷണങ്ങളിൽ മുഴുകി. നാടകത്തിന്റെ അരങ്ങിൽ ഒന്നിലധികം തലങ്ങളുണ്ടായി. പഴയ പരന്ന സ്റ്റേജ് അപ്രത്യക്ഷമായി. പല തലങ്ങളിലായി അരങ്ങ്. നാടകം അവതരിപ്പിക്കുന്ന രീതി മാറി. കാണുന്ന രീതിയും കൂടെ മാറി. അന്നുവരെ നിലനിന്നിരുന്ന അഭിനയശൈലി മാറി. സ്റ്റാനിസ്ലാവ്സ്ക്കിയൻ അഭിനയശൈലിയെ മറികടന്ന് മെയർഹോൾഡിന്റെ ബയോമെക്കാനിക്സ് എന്ന പുതുശൈലിയും സിദ്ധാന്തവും വന്നു. നമ്മുടെ ചാക്യാരാണ് ശരിയെന്നു വന്നു.[4] താത്ലിനെപ്പോലുള്ള ശില്പികൾ ശില്പകലയെ പൊളിച്ചെഴുതി. ചിത്രകലയിൽ വരേണ്ട മാറ്റങ്ങൾ ചൂടുപിടിച്ച ചർച്ചകൾക്കു വഴിവെച്ചു.

മാറ്റങ്ങൾ ഏറ്റവും എളുപ്പം സിനിമയിലായിരുന്നു. കാരണം സിനിമയ്ക്ക് അത്രമേൽ ചെറുപ്പവും എളുപ്പവുമായിരുന്നു. ഏറ്റവും പ്രായം കുറഞ്ഞ കല. വിപ്ലവം കഴിയുമ്പോൾ സിനിമയ്ക്ക് പ്രായം ഇരുപത്തിയഞ്ചു വയസ്സുമാത്രം. ചെറുപ്പത്തെ പെട്ടെന്നു സ്വാധീനിക്കാം. കളിമണ്ണുകൊണ്ട് ശില്പമുണ്ടാക്കൽ എളുപ്പം. കരിങ്കല്ലായാൽ ദുഷ്ക്കരം. എന്നു മാത്രമല്ല, ഈ പുതിയ കലയോടുള്ള ഭരണകൂടത്തിന്റെ സമീപനവും വിപ്ലവത്തോടുകൂടി മാറി. സിനിമയെ കലയായി കാണാൻപോലും സാർ ഭരണകൂടം തയാറായിരുന്നില്ല. എന്നാൽ എല്ലാ കലകളിലും വെച്ചേറ്റവും പ്രധാനപ്പെട്ടതെന്നായിരുന്നു ലെനിനടക്കമുള്ള ബോൾഷെവിക് നേതാക്കളുടെ സിനിമയോടുള്ള നിലപാട്. സാറിസ്റ്റ് കാലത്ത് റഷ്യൻ സിനിമയ്ക്ക് ക്യാമറയ്ക്കും ഫിലിം സ്റ്റോക്കിനുംവേണ്ടി അമേരിക്കയേയും യൂറോപ്യൻ രാജ്യങ്ങളെയും ആശ്രയിക്കേണ്ടിയിരുന്നു. ഇതുമൂലം റഷ്യൻ സിനിമ ഇക്കാലത്ത് പ്രാകൃതമായിരുന്നു. പ്രാകൃതമായ സിനിമയെ പുതിയ സിനിമയാക്കി മാറ്റുകയായിരുന്നു വിപ്ലവാനന്തര റഷ്യയിലെ ചലച്ചിത്രകാരന്മാരുടെ ഉത്തരവാദിത്വം. ഇതിനാകട്ടെ പുതിയ സോവിയറ്റ് സർക്കാരിന്റെ സർവവിധ സഹായവും അവർക്കു കിട്ടി. അങ്ങനെ ലോകത്തിലാദ്യമായി സിനിമ പഠിപ്പിക്കാൻ മോസ്ക്കോവിലൊരു ഫിലിം സ്കൂൾ തുറന്നു, 1919-ൽ. അവിടുത്തെ ആദ്യത്തെ അദ്ധ്യാപകരിൽ ഒരാളായിരുന്നു ലേവ് കുളെഷോവ്. സിനിമാചരിത്രത്തിലെ ആദ്യത്തെ അദ്ധ്യാപകൻ.

ചിത്രകാരനായ കുളെഷോവ് അതിനുമുമ്പുതന്നെ ചലച്ചിത്രകാരനുമായിരുന്നു. മോസ്ക്കോ ഫിലിം സ്കൂളിൽ കുളെഷോവിന്റെ

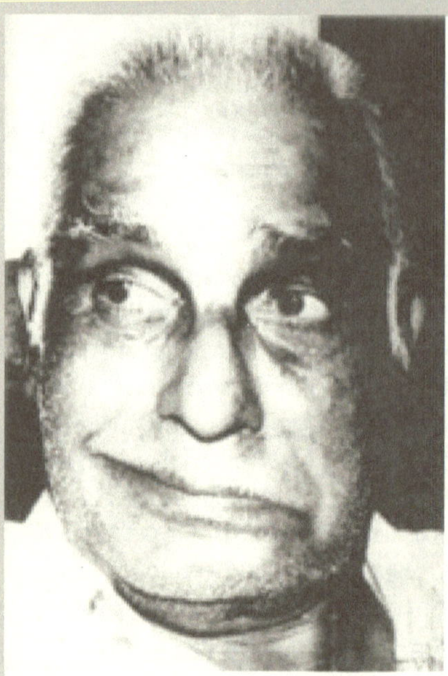

പ്രേംജിയുടെ
ഏകലോചനം

മുഖത്തിന്റെ രണ്ടുഭാഗത്തും രണ്ടുഭാവമാണെന്നതു ശ്രദ്ധിക്കുക. മുഖം പാതിമറച്ച് മറുപാതി നോക്കുക, പിന്നെ മറ്റേ പാതി മറച്ചുനോക്കുക, ഈ അഭിനയവിസ്മയം കാണാം.

മേയർ ഹോൾഡ്ഡിന് എത്രയോ മുമ്പുതന്നെ ഭാരതീയനാട്യകല ബയോമെക്കാനിക്സിന് (നാലാമത്തെ അടിക്കുറിപ്പു കാണുക) സമാനമായ അഭിനയസാദ്ധ്യത പരീക്ഷിച്ചിരുന്നു. *ശാകുന്തളം* നാടകത്തിലെ ഒന്നാമങ്കത്തിൽ ഒരു ശ്ലോകമുണ്ട്:

"കൃഷ്ണസാരേ ദദച്ചക്ഷു-
സ്ത്വയി ചാധിജ്യകാർമ്മുകേ
മൃഗാനുസാരിണം സാക്ഷാൽ
പശ്യാമീവ പിനാകിനം"

(സൂതൻ ദുഷ്യന്തനോട് പറയുന്നതാണ് സന്ദർഭം. മാനിലും വില്ലുകുലച്ച അങ്ങയിലും കണ്ണിട്ടു ഞാൻ, മാനിന്റെ പിന്നാലെ പായുന്ന സാക്ഷാൽ ശിവനെയെന്നപോലെ കാണുന്നു.) മുഖത്തു രണ്ടുഭാവങ്ങളും വിരുദ്ധമായ രണ്ടു നോട്ടങ്ങളുമായി ഈ ശ്ലോകം അഭിനയിക്കാൻ ശ്രമിച്ച ചാക്യാരുടെ കണ്ണു പൊട്ടിപ്പോയത്രേ. ഏറ്റവും ലക്ഷണമൊത്ത നാടകമായിട്ടും *ശാകുന്തളം* അവതരിപ്പിക്കുന്നതിനുപോലും ഈ ശ്ലോകം തടസ്സമായെന്നാണ് ഐതിഹ്യം. എന്നാൽ ചാക്യാർ വിട്ടുകൊടുത്തില്ല. കണ്ണുപൊട്ടാതെ മുഖത്ത് എത്രത്തോളം വ്യത്യസ്തഭാവങ്ങളാകാമെന്ന് ചാക്യാർക്ക് വാശിയായി. അങ്ങനെ അയാളെത്തിച്ചേർന്നതത്രേ ഏകലോചനം. "നടന് ആവേശം കൂടിയാലും തന്റേടം വിടണമെന്നില്ല" എന്നു മാണി മാധവചാക്യാർ പറയുമ്പോൾ (മാണി മാധവചാക്യാരുമായി വി. കലാധരൻ നടത്തിയ അഭിമുഖം, *മാതൃഭൂമി ആഴ്ചപ്പതിപ്പ്* 1989 മാർച്ച്.) മെയർ ഹോൾഡ്ഡിനു എത്രയെത്രയോ മുമ്പുള്ള ഭാരതീയ നാട്യരഹസ്യം അതിവിനയപൂർവം ധ്വനിപ്പിക്കുകമാത്രമാണ് ചെയ്യുന്നത്. സായിപ്പു പറഞ്ഞതും കാട്ടിയതുമൊന്നു മറിയാതെ, ശാന്തമായ വിനയവിജ്ഞാനതീരത്താണ് അപ്പോൾ ആ മഹാനടൻ.

അന്വേഷണം മുഴുവൻ, വാക്കിൽനിന്നും വർണ്ണങ്ങളിൽനിന്നും ഇമേജിലേക്ക് അല്ലെങ്കിൽ ഷോട്ടുകളിലേക്കുള്ള യാത്രയായിരുന്നു.

രണ്ടുവാക്കു ചേരുമ്പോൾ രണ്ടുമല്ലാത്ത ധ്വനിയുണ്ടാകുന്നു. നമ്പൂതിരിയായ കമ്മ്യൂണിസ്റ്റ് കവി ജനതീർത്ഥം എന്നു പ്രയോഗിക്കുമ്പോൾ പഴയ നമ്പൂതിരി പുതിയ മനുഷ്യനാവുകയാണ്. നമ്പൂതിരിയുടെ തീർത്ഥം കമ്മ്യൂണിസ്റ്റ്സങ്കല്പത്തിലുള്ള ജനങ്ങളുമായി ചേരുമ്പോൾ തീർത്ഥത്തിനു പഴയ പവിത്രത നഷ്ടപ്പെടുകയും ജനം പുതിയ പവിത്രത നേടുകയും ചെയ്യുന്നു. പഴയതിനെ പുതുക്കലെന്ന വളരെ സർഗാത്മകമായ സാംസ്കാരികധർമ്മം അങ്ങനെ നിർവഹിക്കപ്പെടുന്നു. പച്ചയും മഞ്ഞയും ചേരുമ്പോൾ സംഭവിക്കുന്നതും ഇതുതന്നെ. പച്ച ഉണ്ടായിരിക്കെത്തന്നെ മഞ്ഞയോടുചേർന്ന് അത് പുതിയ പച്ചയാവുന്നു. പച്ചയുമായി ചേർന്ന് മഞ്ഞയും സ്വയം നവീകരിക്കുന്നു. പച്ചയല്ലാത്ത എന്നാൽ പച്ചയുള്ള, മഞ്ഞയല്ലാത്ത എന്നാൽ മഞ്ഞയുള്ള പുതുവർണ്ണം ഉണ്ടാകുന്നു. ഓരോ ചിത്രകാരനും കവിയും അങ്ങനെ അതിനു മുമ്പില്ലാത്ത, ഇനിയൊരിക്കലും ഉണ്ടാകാനിടയില്ലാത്ത നവസൃഷ്ടി സാധിക്കുന്നു.

രണ്ട് ഇമേജുകൾ അല്ലെങ്കിൽ ഷോട്ടുകൾ ചേരുമ്പോഴും ഇതിനു സമാനമായ ഒന്നാണ് സംഭവിക്കുന്നതെന്ന് കുളെഷോവ് കണ്ടെത്തി. രണ്ടിന്റേയും സ്വീകാര്യമായ, അംഗീകൃതമായ അർത്ഥം നഷ്ടപ്പെടുന്നു. കൂടുതൽ ഉദാത്തമായ അർത്ഥമുണ്ടാകുന്നു. ഇതാണ് കുളെഷോവ് ഇഫക്റ്റ് എന്ന പേരിൽ പിന്നീടറിയപ്പെട്ടത്. സോവിയറ്റ് നടനായ ഐവാൻ മൊഷുക്കിന്റെ മുഖത്തിന്റെ വികാരശൂന്യമായ ക്ലോസപ്പ്. അതിനോടുചേർന്ന് ഒരു കിണ്ണം സൂപ്പിന്റെ ഷോട്ട്. രണ്ടും ചേർത്തു കാണിച്ചപ്പോൾ കണ്ടവർ പറഞ്ഞു, ആ മുഖത്തെ വികാരം വിശപ്പാണെന്ന്. വിശക്കുന്ന ഒരുവന്റെ ചിന്താവിഷ്ടതയാണെന്ന്. പഴയനടന്റെ പഴയ ഷോട്ടിനൊപ്പം, ശവമഞ്ചത്തിൽ കിടക്കുന്ന സ്ത്രീയുടെ ഷോട്ട്. കണ്ടവർ പറഞ്ഞു ആ മുഖത്ത് ദുഃഖപാരവശ്യമാണെന്ന്. മുഖത്തിന്റെ ഷോട്ടിനൊപ്പം പിന്നെ വരുന്നത്, കളിക്കുന്ന കുട്ടിയുടെ ഷോട്ട്. കാണികൾ ഇപ്പോഴാ മുഖത്തുകണ്ടത് വാത്സല്യം. എല്ലാം കഴിഞ്ഞപ്പോൾ കാണികൾ നടന്റെ ഗംഭീര ഭാവാഭിനയത്തെ പ്രശംസിക്കുകപോലും ഉണ്ടായത്രേ. സിനിമ സ്ക്രീനിലല്ല, കാണിയുടെ മനസ്സിലാണ്.

ഒന്നിനും ഒറ്റയ്ക്ക് അസ്തിത്വം ഇല്ലാതിരിക്കുകയും അതു മറ്റൊന്നുമായി ചേർന്ന് വേറൊന്നായി മാറുകയും ചെയ്യുന്നതാണ് സർഗക്രിയ. “ഒന്നിലാവില്ല സത്യം/രണ്ടായാൽ മുറിഞ്ഞു പോം/രണ്ടുകൾ ചേരുന്നേടത്തിരിപ്പൂ സത്യം, സത്യം!” എന്ന് അയ്യപ്പപ്പണിക്കർ ഉപരിതല അശ്ലീലതയ്ക്കപ്പുറം വിളിച്ചോതുന്നതും ഈ ദർശനംതന്നെ[5] അങ്ങനെ ഞാൻ അച്ഛനും അമ്മയുമാകുന്നു. അതേസമയം അച്ഛനുള്ളതുകൊണ്ട് അമ്മയല്ലാതിരിക്കുകയും അമ്മയുള്ളതുകൊണ്ട്

അച്ഛനല്ലാതിരിക്കുകയും ചെയ്യുന്നു. എന്റെ സഹോദരനിലും ചേരുവ ഇതുതന്നെ. പക്ഷേ, അനുപാതം മാറിയിരിക്കും. എന്നെക്കാൾ കൂടുതൽ അച്ഛനോ അമ്മയോ അയാളിൽ കാണും. അല്ലെങ്കിൽ കുറഞ്ഞെന്നുമിരിക്കാം. അതുകൊണ്ട് ഞങ്ങൾ ഒരുപോലിരിക്കുമ്പോഴും വ്യത്യസ്തരായിരിക്കുന്നു. ഒന്നും മറ്റൊന്നുപോലെയല്ല. അതത്രേ പ്രപഞ്ച സൃഷ്ടിയുടെ സൗന്ദര്യം.

പ്രപഞ്ചത്തിലെ എല്ലാ സർഗാത്മകസൃഷ്ടിയിലും ഇങ്ങനെയൊരു വൈരുദ്ധ്യാത്മകതയുണ്ടെന്ന് കുളെഷോവ് കണ്ടെത്തുന്നു; ഷോട്ടുകൾ ചേർന്നുണ്ടാവുന്ന സിനിമയുടെ സർഗ്ഗസൃഷ്ടിയിലും ഇതേ വൈരുദ്ധ്യാത്മകതയുണ്ടെന്നും. ഡേവിഡ് വാർക്ക് ഗ്രിഫിത്തിനു കാണാൻ കഴിയാതെപോയ സിനിമയുടെ സർഗാത്മകരഹസ്യത്തിന്റെ കിളിവാതിൽ അങ്ങനെ തുറക്കുകയായി. ഈ കിളിവാതിൽക്കലിരുന്നാണ്, ഐസൻസ്റ്റീൻ, പുഡോവ്ക്കിൻ, ഡോവ്ഷെങ്കോ, സീഗാ വെർത്തോവ് എന്നീ പ്രതിഭകൾ ചലച്ചിത്രത്തെ പുതുക്കിപ്പണിതത്. സിനിമയ്ക്കൊരു വ്യാകരണമുണ്ടാക്കിയത്.

●

1. Sergie Eisenstien, 'Dickens, Griffith and the Film Today', *Film Theory and Criticism*, Gerald Mast and Marshall Cohen (ed.), Oxford Universtiy Press, London, 1974.
2. താവിയാനി സഹോദരന്മാരുടെ പ്രശസ്തമായ ഇറ്റാലിയൻ ചലച്ചിത്രം. (1987) ഗ്രിഫിത്തും ഗ്രിഫിത്തിന്റെ ചലച്ചിത്രഭ്രമവും ഈ ചിത്രത്തിന്റെ പ്രമേയപശ്ചാത്തലമാണ്.
3. Sergie M. Eisenstien, *The Short Fiction Scenerio*, Seagull Books and Eisenstien Film Club, Calcutta, 1984, p.18. Edgar lee Masters-ന്റെ *Spoon River Anthology* എന്ന കാവ്യസമാഹാരത്തെ പരാമർശിച്ചുകൊണ്ടാണ് ഐസൻസ്റ്റീൻ ഇതു പറയുന്നത്.
4. കോൺസ്റ്റന്റീൻ സ്റ്റാനിസ്ളാവ്സ്കി (1863-1938)യുടെ അഭിനയസിദ്ധാന്തം നടനെ കഥാപാത്രമാവാൻ പ്രേരിപ്പിക്കുന്നു. ഞാനയാളായിരുന്നെങ്കിൽ, അയാളുടെ അവസ്ഥയിലായിരുന്നെങ്കിൽ എന്നോർത്താണ് ഇവിടെ നടൻ പൂർണമായും കഥാപാത്രമായി വികാരപ്രകടനം നടത്തുന്നത്. 'The Magic if' എന്ന് ഇതിനെ സ്റ്റാനിസ്ലാവിസ്കി വിളിക്കുന്നു. നസറുദ്ദീൻ ഷായെപ്പോലുള്ള മികച്ച നടന്മാർ പറയുന്ന മെത്തേഡ് ആക്റ്റിങ്ങ് ഇതിലധിഷ്ഠിതമാണ്. റഷ്യയിൽ നിന്ന് ഈ അഭിനയശൈലി അമേരിക്കയിലെത്തിയപ്പോൾ അവരാണ് അതിനെ മെത്തേഡ് ആക്റ്റിങ്ങ് എന്നു വിളിച്ചത്. ഇതിനെ തിരുത്തുകയാണ് സ്റ്റാനിസ്ലാവ്സ്കി മരിച്ച് രണ്ടുവർഷത്തിനുശേഷം വെവലോദ് മെയർ ഹോൾഡ് (1874 -1940) ചെയ്തത്. അകത്തെ വികാരങ്ങളല്ല, മുഖത്തെ മാംസപേശികളുടെ

നിയന്ത്രണമാണ് ഭാവാഭിനയമെന്ന് മെയർഹോൾഡ് വാദിച്ചു. 'ബയോ മെക്കാനിക്സ്' എന്ന് ഈ പുതുശൈലി അറിയപ്പെട്ടു. ഒരാൾ പുഞ്ചിരിക്കുമ്പോൾ അയാളുടെ മുഖത്തെ 32 മാംസപേശികൾ പ്രത്യേകതരത്തിൽ ഏകോപിക്കുന്നു. മനസ്സിൽ സന്തോഷമുണ്ടെങ്കിൽ ഈ ഏകോപനം സ്വാഭാവികമായി സംഭവിക്കുന്നു. മനസ്സിൽ സന്തോഷ മില്ലാതെതന്നെ മാംസപേശികളുടെ ഏകോപനം മുഖത്തു സാധിച്ച് പുഞ്ചിരി ക്കുന്നവനാണ് നടൻ. ഇതുതന്നെയാണ് നമ്മുടെ അഭിനയസിദ്ധാന്തവും പറയുന്നത്. ഈ സങ്കല്പത്തിലൂടെയാണ് ചാക്യാർ ഏകലോചനം എന്ന വിസ്മയകരമായ ഭാവാഭിനയപ്രകടനത്തിലേക്ക് എത്തിയത്. (പ്രേംനസീർ മുഖംകൊണ്ടു കാണിക്കുന്നത് താൻ ആസനംകൊണ്ടു കാണിക്കാമെന്ന് ഒരിക്കൽ പി.ജെ. ആന്റണി ക്ഷുഭിതനായി പറയുന്നത് കേട്ടിട്ടുണ്ട്. രണ്ടും മാംസപേശികൾകൊണ്ടുള്ള കളിതന്നെ. *ഇരുട്ടിന്റെ ആത്മാവ്* എന്ന ചിത്രത്തിന്റെ ഷൂട്ടിങ് ചെറുതുരുത്തിയിൽ നടക്കവേ, പ്രേംനസീർ വരാൻ വൈകിയപ്പോൾ മേയ്ക്കപ്പിട്ടു കാത്തിരുന്ന ആന്റണി അക്ഷമനും ക്ഷുഭിതനുമാവുകയാണുണ്ടായത്.)

5. കെ. അയ്യപ്പപ്പണിക്കർ 'പകലുകൾ, രാവുകൾ', *അയ്യപ്പപ്പണിക്കരുടെ കൃതികൾ*, സരസ്വതി സമ്മാൻ എഡിഷൻ, ഡി.സി. ബുക്സ്, കോട്ടയം, ഏപ്രിൽ 2006.

ബർത്ത് ഓഫ് എ നേഷൻ

ഇൻടോളറൻസ്

8

സിനിമ സ്വപ്നം ജീവിതം

"The caged bird sings
with a fearful trill
of things unknown
but longed for still
and his tune is heard
on the distant hill
for the caged bird
sings of freedom."

Maya Angelou[1]

ഗ്രിഫിത്തിനെ മറികടന്ന മഹാശയന്മാർ

ഗ്രിഫിത്തിന്റെ സിനിമാരാഷ്ട്രീയം എന്തുകൊണ്ട് സോവിയറ്റ് ചലച്ചിത്രകാരന്മാർ പരിഗണിച്ചില്ല എന്ന ചോദ്യം സ്വാഭാവികമാണ്. ഗ്രിഫിത്തിന്റെ ഏറ്റവും പ്രശസ്തമായ ചിത്രം *ബർത്ത് ഓഫ് എ നേഷൻ* ആണ്. അമേരിക്കയിലിത് രാഷ്ട്രീയവിവാദത്തിനു വഴിവെക്കുകയും ചെയ്തു. ബോക്സോഫീസിൽ ഗംഭീരവിജയംനേടിയ ചിത്രമാണത്. പക്ഷേ, ചിത്രത്തിൽ കറുത്തവർഗക്കാരെ മ്ലേച്ഛരായി ചിത്രീകരിച്ചുവെന്നായിരുന്നു പരാതി. പരാതിയെത്തുടർന്ന് ചിത്രത്തിലെ ചില രംഗങ്ങൾ മുറിച്ചുമാറ്റാൻ ഗ്രിഫിത്ത് തയ്യാറായി. എന്നു മാത്രമല്ല, തന്റെ അടുത്ത ചിത്രത്തിലൂടെ ഇതിനു പ്രായശ്ചിത്തം ചെയ്യാൻ ഗ്രിഫിത്ത് മടിച്ചില്ല. ഇത്തരത്തിലുള്ള സെൻസർഷിപ്പുകൾ അഭിപ്രായ സ്വാതന്ത്ര്യത്തെ തടയുന്നു എന്നൊരു പ്രസ്താവനയിറക്കാനും ഗ്രിഫിത്ത് മറന്നില്ല. *ഇൻടോളറൻസ്* എന്ന ഈ പ്രായശ്ചിത്തചിത്രത്തെ പഴയ ആവേശത്തോടെ സ്വീകരിക്കാൻ കാണികൾ ഒരുക്കമല്ലായിരുന്നു. *ഇൻടോളറൻസ്* ബോക്സോഫീസിൽ വൻ പരാജയമായിരുന്നു. പക്ഷേ, ഈ ചിത്രത്തിലാണ് ഗ്രിഫിത്തിന്റെ മൊണ്ടാഷ്പരീക്ഷണം ഏറ്റവും ഗംഭീരമാകുന്നത്. മനുഷ്യർക്ക് മനുഷ്യരോടുള്ള അസഹിഷ്ണുതയും അതുവഴിയുണ്ടാകുന്ന അനീതികളും കാണിക്കാനായി നാലു കഥാ

ധാരകളെ സമാന്തരമായി ഗ്രിഫിത്ത് ഈ ചിത്രത്തിൽ അവതരിപ്പിക്കുന്നു. അതും രണ്ടായിരത്തഞ്ഞൂറു വർഷത്തെ ചരിത്രഗാഥയായി. പാരലൽ മൊണ്ടാഷ് പൂർണതയിലെത്തുന്നത് ചരിത്രത്തിന്റെ ഈ സമാന്തരാ വതരണങ്ങളിലൂടെയാണ്. ദൃശ്യഭാഷ പൂർണ്ണവളർച്ചയിൽ എത്തുക യാണിവിടെ. രാഷ്ട്രീയത്തിനുപരി, ഗ്രിഫിത്ത് സിനിമയിൽ സാധിച്ച ഈ വിസ്മയങ്ങളാണ് സോവിയറ്റ് ചലച്ചിത്രകാരന്മാർ ശ്രദ്ധിച്ചത്. ഒരു ഷോട്ടിനും സ്വതന്ത്രമായ അർത്ഥമോ അസ്തിത്വമോ ഇല്ലെന്ന തങ്ങളുടെ നിലപാടുകൾക്കു സാധൂകരണവും നൽകി ഗ്രിഫിത്തിന്റെ എഡിറ്റിങ്ങ് രീതികൾ.

വിവാദങ്ങൾക്കിടയിലും ഗ്രിഫിത്തിന്റെ ചലച്ചിത്രപ്രതിഭയെ വിസ്മരിക്കാൻ വിമർശകർ തയ്യാറായിരുന്നില്ല. *ബർത്ത് ഓഫ് എ നേഷന്റെ* പേരിൽ ഗ്രിഫിത്തിനെതിരെ ആഞ്ഞടിച്ച പ്രശസ്ത ആഫ്രി ക്കൻ-അമേരിക്കൻ എഴുത്തുകാരിയും മനുഷ്യാവകാശ പ്രവർത്തകയു മായ ഇഡാ വെൽസടക്കമുള്ളവർ ഗ്രിഫിത്തിനെ വിമർശിച്ചത് ആ പ്രതിഭയെ മാനിച്ചുകൊണ്ടാണ്. "D.W. Griffith was a great artist and one of the leading geniuses in presenting photo play. That he should prostitute his talents in what would otherwise have had the finest picture presented, in an effort to msirepresent a helpless race has always been a wonder to me." എന്നാണ് ഇഡാ വെൽസ് ആത്മകഥയായ *Crusade for Justice*-ൽ പറയുന്നത്.[2] സോവിയറ്റ് ചല ച്ചിത്രകാരന്മാർ ശ്രദ്ധിച്ചത് ഇതായിരിക്കണം. അവർക്കു വേണ്ടിയിരുന്നത് ഗ്രിഫിത്തെന്ന പ്രതിഭയെ ആയിരുന്നു; അയാളുടെ രാഷ്ട്രീയമായ പാളിച്ചകളല്ലായിരുന്നു.

ഒരു ചിത്രത്തിലെ രാഷ്ട്രീയവൈകൃതത്തിന്റെ പേരിൽ ഗ്രിഫി ത്തിനെ തള്ളിപ്പറഞ്ഞാൽ പുത്തൻസിനിമയെന്ന തങ്ങളുടെ സങ്കല്പ ത്തിലേക്കെത്താനാവില്ലെന്നും സോവിയറ്റ് ചലച്ചിത്രകാരന്മാർ കണ്ടു. തൊട്ടയൽരാജ്യമായ ജർമനിയിൽ സിനിമാവൈകൃതം ഇതിലുമെത്രയോ അപകടകരമാണെന്നും അവർ കരുതി. 1923ലെ വിപ്ലവപരാജയത്തോടെ ജർമ്മൻ ജനത മിസ്റ്റിസിസത്തിലേക്കും ജീർണതയിലേക്കും വിചിത്രമായ ഫാന്റസികളിലേക്കും തിരിഞ്ഞു. ഇക്കാലത്തുണ്ടായ *നോസ് ഫെരാദു, ദ വാംപയർ, ദ വാണിങ്ങ് ഷാഡോസ്* തുടങ്ങിയ ജർമൻ എക്സ്പ്രഷണിസ്റ്റ് സിനിമകൾ ഈ മാനസികാവസ്ഥയുടെ പ്രതിഫല നങ്ങളായിരുന്നു. *The Cabinet of Dr. Caligari* (1920) എന്ന ചലച്ചിത്രമാണ് ഈ വൈകൃതത്തിന്റെ ഉച്ചസ്ഥായീരൂപം. റോബർട്ട് വീൻ സംവിധാനം ചെയ്ത ചിത്രത്തിൽ സിനിമയ്ക്ക് അന്യമായ സെറ്റുകളിലാണ് സംഭവങ്ങൾ നടക്കുന്നത്, നാടകത്തിലെന്നപോലെ. ആ സെറ്റുകൾതന്നെ വിചിത്രമായ രീതിയിൽ പെയിന്റുചെയ്ത് അൺ റിയലിസ്റ്റിക് ആക്കുകയും ചെയ്തിരിക്കുന്നു. അഭിനയശൈലിയും നാടകീയംതന്നെ.

ഇതൊരു കലാ കലാപമായിരിക്കാം. പക്ഷേ, കലാപം കലയ്ക്കുതന്നെ എതിരായിരിക്കുന്നു. കലയെ മുന്നോട്ടു കൊണ്ടുപോകുന്നില്ല ഈ കലാപം. (മലയാളത്തിലെ വിപ്ലവനാടകങ്ങളുടെ ചരിത്രം ഇവിടെ ഓർത്തുപോകുന്നു. ഈ നാടകങ്ങൾകൊണ്ടു വിപ്ലവം ഉണ്ടായില്ലെന്നു മാത്രമല്ല നാടകത്തിന് കച്ചവടത്തിന്റെ വഴി തുറന്നുകിട്ടുകയും ചെയ്തു. വിപ്ലവം ഉണ്ടായില്ല, നാടകവും രക്ഷപ്പെട്ടില്ല. പാർട്ടി വളർന്നു, നാടകം തളർന്നു. നമ്മുടെ വിപ്ലവപ്രസ്ഥാനങ്ങൾ മനുഷ്യച്ചങ്ങല തീർക്കും പോലെയാണിത്. ചങ്ങല പൊട്ടിച്ചെറിയാനാണ് ആചാര്യന്മാർ പറഞ്ഞത്. അനുയായികളാകട്ടെ ചങ്ങല തീർക്കുകയാണ് ചെയ്യുന്നത്. പുതിയ സിനിമ ഉണ്ടാക്കേണ്ടവർ അതിനുപകരം നാടകത്തിലേക്കു മടങ്ങി പ്പോകുന്നതും ഇതുപോലൊക്കെത്തന്നെ.)

വിപ്ലവാനന്തര സോവിയറ്റ് സിനിമയ്ക്ക് ഈ വഴി സ്വീകാര്യ മല്ലായിരുന്നു. അവർക്കു വേണ്ടത് പുതിയ സിനിമയാണ്. പുതിയ കാഴ്ചാസംസ്ക്കാരമാണ്. തങ്ങളുടെ പുതിയ ജീവിതാവസ്ഥയെ പുതിയ കാഴ്ചയിലൂടെ തിരിച്ചറിയാൻ ജനങ്ങളെ പ്രേരിപ്പിക്കുകയാണ് അവരുടെ ലക്ഷ്യം. കലയെ പുതുക്കലാണ്, വികൃതമാക്കി കലാപ ത്തിലേർ പ്പെടുകയല്ല കർത്തവ്യം. *The Cabinet of Dr. Caligari*-യെ, "The barbaric carnival of the destruction of the healthy human infancy of our art" എന്നു വിളിക്കുന്ന ഐസൻസ്റ്റീൻ തുടർന്നെഴുതുന്നു:

> "But it was chiefly another thing that held us back. Our spirit urged us towards life-amidst the people, into the surging actuality of a regenerating country. Expressionism passed into the formative history of our cinema, as a powerful factor-of repulsion."[3]

ആശയസംഘർഷങ്ങളുടെ പാതിരാവുകൾ

ജർമ്മൻ എസ്പ്രഷണിസത്തെ തള്ളി ഗ്രിഫിത്തിനെ ഉൾക്കൊ ണ്ടാണ് റഷ്യൻ ചലച്ചിത്രദർശനം മുന്നോട്ടുപോയത്. കൂടിച്ചേരുന്ന ഷോട്ടുകൾക്ക് സ്വന്തമായ അസ്തിത്വവും അർത്ഥവും നഷ്ടപ്പെടുമെന്ന, ഗ്രിഫിത്ത് പരോക്ഷമായും കുളെഷോവ് പ്രത്യക്ഷമായും കണ്ടെത്തിയ സത്യത്തിൽനിന്നുതന്നെയാണ് ഐസൻസ്റ്റീനും തുടങ്ങുന്നത്. വാക്കു കൾക്കും വർണ്ണങ്ങൾക്കും സംഭവിക്കുന്നതുതന്നെ ഷോട്ടുകൾക്കും സംഭവിക്കുന്നു. അർത്ഥാസ്തിത്വങ്ങൾ നഷ്ടപ്പെട്ട് അവ സ്വയം പുതു ക്കുന്നു. വാക്കും വർണ്ണവും ഷോട്ടും ഒരുപോലെ. പക്ഷേ, ഇവിടെ വെറു മൊരു കൂടിച്ചേരലല്ല നടക്കുന്നത്. ഷോട്ടുകൾ തമ്മിൽ നടക്കുന്നത് സംഘർഷമാണ്. ഈ സംഘർഷത്തിലൂടെ ഷോട്ടുകൾക്കതീതമായ ഒരാശയം ജനിക്കുന്നു. സിനിമ കാണിയുടെ മനസ്സിലാകുന്നു. കാരണം,

പുഡോവ്കിന്റെ മദർ എന്ന ചിത്രത്തിലെ ഒരു രംഗം

ഈ ആശയജനനം നടക്കുന്നത് അയാളുടെ മനസ്സിലാണ്, സ്ക്രീനിലല്ല. ഐസൻസ്റ്റീൻ, സഹയാത്രികനായ പുഡോവ്കിനോട് ഇവിടെ വിയോജിക്കുന്നു. ഇഷ്ടികകൾ അടുക്കുന്നതുപോലെയാണ് സംവിധായകൻ ഷോട്ടുകളെ വിന്യസിക്കുന്നതെന്നായിരുന്നു പുഡോവ്കിന്റെ വാദം. ഈ വാദത്തെ എതിർത്തുകൊണ്ട് ഐസൻസ്റ്റീൻ എഴുതുന്നു:

"In front of me lies a crumpled yellowed sheet of paper. On it is a mysterious note:

"Linkage-P" and "Collision-M"

This is a substantial trace of a heated bout on the subject of montage between P (Pudovkin) and E (myself.)

This has become a habit. At regular intervals he visits me late at night and behind closed doors we wrangle over matters of principle. A graduate of Kuleshov school, he loudly defends an understanding of montage as a *linkage* of pieces. Into a chain. Again, "bricks." Bricks, arranged in series to *expound* an idea.

I confronted him with my viewpoint on montage as a collision. A view that from *collision* of two given factors *arises* a concept.

From my point of view, linkage is merely a possible *special* case."[4]

അർദ്ധരാത്രി തുടങ്ങി നേരംപുലരുംവരെ നീളുന്ന ചലച്ചിത്ര സൈദ്ധാന്തികചർച്ചകൾ! ഒടുവിൽ പുഡോവ്ക്കിൻ തന്റെ വാദം അംഗീകരിച്ചതായും ഐസൻസ്റ്റീൻ പറയുന്നു. "So Montage is conflict" എന്ന് ഒടുവിൽ ഐസൻസ്റ്റീൻ പറഞ്ഞുറപ്പിക്കുന്നു. എത്രയോ രാത്രികൾ തർക്കിച്ചും ശങ്കിച്ചും പുലർന്നശേഷം!

ഫ്രെയിമിനകത്ത് നടക്കുന്ന സംഘർഷം ഒരു തലത്തിലല്ല, പല തലത്തിലാണ്. ലൈനുകൾപോലുള്ള ഗ്രാഫിക്സംഘർഷം മുതൽ ഫ്രെയിമിനകത്തെ ആഴങ്ങളുടെ സംഘർഷംവരെ. ക്ലോസ് ഷോട്ടു കളും ലോങ്ങ് ഷോട്ടുകളും തമ്മിൽ, ഷോട്ടുകൾക്കകത്തെ വസ്തു ക്കളുടെ വിന്യാസത്തിലുള്ള ഗ്രാഫിക് അല്ലെങ്കിൽ രേഖാതലത്തിലുള്ള സംഘർഷം, ഷോട്ടിനകത്തെ വെളിച്ചവും ഇരുട്ടും തമ്മിലുള്ള സംഘർഷം. ഇതെല്ലാം ചേരുമ്പോഴാണ് സിനിമാറ്റിക് ആശയപ്രകടനം സാദ്ധ്യമാകുന്നതെന്ന് ഐസൻസ്റ്റീൻ വാദിക്കുന്നു. ഈ വാദത്തിന്റെ അടിത്തറ ഹെഗലിന്റെ ആശയവാദമാണ്. വാദം, എതിർ വാദം. അവ ഏറ്റുമുട്ടുന്നു. അതിലൂടെ ഒരാശയം ജനിക്കുന്നുവെന്ന് ഹെഗൽ. കാൾ മാർക്സിന്റെ വൈരുദ്ധ്യാത്മകവാദത്തിന്റെ അടിത്തറയും ഹെഗലിയൻ ആശയവാദംതന്നെ.

ഇത്തരം സംഘർഷങ്ങളിലൂടെ സിനിമയിലെ ചലനം താളമായി മാറുന്നുവെന്നാണ് ഐസൻസ്റ്റീൻ തന്റെ പരീക്ഷണനിരീക്ഷണ ങ്ങളിലൂടെ കണ്ടെത്തുന്നത്. ഈ താളമാണ് സിനിമയെ കാണിയുടെ മനസ്സിലേക്കെത്തിക്കുന്നത്. താളമാണ് മനസ്സിനിഷ്ടം. സ്വസ്ഥത. താള ത്തിലൂടെ മാത്രമേ മനസ്സിൽ 'ആക്കാൻ' കഴിയൂ. പെയ്ന്റിങ്ങിനേക്കാൾ സിനിമയ്ക്ക് അടുപ്പം വാക്കുകളുടെ ഭാഷയോടാണെന്നും ഐസൻ സ്റ്റീൻ കണ്ടെത്തുന്നു. ചിത്രകലയിൽനിന്നു വ്യത്യസ്തമായ ഒരു ദൃശ്യഭാഷയാകുന്നു സിനിമയുടേത്. വാക്കിലും വരകളിലും വർണ്ണ ങ്ങളിലും ചലനമുണ്ട്, താളമുണ്ട്, സംഗീതവുമുണ്ട്. പക്ഷേ, വരവർണ്ണ ങ്ങളുടെ ചലനതാളങ്ങൾ അബ്സ്ട്രാറ്റാകുന്നു. സിനിമയിലുള്ളതു

ഇഡ വെൽസ്

പുഡോവ്കിൻ

പോലെ നേരിട്ടനുഭവിക്കാനാവുന്നില്ലത്. അത്രയ്ക്ക് ലയം അനുവദിക്കുന്നില്ല അത്. അതുകൊണ്ടാണ് സിനിമയ്ക്ക് ചിത്രകലയ്ക്കു കഴിയുന്നതിലധികം എളുപ്പത്തിൽ കാണിയുടെ മനസ്സിലെത്താനാവുന്നത്. ചിത്രപ്രദർശനം കാണുന്നവരേക്കാൾ അധികംപേർ സിനിമാപ്രദർശനം കാണാൻ പോകുന്നു. രസിക്കുകയും ചെയ്യുന്നു. മനുഷ്യമനസ്സിനോടടുപ്പം കൂടുതൽ സിനിമയ്ക്കാണ്. അതുകൊണ്ടാണ് ലെനിൻ സിനിമയെ കലകളിൽവെച്ച് ഏറ്റവും പ്രധാനപ്പെട്ടതെന്നു പറഞ്ഞതെന്നും ഐസൻസ്റ്റീൻ.

സിനിമയെപ്പോലെത്തന്നെ വാക്കുകളുടെ ഭാഷയും വരച്ച ചിത്രത്തേക്കാളധികം ശ്രോതാവിന്റെ മനസ്സിലെത്തുന്നു. സംസാരം സംഗീതമാകുന്നു. സിനിമയിലുള്ള അതേ ലയം. അതുകൊണ്ടാണ് സിനിമയ്ക്കു പോകുംപോലെതന്നെ ആളുകൾ കച്ചേരിക്കും ഗാനമേളയ്ക്കും പ്രഭാഷണത്തിനും പോകുന്നത്. ചിന്മയാനന്ദസ്വാമിയുടെ പ്രഭാഷണവും രങ്കനാഥാനന്ദസ്വാമിയുടെ പ്രഭാഷണവും ചെമ്പൈയുടെയും എം.ഡി. രാമനാഥന്റേയും കച്ചേരികൾ കേൾക്കുമ്പോലെ കേൾക്കാനായിട്ടുണ്ട്. രണ്ടും ഗീതതന്നെ. പക്ഷേ, ഒരേ രാഗവിസ്താരത്തിൽ രണ്ടു ലയം, രണ്ടു മണം, രുചി, സ്വാദ്, രണ്ടു ഭാവം, രണ്ടു ഗാംഭീര്യം, രണ്ടു രസം. പിന്നെ 'ഏതാ കൂടുതൽ രസ'മെന്ന തർക്കം. വിജയൻമാഷുടെയും അഴീക്കോടിന്റെയും പ്രഭാഷണങ്ങളും ഇതു

പോലെത്തന്നെ. ഇ.എം.എസ്സിന്റെ പ്രസംഗവും അതേത്തുടർന്നു സാംബശിവന്റെ കഥാപ്രസംഗവും എന്ന വളരെ വ്യത്യസ്തമായ ചേരുവയും നാമനുഭവിച്ചിട്ടുണ്ട്. സത്ബുദ്ധിയുള്ള സുമനസ്സുകളുടെ സംസാരം സംഗീതമാകുന്നു. മനുഷ്യൻ മനുഷ്യനോട് സംഗീതംപോലെ സംസാരിക്കുന്ന കാലംവരുമെന്ന് സ്വപ്നം പറഞ്ഞതാരാണ്?

1. Maya Angelou, *I Know Why the Caged Bird Sings* (Paperback), Virago Press Ltd., 26 January 1984.
2. *Crusade for Justice: The Autobiography of Ida B. Wells* (Negro American Biographies and Autobiographies), Paper back, Universtiy of Chicago Press (July 23, 1991.)
3. Sergie Eisenstien, 'Dickens, Griffith and the Film Today', *Film Form*, Harvest book, Harcourt Inc., NewYork, 1977, p.203.
4. Sergie Eisenstien, 'The Cinematographic Principle and the Ideogram', *Film Form*, p.39, Harvest Book, Harcourt Inc, NewYork, 1977, p.37.

ബാറ്റിൽഷിപ് പോട്ടംകിനിലെ ഒഡേസ സീക്വൻസ്

സാമുവൽ ബെക്കറ്റ്

ഷഡ്കാല ഗോവിന്ദമാരാർ

9 സിനിമ സ്വപ്നം ജീവിതം

"I have no experience of studio work and it is naturally in the scenerio and editing end of the subject that I am most interested. It is because I realise that the script is the function of it's means of realisation that I am anxious to make contact with your mastery of these... "

Samuel Beckett[1]

വെർത്തോവ് എന്ന വിമർശകൻ

1919ൽ സ്ഥാപിച്ച മോസ്ക്കോ ഫിലിം സ്കൂൾ അന്താരാഷ്ട്ര പ്രശസ്തി നേടാൻ അധികകാലം വേണ്ടിവന്നില്ല. ലോകത്തിലെ ആദ്യത്തെ ഫിലിം സ്കൂൾ എന്നതുമാത്രമായിരുന്നില്ല അതിന്റെ മഹിമ. ലോകംകണ്ട ഏറ്റവും മികച്ച ചലച്ചിത്ര ആചാര്യന്മാരായിരുന്നു അദ്ധ്യാപകർ. അവർ സിനിമ പഠിപ്പിക്കുന്നതിലേറെ സിനിമയെ കണ്ടെത്തുകയാണ് ചെയ്തിരുന്നത്. സിനിമയുടെ വ്യാകരണം രൂപപ്പെട്ടത് അവിടെനിന്നാണ്. ലോകോത്തര ക്ലാസിക്കുകൾ പലതും ഉണ്ടായതും അവിടെനിന്നുതന്നെ. ചലച്ചിത്രസിദ്ധാന്തങ്ങളുടെ ജന്മഭൂമിയും അവിടംതന്നെ. ചർച്ചകളിലൂടെ, തർക്കങ്ങളിലൂടെ ചലച്ചിത്രധാരണകൾ അവിടെ മാറിമറിഞ്ഞു. ചലച്ചിത്ര സൗന്ദര്യശാസ്ത്രത്തിന്റെ ഉള്ളറകൾ തുറന്നു. ചലച്ചിത്ര സൗന്ദര്യരഹസ്യങ്ങൾ തെളിഞ്ഞു. ലെവ് കുളെഷോവിന്റെ നേതൃത്വത്തിൽ സർഗി മിഖലോവിച്ച് ഐസൻസ്റ്റീൻ, പുഡോവ്ക്കിൻ, ഡോവ്ഷെങ്കോ തുടങ്ങിയ അദ്ധ്യാപകർ. ക്ലാസിക് ചിത്രങ്ങളുടെ രചയിതാക്കൾ. ആദ്യകാല ചലച്ചിത്രസിദ്ധാന്തങ്ങളുടെ നിർമ്മാതാക്കളും പ്രയോക്താക്കളും. സെർഗി പരായനേവ്, നികിതാ മിഖാൽക്കോവ്, ആന്ദ്രേ കൊഞ്ചലോവ്സ്കി, ആന്ദ്രേ തർക്കോവ്സ്കി - ലോകസിനിമയ്ക്ക് ശ്രദ്ധേയമായ സംഭാവനനൽകിയ പ്രമുഖരെല്ലാം - ഇവിടെനിന്ന് പഠിച്ചിറങ്ങിയവർ. മോസ്ക്കോ ഫിലിം സ്കൂൾ ലോകസിനിമയ്ക്കു തലമുറകളിലൂടെ നൽകിയ സംഭാവനകൾ അത്ഭുതകരമായിരിക്കുന്നു.

ഈ ആദ്യകാല അദ്ധ്യാപകരിൽ ഏറ്റവും ധിഷണാശാലി സെർഗി ഐസൻസ്റ്റീൻതന്നെയായിരുന്നു. കവിതയിലും ചിത്രകലയിലും നാടകത്തിലും സംഗീതത്തിലുമെല്ലാം ആഴത്തിൽ അവഗാഹമുള്ളയാൾ. (ഷേക്സ്പിയറും ഇബ്സണും കടന്ന്, ജാപ്പനീസ് പരമ്പരാഗത നാടകമായ നോ, കബൂക്കി എന്നിവയെക്കുറിച്ച് ഇയാൾ പറഞ്ഞു തുടങ്ങുമ്പോൾ ഇനി കൂടിയാട്ടം, കഥകളി എന്നുകൂടി പറഞ്ഞു പോകുമോയെന്നു പേടിച്ചുപേടിച്ചിരുന്നിട്ടുണ്ട്, ഉറക്കമൊഴിഞ്ഞ വായനകൾക്കിടയിൽ)[2] തങ്ങൾ തിരയുന്ന ചലച്ചിത്രകലയെക്കുറിച്ച് കണിശമായ ബോദ്ധ്യമുള്ളയാൾ. തന്റെ ബോദ്ധ്യങ്ങളുറപ്പിക്കാൻ ആരുമായും സംവാദത്തിനു തയാറുള്ളയാൾ. ക്ലാസുകളെത്തന്നെ സംവാദ വേദിയാക്കിയയാൾ. അച്ഛൻ എൻജിനീയറായിരുന്നു; യാഥാസ്ഥിതികനും. അച്ഛന്റെ പാത പിന്തുടർന്ന് എൻജിനീയറിങ്ങിനു പഠിക്കാൻ പോയി. അപ്പോഴേക്കും ഒക്ടോബർവിപ്ലവമായി. അച്ഛന്റെ എതിർപ്പവഗണിച്ച് പഠിപ്പുപേക്ഷിച്ചു. റെഡ് ആർമിയിൽ ചേർന്നു. വിപ്ലവാനന്തരം മേയർ ഹോൾഡിനൊപ്പം നാടകപ്രവർത്തകനായി. പിന്നെ കുളെഷോവിന്റെ ശിഷ്യനായി സിനിമ പഠിച്ചു. കുളെഷോവിന്റെ ആദ്യകാല ചലച്ചിത്രസങ്കല്പങ്ങളെ മുന്നോട്ടുകൊണ്ടുപോയത് ഐസൻസ്റ്റീനായിരുന്നു. മൊണ്ടാഷ് സങ്കല്പത്തെ സിദ്ധാന്തമാക്കി വളർത്തിയതും മറ്റാരുമല്ല. മൊണ്ടാഷ് എന്ന പ്രക്രിയയെ സംബന്ധിച്ച് പുഡോവ്കിനുമായി നിരന്തരസംവാദത്തിലേർപ്പെട്ട് തന്റെ ബോദ്ധ്യം ഉറപ്പിച്ചശേഷമാണ് ഐസൻസ്റ്റീൻ സിദ്ധാന്തങ്ങളിലേക്കു കടക്കുന്നത്.

പക്ഷേ, ഐസൻസ്റ്റീനുമായി ഏറ്റവും ശണ്ഠ കൂടിയിട്ടുള്ളത് സിഗാ വെർത്തോവാണ്. വെർത്തോവ് കഥാചിത്രസങ്കല്പത്തിനു തന്നെ എതിരായിരുന്നു. കിനോ പ്രവ്ദ (കിനോ=സിനിമ, പ്രവ്ദ= സത്യം.) എന്ന സങ്കല്പത്തിനു രൂപംനൽകിയ വെർത്തോവ്, സിനിമ സ്വപ്നം പറയരുതെന്നും സത്യം പറയണമെന്നും വാദിച്ചു. (സോവിയറ്റ് കമ്മ്യൂണിസ്റ്റ് പാർട്ടിയുടെ മുഖപത്രമായിരുന്നു *പ്രവ്ദ*. ആ പത്രത്തിൽ സത്യമൊഴിച്ചെല്ലാമുണ്ടെന്നായിരുന്നുവെന്ന് കമ്മ്യൂണിസ്റ്റ് വിരുദ്ധരുടെ അക്കാലത്തെ തമാശ.) *ദ മാൻ വിത്ത് ദ മൂവിക്യാമറ* എന്ന പ്രശസ്ത ചിത്രത്തിലൂടെ വെർത്തോവ് തന്റെ ചലച്ചിത്ര സത്യാന്വേഷണം തെളിയിക്കുകയും ചെയ്തു. ന്യൂസ്റീൽ എന്ന സങ്കല്പവും വെർത്തോവിന്റേതാണ്. (ന്യൂസ്റീൽ എന്താണെന്ന് ഇന്ന് എത്ര പേർക്കറിയുമോ എന്തോ. ടെലിവിഷനും ന്യൂസ്ചാനലുമൊക്കെ ഉണ്ടാകുംമുമ്പ് വാർത്തകൾ ഞങ്ങൾ ദൃശ്യങ്ങളായിക്കണ്ടത് ന്യൂസ് റീലുകളിലൂടെയാണ്. സിനിമ തുടങ്ങുംമുമ്പ് ന്യൂസ്റീൽ. ന്യൂസ്റീൽ കാണാൻ സിനിമയ്ക്കുപോയ അവസരങ്ങൾ ധാരാളം. പ്രധാനമന്ത്രി ഡാമുകൾ ഉദ്ഘാടനം ചെയ്യുന്നത് നേരിട്ടുകണ്ടത് അങ്ങനെയാണ്. ലൈവ് ടെലികാസ്റ്റ് ഇല്ലാത്ത കാലത്തെ ഏക ആശ്രയം.ഇന്നത്തെ ന്യൂസ് ചാനലുകളുടെ ആദിരൂപമത്രേ അന്നത്തെ ന്യൂസ്റീൽ.)

ഐസൻസ്റ്റീനോളംതന്നെ വെർത്തോവും ലോകസിനിമയിൽ ശ്രദ്ധേയനായി. ഫ്രഞ്ച് ന്യൂവേവ് സംവിധായകരായ ഗൊദാർദ്, ഗോറിൻ എന്നിവർ വെർത്തോവിന്റെ ചലച്ചിത്രസത്യാന്വേഷണം തുടരുകയും ചെയ്തു. *ലെറ്റർ ടു ജെയ്ൻ* എന്ന ഇവരുടെ ചിത്രംതന്നെ ഇത്തരമൊരു വെർത്തോവിയൻ സത്യാന്വേഷണമത്രേ. വെർത്തോവിനോടും പുഡോവ്ക്കിനോടുമെന്നപോലെ ഗുരുവായ കുളെഷോവിനോടും ഐസൻസ്റ്റീനു അഭിപ്രായഭിന്നതയുണ്ടായിരുന്നു. ആദ്യകാല ചിത്രങ്ങളിൽ ഐസൻസ്റ്റീൻ നടന്മാരെ ഉപയോഗിച്ചിരുന്നില്ല. ഹോളിവുഡ്ഡിന്റെ താരസമ്പ്രദായത്തിനെതിരായിരുന്നു ഐസൻസ്റ്റീൻ. കുളെഷോവ് ഈ നിലപാടിനെതിരായിരുന്നു. നല്ല നടന്മാർ സിനിമയ്ക്ക് അനിവാര്യമാണെന്നായിരുന്നു കുളെഷോവിന്റെ പക്ഷം. സംവാദങ്ങൾക്കൊടുവിൽ ഐസൻസ്റ്റീൻ തന്റെ വാദങ്ങളംഗീകരിച്ചതായും കുളെഷോവ് പറയുന്നു. *അലക്സാണ്ടർ നെവ്സ്കി, ഐവാൻ ദ ടെറിബിൾ* എന്നീ അവസാന കാലചിത്രങ്ങളിൽ ഐസൻസ്റ്റീൻ പ്രശസ്തരായ നടന്മാരെ ഉപയോഗിച്ചിരുന്നു.

ഈ സംവാദങ്ങളും അഭിപ്രായഭിന്നതകളും വ്യക്തിപരമായിരുന്നില്ല; മറിച്ച് വളരെ ക്രിയാത്മകമായിരുന്നു. വ്യക്തിപരമായ വിദ്വേഷങ്ങളൊന്നും ഇവ ബാക്കിയിട്ടില്ല. ഐസൻസ്റ്റീന്റെ *ബാറ്റിൽ ഷിപ്പ് പോട്ടെംകിന്റെ* പ്രദർശനത്തിനുശേഷം ചിത്രം വിലയിരുത്താൻ കാണികളോട് പറഞ്ഞപ്പോൾ ക്യാമറാമാനായ ടിസ്സെയക്ക് എക്സലെന്റ് എന്നും സംവിധായകനായ ഐസൻസ്റ്റീന് സാറ്റിസ്ഫാക് റ്ററി എന്നുമാണ് താൻ റേറ്റിങ്ങ് നൽകിയതെന്ന് കുളെഷോവ് പറയുന്നു. നടന്മാരെ ഉപയോഗിക്കാനുള്ള ഐസൻസ്റ്റീന്റെ വിമുഖതതന്നെ കാരണം. തന്റെ ടൈപ്പേജ് സിദ്ധാന്തപ്രകാരമാണ് ഐസൻസ്റ്റീൻ അഭിനേതാക്കളെ തെരഞ്ഞെടുത്തിരുന്നത്. അവരുടെ പ്രകടനം തനിക്കത്ര പിടിച്ചില്ല എന്ന് കുളെഷോവ്. അതിനു കാരണക്കാരൻ സംവിധായകനാണെന്നും കുളെഷോവ്.

> "Eisenstien was not offended by my appraisal of his work, but he did not seem interested in what I thought about actors. Nor did I at that time understand that this great film with it's genuine revolutionary ardour and unequalled montage marked an epoch in the history of Soviet and international film."[3]

ഇതേ നിലപാടുതന്നെ ഐസൻസ്റ്റീനുമായി തീരാഭിന്നത സൂക്ഷിച്ച സിഗാ വെർത്തോവും വ്യക്തമാക്കുന്നു.

> "At that time Sergie Mikhailovich Eisenstien still held our work in respect. He was present at every screening, every discussion of Kinopravda. We are not

> greatful to Sergie Mikhailovich, though we respected his mind, his talent. We fought with him. But respected his talent."[4]

ചലനം ദൃശ്യതാളമാകുമ്പോൾ

ചലിക്കുന്ന ചിത്രത്തിനു ചലനംമാത്രം പോര, താളവും വേണമെന്ന് ഐസൻസ്റ്റീൻ അറിഞ്ഞു. താളമാണ് എന്തെങ്കിലുമൊന്നിൽ മനസ്സിരുത്താൻ ഒരുവനെ പ്രേരിപ്പിക്കുന്നത്. ചലിക്കുന്ന കളിപ്പാട്ടങ്ങളുടെ ബാല്യം പലർക്കും അന്യമായിരിക്കാം. പക്ഷേ, കടലാസോ തെങ്ങോലയോ ഈർക്കിലിൽ കുത്തി ഇല്ലാക്കാറ്റിനെതിരെ അറിയാ ഓട്ടം ഓടി പമ്പരം കറക്കാത്തവരില്ല. ചലനതാളങ്ങളുടെ അതിസൂക്ഷ്മലയമാണ് ആ പമ്പരലഹരി. മാനത്തു പറക്കുന്ന പട്ടത്തിനുണ്ട്, പരുന്തിനെപ്പോലെ രാഗാലാപനത്തിന്റെ അലസസ്വച്ഛവിസ്തൃതതാളം. (പാലക്കാൻ ചുരംകടന്ന് ചാലക്കുടിപ്പുഴവരെ വീശിയിരുന്ന പഴയ വൃശ്ചികക്കാറ്റ് അടഞ്ഞ വാതിലിനിടയിലൂടെ താളാത്മകമായ സംഗീതം പൊഴിക്കുമായിരുന്നു. റേഡിയോ പോലുമില്ലാത്ത കുട്ടിക്കാലത്തെ വൃശ്ചികരാത്രിയുടെ സംഗീതമായിരുന്നു അത്. ആ കാറ്റ് ഇപ്പോൾ എന്തുകൊണ്ടോ തൃശ്ശൂരിൽ ഇല്ലാതായിരിക്കുന്നു. വൃശ്ചികരാത്രികൾ സംഗീതശൂന്യമായിരിക്കുന്നു. പകരം കുട്ടികൾ മൊബൈൽസംഗീതം കേട്ടുറങ്ങുന്നു.)

താളത്തിലേക്കുവരുംമുമ്പ് ചലിക്കുന്ന ചിത്രത്തിലെ സൂക്ഷ്മാംശങ്ങളെ കണ്ടെത്തുന്നു ഐസൻസ്റ്റീൻ. ഷോട്ടുകൾ തമ്മിലുള്ള സംഘർഷം എന്നു താൻ പണ്ട് ഒഴുക്കനായി പറഞ്ഞതിലപ്പുറം ചിലത് അവിടെ കണ്ടെത്തുകയും ചെയ്യുന്നു. ഓരോ ഷോട്ടിനകത്തും വിരുദ്ധങ്ങളായ ഘടകങ്ങളുണ്ടെന്നും ഇവ തമ്മിലാണ് സംഘർഷമെന്നും തിരിച്ചറിയുന്നു. ഷോട്ടുകൾ ചേർന്നുണ്ടാകുന്ന മൊണ്ടാഷ്, ഈ സംഘർഷങ്ങളിലൂടെയാണ് കാണികളുടെ മനസ്സിൽ ആശയങ്ങളെത്തിക്കുന്നത്; വികാരങ്ങൾ സൃഷ്ടിക്കുന്നത്. ഇതേ സംഘർഷങ്ങൾതന്നെയാണ് ചലിക്കുന്ന ചിത്രങ്ങളിലെ ചലനത്തെ താളമാക്കുന്നതും.

കാലത്തെ മുറിക്കുമ്പോഴാണ് താളമാകുന്നത്. താളത്തിൽ കൊട്ടുന്ന കൈകൾ, തമ്മിൽ മുട്ടിയകന്ന് വീണ്ടും മുട്ടുന്നതിനിടയ്ക്ക് കാലം മുറിയുന്നു. അതു കൈകൊട്ടിത്താളമാകുന്നു. താളത്തിന്റെ കണക്ക് കാലത്തിൽ പറയുന്നതും അതുകൊണ്ടാണ്. ഒന്നാം കാലം, രണ്ടാം കാലം, മൂന്നാം കാലം, നാലാം കാലം തുടങ്ങി ഗോവിന്ദ മാരാരുടെ ഷട്കാലം വരെ[4] താളത്തെ കാലത്തിലളന്നു പോരുന്നു. പതിഞ്ഞ താളത്തിൽനിന്ന് മേളം കൊട്ടിക്കയറുമ്പോൾ കാലം പെരുകുന്നു. പെരുകിപ്പെരുകി പിരിമുറുകുന്നു. കാലം മുറിയുംപോലെ ഷോട്ടുകളും മുറിയുന്നു.

ഷോട്ടുകളുടെ ദൈർഘ്യം അവയുടെ കാലദൈർഘ്യംതന്നെയാണ്. ഡ്യൂറേഷൻ. അങ്ങനെ പല ദൈർഘ്യത്തിലുള്ള ഷോട്ടുകളെ തമ്മിൽ ചേർക്കുമ്പോൾ ഈ ദൈർഘ്യവ്യത്യാസം ഷോട്ടുകളിലെ വൈരുദ്ധ്യ മാവുന്നു. അവ തമ്മിലൊരു സംഘർഷം ഉടലെടുക്കുന്നു. ഇങ്ങനെ കൂട്ടി ച്ചേർത്ത ഷോട്ടുകളെ ഒന്നിച്ചു കാണുന്നയാൾ ഒരു ദൃശ്യ താളം അനുഭവി ക്കുന്നു. മ്യൂസിക് വീഡിയോ, ബാഹ്യതാളത്തിനൊപ്പിച്ചോ അതിനോടി ടഞ്ഞോ ദൃശ്യതാളമുണ്ടാക്കുന്നത് ഇങ്ങനെയാണ്. ഷോട്ടുകളെ ഇങ്ങനെ ചേർക്കുന്നതിനെ ഐസൻസ്റ്റീൻ മെട്രിക് മൊണ്ടാഷ് എന്നു വിളിച്ചു. മീറ്റർ നീളത്തിന്റെ അളവാണ്. നീളത്തിന്റെ അല്ലെങ്കിൽ സമയദൈർഘ്യ ത്തിന്റെ വൈരുദ്ധ്യസംഘർഷങ്ങളിലൂടെ സാധിക്കുന്ന മൊണ്ടാഷ് മെട്രിക് മൊണ്ടാഷ്. കാണി ഇതനുഭവിക്കുന്നത് ദൃശ്യതാളമായിട്ടാണ്.

ചലനങ്ങൾ, നോട്ടങ്ങൾ

ഷോട്ടുകൾക്കകത്തെ യഥാർത്ഥ ചലനം രണ്ടുതരമുണ്ടെന്നും ഐസൻസ്റ്റീൻ കണ്ടെത്തുന്നു. ഫ്രെയിമിനകത്തെ വസ്തുക്കളുടെ ചലനം. ക്യാമറയുടെ ചലനം. ഈ ചലനങ്ങളിലും വൈരുദ്ധ്യമാകാം. ഇവ തമ്മിലുമാകാം സംഘർഷം. ഇടത്തോട്ടു പറക്കുന്ന പക്ഷിയും വലത്തോട്ടു പറക്കുന്ന പക്ഷിയുമാകാം. പടികയറുന്നയാളും പടി യിറങ്ങുന്ന ആളുമാകാം. ഈ കയറ്റിറക്കങ്ങളുടെ വേഗതയിലുമാകാം വൈരുദ്ധ്യം; സംഘർഷവും. ഫ്രെയിമിന്റെ സമാന്തരരേഖയിലൂടെ വല ത്തോട്ടും ഇടത്തോട്ടും ക്യാമറ ചലിക്കാം. പാനിങ്ങ് എന്നു വിളിക്കുന്ന ഈ ചലനം കണ്ണുകളുടെ സാധാരണചലനംപോലെയാണ്. ലോകത്തെ നാം നോക്കുന്നത് പാനിങ്ങിലൂടെയാണ്. അതുകൊണ്ട് എന്റെ കാലിലെ ചെളി നിങ്ങൾ കാണുന്നില്ല. എന്റെ മുഖത്തെ കരി നിങ്ങൾ കാണുകയും ചെയ്യും. കാരണം എന്റെ കാലുകൾ നിങ്ങളുടെ പാനിങ്ങ് കാഴ്ചയിൽ വരുന്നില്ല. മുഖം വരുകയും ചെയ്യുന്നു. അപൂർവ സന്ദർഭങ്ങളിലാണ് കണ്ണ് മുകളിലേക്കും താഴോട്ടും നോക്കുന്നത്. ക്യാമറയുടെ ഇത്തരത്തിലുള്ള നോട്ടത്തെ ടിൽട്ട് അപ്പ് എന്നും ടിൽട്ട് ഡൗൺ എന്നും പറയുന്നു. പച്ചമലയാളത്തിൽ അടിമുടി നോട്ടം. ഈ നോട്ടം അപൂർവമായതിനാൽ അതിനു വ്യത്യസ്തമായ അർത്ഥതലങ്ങളുമുണ്ട്. തെറ്റുകാരിയായ മകളെ നോക്കുമ്പോൾ മുഖത്തുനിന്ന് താഴോട്ടാകും നോട്ടം. മുഖത്ത് നോട്ടം അല്പനേരം നിന്നിട്ടാകും താഴോട്ടുള്ള പോക്ക്. ഉപേക്ഷിച്ചുപോയ കാമുകി തിരിച്ചുവരുമ്പോൾ നോട്ടം മറിച്ചാവുന്നു. അവളുടെ മുഖം കാണാൻ താല്പര്യം കുറവാകയാലാണിത്. അതുകൊണ്ട് നോട്ടം കാലിൽനിന്ന് മുകളിലേക്കാവുന്നു. ചലച്ചിത്ര സന്ദർഭമനുസരിച്ച്, യുക്തിയനുസരിച്ച്, ഈ അർത്ഥതലങ്ങൾ നോക്കിയാണ് ക്യാമറ ചലിക്കുന്നത്. സിനിമയുടെ യുക്തി പലപ്പോഴും ജീവിതത്തിന്റെ യുക്തിതന്നെയാകുന്നു. കണ്ണിന്റെ യുക്തിതന്നെ ക്യാമറയ്ക്കും.

ഫ്രെയിമിനകത്തെ ചലനങ്ങളുടെ, ഫ്രെയിമിനകത്തുള്ള വസ്തുക്കളുടെയോ അവയെ കാണുന്ന ക്യാമറയുടേയോ ചലനങ്ങളുടെ, വൈരുദ്ധ്യസംഘർഷങ്ങളിലൂടെ സാധിക്കുന്ന മൊണ്ടാഷിനെ ഐസൻസ്റ്റീൻ റിഥമിക് മൊണ്ടാഷ് എന്നു വിളിച്ചു. മെട്രിക്, റിഥമിക് മൊണ്ടാഷുകളിലൂടെ വല്ലാത്തൊരു സംഘർഷം കാണിയുടെ മനസ്സി ലുണ്ടാക്കാനാവുന്നു. ഈ മൊണ്ടാഷ് ശൈലികളുടെ അതിപ്രഗത്ഭമായ പ്രയോഗമാണ് *ബാറ്റിൽഷിപ്പ് പോട്ടെംകിനി*ലെ ഒഡേസ സീക്വൻസിൽ ഐസൻസ്റ്റീൻ സാധിച്ചത്. ലോകസിനിമയിലെ എക്കാലത്തേയും മികച്ച സീക്വൻസുകളിലൊന്നത്രേ ഒഡേസ സീക്വൻസ്. നൂറുതവണ കണ്ടിട്ടും ഓരോ ഷോട്ടും കാണാപ്പാഠമായിട്ടും ഇപ്പോഴും ഇതു കാണുമ്പോൾ നെഞ്ചിടിക്കുന്നു. ഇത് സിനിമയിൽ അത്ര സാധാരണമല്ല. അസാധാരണമാണത് ഏതു കാഴ്ചാനുഭവത്തിലും.

●

1. 1936 മാർച്ചിൽ പ്രശസ്ത ഐറിഷ് നാടകകൃത്തായ സാമുവൽ ബക്കറ്റ്, മോസ്‌ക്കോ ഫിലിം സ്കൂളിൽ പ്രവേശനത്തിനായി അയച്ച അപേക്ഷയിൽനിന്ന്. അപേക്ഷയുടെ പൂർണരൂപം:

6 Clare Street
Dublin, Irish Free State,
2/3/36
Monsier,

I write to you on advise of Mr Jack Isacc of London, to ask to be considered for admission to Moscow State School of Cinematography.

Born in 1906 in Dublin and `educated' there. 1928-30 lecteur d'angalis at Ecole Normale Paris. Worked with Joyce, collaborated in French translation of part of his work in progress (N.R.F., May 1931) and in critical symposium concerning same (Our Examination etc...) published 'Proust' (essay, Chatto & Windus, London, 1931) More Pricks Than Kicks (short stories. 1934) Echo's Bones (poems, Europa Press, Paris 1935)

I have no experience of studio work and it is naturally in the scenerio and editing end, of the subject that I am most interested. It is because I realise that the script is the function of it's means of realisation that I am anxious to make contact with your mastery of these, and beg you to consider me a serious cine'aste worthy of admission to your School. I could stay a year at least.

Veuilliez agr'eer mes meilleurs hommages

Samuel Beckett

1936 അവസാനത്തിലയച്ച ഈ അപേക്ഷ പക്ഷേ, ഐസൻസ്റ്റീൻ കണ്ടില്ല. ഐസൻസ്റ്റീൻ ചിക്കൻപോക്സ് പിടിച്ചു കിടപ്പിലായിരുന്നു. പിന്നീട് *ബെസിൻ മെഡോ* എന്ന ചിത്രത്തിന്റെ പണിത്തിരക്കിലുമായി. കണ്ടിരുന്നെങ്കിൽ ഐസൻസ്റ്റീൻ ഈ അപേക്ഷ ശ്രദ്ധിക്കുമായിരുന്നു. ബക്കറ്റ് മോസ്ക്കോ സ്കൂളിൽ നിന്ന് സിനിമ പഠിക്കുകയും ചെയ്യുമായി രുന്നു. പിന്നെ എന്താകുമായിരുന്നോ എന്തോ! *വെയ്റ്റിങ്ങ് ഫോർ ഗോദോയാണ്* ബക്കറ്റിന്റെ പ്രശസ്ത നാടകം. ഇത് ബക്കറ്റ്തന്നെ സിനിമയാക്കുമായിരുന്നോ എന്തോ!

Ref: *Eisenstien Two, A Premature Celebration of Eisenstien's Centenary*, Jay Leyda (ed.), Seagull Books, Culcutta, 1985.p.59

2. ഹോളണ്ടിലെ പ്രശസ്ത ഡോക്യുമെന്ററി ചലച്ചിത്രകാരനായ ജോറിസ് ഇവൻസ് മോസ്കോവിൽ ഐസൻസ്റ്റീന്റെ വീട്ടിൽച്ചെന്ന കഥ വിവരിക്കുന്നതിങ്ങനെ. "When I arrived in Moscow I was taken to Eisenstein's apartment. Eisenstein had just left on his European trip which was followed by his trip to America. For a film enthusiast, the Eisenstein apartment was a wonderful place to be. It was actually one large room crammed with books in six languages and pictures from every century." Joris Ivens, *The Camera and I,* International Publishers, New York, 1974,p51.
3. Lev Kuleshov, *Fitfy Years in Films*, Raduga Publishers, Moscow 1987, p.252
4. Dziga Vertov, *Kino Eye*, Universtiy of California Press, Los Angeles, 1984, p.145.
5. സ്വാതിതിരുനാളിന്റെ സമകാലികനായിരുന്നു ഷഡ്കാല ഗോവിന്ദമാരാർ. മാരാരുടെ ആറുകാലത്തിലുള്ള ആലാപനവൈദഗ്ദ്ധ്യം കേട്ടിട്ടാണ് ത്യാഗരാജസ്വാമികൾ 'എന്തരോ മഹാനുഭാവുലു' എന്ന കീർത്തനം എഴുതിയെന്നാണ് കഥ.

ശാകുന്തളം ഒന്നാമങ്കത്തിലെ ശ്ലോകം പ്രേംജിയുടെ കൈപ്പടയിൽ

ഒഡേസ പടവുകൾ ഇന്നൊരു വിനോദസഞ്ചാരകേന്ദ്രമാണ്

10

"I am in a cage suspended from time."

Octavio Paz[1]

അവിചാരിതം എന്ന അനുഗ്രഹം

ഷൂട്ടിങ്ങിനിടയിൽ അവിചാരിതമായി സംഭവിക്കുന്നതിന് സൗന്ദര്യംകൂടുമെന്ന് മണി കൗൾ. ഫ്രെയിമിനകത്ത് സംവിധായകൻ സങ്കല്പിക്കുന്ന സമയം അല്ലെങ്കിൽ കാലമല്ല ആ ഫ്രെയിം ചിത്രീകരിക്കുമ്പോൾ കടന്നുപോകുന്ന യഥാർത്ഥസമയം. ഷൂട്ടിങ്ങ് നടക്കുന്നത് യഥാർത്ഥസമയത്താണ്. 2014 ഡിസംബർ 31-നു പത്തുമണിക്കു ശേഷം എന്ന മട്ടിൽ രേഖപ്പെടുത്താവുന്ന സമയമാണത്. ഫ്രെയിമിനകത്ത് സങ്കല്പിച്ചിട്ടുള്ളത് നൂറുവർഷം പഴയതായ കാലമായിരിക്കാം. ഈ പഴയകാലത്തെ യഥാർത്ഥസമയത്ത് ചിത്രീകരിക്കുമ്പോൾ അവിചാരിതമായ ചിലതൊക്കെ സംഭവിക്കാമെന്ന് മണികൗൾ. എല്ലാ തയ്യാറെടുപ്പുകൾക്കും വിശദമായ പ്ലാനിങ്ങിനുംശേഷം, അവിചാരിതമായ അത്ഭുതങ്ങൾക്കായുള്ള കാത്തിരിപ്പാണ് തനിക്ക് ഷൂട്ടിങ്ങെന്നും മണികൗൾ.[2] ഓരോ ഷോട്ടും സ്ഥലത്തെ (space) മാത്രമല്ല സമയത്തെയും (time) ഫ്രെയിമിലാക്കുന്നു. ഈ സ്ഥലകാലങ്ങളിലാണ് അവിചാരിതയ്ക്കുള്ള സാദ്ധ്യത. ജീവിതത്തിലും സ്ഥലകാലങ്ങളിലെ അവിചാരിതകൾ നിരവധി. കാത്തിരിക്കാറില്ല ഈ അവിചാരിതകളെയാരും എന്നതാണ് സത്യമെങ്കിലും, അതുകൊണ്ടുതന്നെ അവയ്ക്ക് ലഹരി കൂടുന്നു. അവിചാരിതമായി ജനൽപടിയിൽ ഒരു കുരുവി, അറിയാതാരോ മൂളിയൊരു പാട്ട്, പെട്ടെന്നൊരു സ്നേഹസ്പർശം, സാന്ത്വനത്തിന്റെ ഒരു തെളിവാക്ക്, നോട്ടം, പുഞ്ചിരി!

ഈ എഴുത്തിന്റെ ഭാഗമായി ഏകലോചനം എന്ന നാട്യവിദ്യ വിശദീകരിക്കാൻ *ശാകുന്തള*ത്തിലെ ഒരു ശ്ലോകം വേണമായിരുന്നു. സംസ്കൃതം അറിയില്ല. ചോദിക്കാവുന്നവരായ സംസ്കൃതപണ്ഡിതരെയും അറിയില്ല. അച്ഛനടക്കം, അറിയുന്ന പണ്ഡിതരൊക്കെ മരിച്ചുപോയി. നിസ്സഹായതയിൽ വലഞ്ഞ്, യാതൊരു പ്രതീക്ഷയുമില്ലാതെ ബുക്ക്ഷെൽഫിലെ പുസ്തകങ്ങളോരോന്നെടുത്ത് അലസമായി മറിച്ചു

കൊണ്ടിരുന്നു, മരിച്ചവരാരെങ്കിലും തിരിച്ചുവരണേയെന്ന് പ്രാർ ത്ഥിച്ചു കൊണ്ട്. പെട്ടെന്ന് ഒട്ടും പ്രസക്തമല്ലാത്ത ഒരു പുസ്തകത്തി നുള്ളിൽ നിന്ന് പഴകി മഞ്ഞച്ച് ദ്രവിച്ചുതുടങ്ങിയ ഒരു കടലാസ്. എനി ക്കാവശ്യമുള്ള ശ്ലോകം അച്ഛൻ സ്വന്തം കൈപ്പടയിലെഴുതി, അർ ത്ഥവും എഴുതിവെച്ചിരിക്കുന്നു! അക്ഷരങ്ങളിൽ ചിലത് വെള്ളംവീണ് മഷിയൊലിച്ചിരിക്കുന്നു. അച്ഛനിത് എന്തിനു തന്നെന്നോ എന്തുകൊണ്ടു തന്നെന്നോ അറിയില്ല. എന്റെ നിസ്സഹായതയറിഞ്ഞ് അച്ഛനതാ ആ ശ്ലോകം കൊണ്ടുതന്നിരിക്കുന്നു എന്നുമാത്രമറിയാം. മൂർദ്ധാവിൽ ഉള്ളംകൈയിന്റെ ഇളംതണുപ്പനുഭവപ്പെട്ടു. കണ്ണു നിറഞ്ഞു. ഇത്തരം, ആരെന്നുമെന്തെന്നുമറിയാത്ത അവിചാരിതകളാണ്, ആകസ്മികതക ളാണ് മതാതീതമായ, ആരെയും ബോദ്ധ്യപ്പെടുത്തേണ്ടതില്ലാത്തത്ര യഥാർത്ഥമായ ആത്മീയാനുഭവമാകുന്നത്.

ലോകസിനിമയിലെ ക്ലാസിക് സീക്വൻസുകളിലൊന്നായ ഒഡേസ പടവുകൾ സംഭവിച്ചതും ഒരല്പം അവിചാരിതമായിട്ടാണ്. അവിചാരിതമായി തുടങ്ങി അനന്തമായി തുടർന്ന് അതിഗംഭീരമായി അവസാനിച്ചപ്പോൾ അതിന്റെ സ്രഷ്ടാവും വല്ലാത്തൊരു ആത്മീയത അനുഭവിച്ചുകാണണം. ലോകസിനിമയെ 89 വർഷത്തിനിപ്പുറം ഇന്നും സ്വാധീനിക്കുന്ന ഇത്തരം ഒരു കലാസൃഷ്ടി അതല്ലെങ്കിൽ ഉണ്ടാകാ നിടയില്ല. മണികൗൾ സൂചിപ്പിക്കുംപോലെ അവിചാരിതവും മതാതീതവുമായ ആത്മീയാനുഭവമാണ് മഹത്തായ കലയുടെ സൃഷ്ടി.

ഒഡേസയിലെ പടവുകൾ

> "The greatest film? You want me to name it? *Battleship Potemkin.* There has not been a film which can top that. None. The Odessa Steps scene - no one will ever be able to shoot anything greater than that. No one has created anything greater than *Battleship Potemkin*."
>
> Ritwik Kumar Ghatak[3]

ബാറ്റിൽഷിപ്പ് പോട്ടെംകിന്റെ ആദ്യത്തെ സിനേറിയോ അനുസ രിച്ച് ഒഡേസാ പടവുകൾ ഒരു ചെറു സീക്വൻസായിരുന്നു. വെറും 42 ഷോട്ടുകളിലൊതുങ്ങുന്ന കൊച്ചുസീക്വൻസ്. പക്ഷേ, ഐസൻസ്റ്റീൻ ഒഡേസ[4]യിലെ ലൊക്കേഷനിലെത്തി ആ പടവുകൾ കണ്ടപ്പോൾ എല്ലാം മാറിമറിഞ്ഞു. ഷൂട്ടിങ്ങ് പ്ലാൻ മാറി. പുതിയ ഒരുക്കങ്ങൾ വേണ്ടിവന്നു. നിരവധി ക്യാമറകൾ ഉപയോഗിക്കേണ്ടിവന്നു. ഒടുവിൽ ചിത്രീകരണവും എഡിറ്റിങ്ങും കഴിഞ്ഞപ്പോൾ ചിത്രത്തിലെ കേന്ദ്രബിന്ദുവായിമാറി ഈ സീക്വൻസ്. ആ പടവുകൾ നേരിട്ടുകണ്ടശേഷം സംവിധായകന്റെ മനസ്സിൽ അവിചാരിതമായി സംഭവിച്ചതാണ് ഈ സീക്വൻസെന്നു പറയാം.

കലാപക്കപ്പലിലെ നാവികരും ഒഡേസാ തുറമുഖത്തു തടിച്ചു കൂടിയ ജനങ്ങളും തമ്മിൽ വിപ്ലവാത്മകമായ സൗഹൃദം സ്ഥാപിക്കുന്നിടത്താണ് ഈ സീക്വൻസ് തുടങ്ങുന്നത്. കപ്പലിലെ കലാപത്തിനിടയ്ക്ക് രക്തസാക്ഷിയായ വാക്കുലിൻ ചുക്കിനു ആദരാഞ്ജലി അർപ്പിക്കാനാണ് ജനങ്ങൾ തുറമുഖത്ത് തടിച്ചുകൂടിയത്. കലാപക്കപ്പലിലെ നാവികരെ അഭിവാദ്യംചെയ്യുന്ന ജനങ്ങൾക്കിടയിൽ, പിന്നീട് ഒഡേസാ സീക്വൻസിൽ ശ്രദ്ധാകേന്ദ്രമാകുന്ന കഥാപാത്രങ്ങളെ കാണികൾ പരിചയപ്പെടുന്നു. രണ്ടുകാലുമില്ലാത്ത യുവാവ്, കണ്ണടക്കാരിയായ വൃദ്ധ, പ്രൊഫസറെന്നു തോന്നിപ്പിക്കുന്ന ഒരാൾ, ഒരു കാലില്ലാതെ ഊന്നുവടിയിൽ നീങ്ങുന്നൊരു യുവാവ്, വെള്ളക്കുട പിടിച്ച യുവതി, അമ്മയും കുട്ടിയും. ആ ജനക്കൂട്ടം കൈവീശിയും തൊപ്പിയൂരി വീശിയും നാവികരെ അഭിവാദ്യം ചെയ്യുന്നു. കൊച്ചു തോണികളിൽ കലാപക്കപ്പലിലേക്ക് ഭക്ഷണസാധനങ്ങൾ എത്തിക്കുന്നു. ഉത്സവസമാനമായ ഈ സൗഹൃദാന്തരീക്ഷത്തിനിടയ്ക്കാണ് സ്ക്രീനിൽ 'പെട്ടെന്ന്' എന്ന വാക്ക് പ്രത്യക്ഷപ്പെടുന്നത്. പെട്ടെന്ന് ജനങ്ങൾ പടവുകൾ ഇറങ്ങി ചിതറി ഓടാൻ തുടങ്ങുന്നു. എന്തിനാണ് ഈ പരിഭ്രാന്തി എന്നറിയാൻ സമയമെടുക്കുന്നു. അപ്പോഴാണ് തോക്കു ചൂണ്ടി ജനക്കൂട്ടത്തിനുനേരെ അന്തമില്ലാതെ വെടിയുതിർക്കുന്ന പട്ടാളക്കാരെ കാണുന്നത്. അവർ പടവുകളിറങ്ങിവരുന്നു, ജനക്കൂട്ടം പടവുകളിറങ്ങിപ്പായുന്നു. ഒറ്റക്കാലനും കാലില്ലാത്തവനും വൃദ്ധയും യുവതിയും അമ്മയും കുട്ടിയുമെല്ലാം ഇങ്ങനെ പായുന്ന ജനക്കൂട്ടത്തിലുണ്ട്. ഒരു സീനിൽനിന്ന് മറ്റൊരു സീനിലേക്ക്, വീണ്ടും പഴയ സീനിലേക്ക്. ക്യാമറയുടെ ഒരാങ്കിളിൽനിന്ന് മറ്റൊരാങ്കിളിലേക്ക്, ദീർഘദൂര ഷോട്ടിൽനിന്ന് ക്ലോസപ്പുകളിലേക്ക്. ദ്രുതവേഗത്തിൽ ഈ നരവേട്ടയുടെ ദൃശ്യങ്ങൾ മേളം കൊട്ടിക്കയറുംപോലെ പെരുകി വളരുന്നു. വികാരതീക്ഷ്ണത ഉയർന്നുയർന്നു പൊന്തുന്നു.

പട്ടാളം ചിട്ടയുള്ള താളത്തിൽ വെടിയുതിർത്തുകൊണ്ട് താഴോട്ട്. ജനങ്ങൾ അശരണരായി താഴോട്ട്, ചിട്ടയില്ലാതെ, പരിഭ്രാന്തിയുടെ താളശൂന്യതയിൽ താഴോട്ട്. ഈ ചലനങ്ങളുടെ താളവും താളശൂന്യതയും ഒന്നിനൊന്ന് വിരുദ്ധമായിരിക്കുന്നു. ഇതിനിടയിൽ പലരും വെടിയേറ്റ് വീഴുന്നു. വെടിയേറ്റുവീണവരെ ചവിട്ടിമെതിച്ചുകൊണ്ട് ജനക്കൂട്ടം പായുന്നു. പട്ടാളം കൂസലന്യേ താളത്തിൽ പടികളിറങ്ങി വെടിവെച്ചു നീങ്ങുന്നു. ഓടുന്ന അമ്മയും കുട്ടിയും ഇതിനിടയിൽ. ഒടുവിൽ കുട്ടിയും വെടിയേറ്റു വീഴുന്നു. പിറകേ ഓടിവരുന്നവർ അവനെ ചവുട്ടി മെതിച്ചു കടന്നുപോകുന്നു. കൈവിട്ടുപോയ മോൻ വെടിയേറ്റു വീണത് അമ്മ ശ്രദ്ധിക്കുന്നത് ഇത്തിരി വൈകീട്ടാണ്. 'അയ്യോ എന്റെ കുട്ടി'യെന്നു വിലപിച്ച് അമ്മ തിരിച്ച് പടികയറുന്നു. കുഞ്ഞിനെ കോരിയെടുത്ത് അമ്മ പട്ടാളക്കാർക്കുനേരെ പടികയറുന്നു. 'എന്റെ കുട്ടിക്കു വയ്യ, വെടിവെപ്പു നിർത്തൂ' എന്നവർ കേഴുന്നു. അവരോടൊപ്പം പിന്തുണയുമായി ഒരു

ചെറുസംഘവും പട്ടാളക്കാർക്കുനേരെ എതിർ ദിശയിൽ മുകളിലേക്ക് നീങ്ങുന്നു. പട്ടാളം കൂസലില്ലാതെ വെടിയുതിർത്തുകൊണ്ട് പടവുകൾ ഇറങ്ങുകതന്നെയാണ്. ഒടുവിൽ അമ്മയും വെടിയേറ്റു വീഴുന്നു. ഈ ബഹളത്തിനിടയിലാണ് പെരാമ്പുലേറ്ററിൽ കിടത്തിയ കൊച്ചു കുഞ്ഞുമായി മറ്റൊരമ്മ. അവർക്കും വെടിയേൽക്കുന്നു. വെടിയേറ്റ വയറ്റിൽ പൊത്തിപ്പിടിച്ചുകൊണ്ട് കുട്ടിയെ രക്ഷിക്കാനെന്നവണ്ണം അവർ പെരാമ്പുലേറ്ററിലേക്ക് ചായുന്നു, മരിച്ചുവീഴുന്നു. പെരാമ്പുലേറ്റർ പടവുകളിലൂടെ കുട്ടിയേയുംകൊണ്ട് താഴോട്ടുപായുന്നു. പട്ടാളം ഇറങ്ങിക്കൊണ്ടേയിരിക്കുന്നു. ജനങ്ങൾ പടവുകളിറങ്ങി ഓടിക്കൊണ്ടിരിക്കുന്നു. കുട്ടിയേയുംകൊണ്ട് ആ കൈവണ്ടിയും താഴോട്ട്, താഴോട്ട്... ഒടുവിൽ ആ പെരാമ്പുലേറ്ററും വെടിയേറ്റു മറിയുന്നു. പടവുകൾ കടന്നോടുന്നവരെ മറുവശത്തുനിന്നു വാളുകളുമായി എത്തുന്ന കൊസാക്കുകൾ ആക്രമിക്കുന്നു. വീണ്ടും പെട്ടെന്ന് - കലാപക്കപ്പൽ പ്രത്യാക്രമണം തുടങ്ങുന്നു. ഒഡേസ നഗരത്തിലെ പ്രശസ്തമായ തിയേറ്റർ കെട്ടിടം തകർത്തുകൊണ്ട്. തിയേറ്ററിന്റെ മുഖപ്പുമുകളിലെ ശില്പങ്ങളുടെ ക്ലോസപ്പ് ഷോട്ടുകൾ... ഉറങ്ങുന്ന സിംഹം, ഉണരുന്ന സിംഹം, ഉറക്കെ അലറുന്ന സിഹം. പൈശാചികമായ നരവേട്ടക്കെതിരെ കലാപകാരികളായ നാവികരുടെ നേതൃത്വത്തിൽ നാടുണർന്നിരിക്കുന്നു എന്നു സൂചിപ്പിച്ചുകൊണ്ടാണ് സീക്വൻസ് അവസാനിക്കുന്നത്.

മെട്രിക്-റിഥമിക് മൊണ്ടാഷുകളുടെ അതിവിദഗ്ദ്ധമായ പ്രയോഗത്തിലൂടെയാണ് ഐസൻസ്റ്റീൻ ഈ സീക്വൻസിലെ വികാര തീവ്രത (pathos) സാധിക്കുന്നത്. പട്ടാളക്കാർ പടവുകളിറങ്ങുന്ന ഷോട്ടുകളുടേയും ജനങ്ങൾ ഓടുന്ന ഷോട്ടുകളുടേയും സമയദൈർഘ്യം അല്ലെങ്കിൽ ഡ്യൂറേഷൻ വ്യത്യസ്തമാണ്. ഈ സമയ ദൈർഘ്യ വൈവിദ്ധ്യവും വൈരുദ്ധ്യവും മെട്രിക് മൊണ്ടാഷിലൂടെ മാത്രം സാധിക്കുന്ന വല്ലാത്തൊരു ദൃശ്യതാളം സൃഷ്ടിക്കുന്നു. ഇവയ്ക്കിടയിൽ ക്ലോസപ്പുകളും കൂടിക്കലരുമ്പോൾ മേളംപോലെ താളം പെരുകിപ്പെരുകി മുറുകുന്നു. ഇതൊരു വികാരതാളമായി മൂർദ്ധന്യത്തിലെത്തുന്നു.

ഷോട്ടുകളുടെ നീളത്തിന് അല്ലെങ്കിൽ സമയദൈർഘ്യത്തിൽ മാത്രമല്ല വൈരുദ്ധ്യം. ഷോട്ടുകളുടെ അകത്തെ ചലനത്തിനുമുണ്ട് വൈരുദ്ധ്യം. പടവിറങ്ങുന്ന പട്ടാളക്കാരുടെ ചലനത്തിനു ചിട്ടയുണ്ട്, താളമുണ്ട്. ജീവനും കൊണ്ടോടുന്ന ജനക്കൂട്ടത്തിന്റെ ചലനത്തിന് ചിട്ടയില്ല, താളവുമില്ല. (ജനക്കൂട്ടത്തിന്റെ ഈ പാച്ചിലിൽ മണികൗൾ പറയുമ്പോലെ അവിചാരിതമായി പലതും സംഭവിച്ചുകാണണം. ഒട്ടും അച്ചടക്കമില്ലാത്ത ആ പാച്ചിൽ സംവിധായകന്റെ നിയന്ത്രണ ത്തിലായിരിക്കുക അസാദ്ധ്യം. അതുകൊണ്ട് അവിചാരിതമായി സംഭവിച്ചതെല്ലാം അതേപടി പകർത്തുകയാവും ചെയ്തിരിക്കുക.) ഷോട്ടിനകത്തെ ചലനത്തിലെ ഈ താളവൈരുദ്ധ്യം റിഥമിക് മൊണ്ടാഷിന്റെ

വൈകാരികതാളം സൃഷ്ടിക്കുന്നു. താളവൈരുദ്ധ്യം ഇവിടെയും തീരുന്നില്ല. പട്ടാളക്കാർ താഴോട്ടിറങ്ങുമ്പോൾ അമ്മ കുട്ടിയേയുംപേറി എതിർദിശയിൽ മുകളിലേക്കു കയറുന്നു. പട്ടാളക്കാർ താഴോട്ട്; അമ്മ മുകളിലേക്ക്. പട്ടാളക്കാർ താഴോട്ട്, അമ്മയോടൊപ്പം ഒരു ചെറുസംഘം മുകളിലേക്ക്. ഇതിനിടയിലും ജനങ്ങളുടെ താഴോട്ടുള്ള ഓട്ടം തുടരുന്നു. ഈ ചലനവൈവിദ്ധ്യങ്ങളുടെ ഉച്ചസ്ഥായിയാണ് കുട്ടിയേയും കൊണ്ടുള്ള പെരാമ്പുലേറ്ററിന്റെ താഴോട്ടുള്ള പാച്ചിൽ. വൈകാരികതാളം ഇതോടെ മുറുകുന്നു. നൂറുതവണ കണ്ടിട്ടും ഷോട്ടുകളെല്ലാം കാണാപ്പാഠമായിട്ടും കൊച്ചുകുട്ടിയേയും കൊണ്ടുള്ള പെരാമ്പുലേറ്ററിന്റെ താഴോട്ടുള്ള ഹതാശവും നിഷ്ക്കളങ്കവുമായ ആ കുതിപ്പ് ഇപ്പോഴും നെഞ്ചിടിപ്പാകുന്നു.

വികാരതീക്ഷ്ണതയുടെ ഈ പിരിമുറുക്കത്തെ പിടിച്ചുനിർത്തുകയാണ് മൂന്നു സിംഹങ്ങളുടെ ആ മൊണ്ടാഷ്. വികാരത്തെ വിചാരമാക്കി മാറ്റാനുള്ള ശ്രമം; ഒരു പ്രസ്താവനപോലെ. ഇതിനെ ഐസൻസ്റ്റീൻ ഇന്റലക്ചൽ മൊണ്ടാഷ് എന്നു വിളിക്കുന്നു. പക്ഷേ, മെട്രിക് -റിഥമിക് മൊണ്ടാഷുകളിലൂടെ സൃഷ്ടിച്ച വൈകാരികതയില്ലെങ്കിൽ ഈ ഇന്റലക്ചൽ മൊണ്ടാഷിനു പ്രസക്തിയില്ല. വികാരപാരമ്യത്തിലേ വിചാരങ്ങൾക്കു പ്രസക്തിയുള്ളൂ.

ആവർത്തനങ്ങളും മാറ്റൊലികളും

എഴുത്തിൽ വാക്കുകളുടെ ആവർത്തനം വിരസമാകുന്നു. അതുപോലെ ഷോട്ടുകളുടെ ആവർത്തനവും വിരസമാകുന്നു. നിഷിദ്ധവുമാകുന്നു. എന്നാൽ, ഒഡേസ പടവുകളിൽ ഷോട്ടുകളും ചലനവും ആവർത്തിക്കുന്നു. എന്നിട്ടുമവ വിരസമാകുന്നില്ല. ഈ വിദ്യയുടെ രഹസ്യം ഐസൻസ്റ്റീൻ വിശദീകരിക്കുന്നതിങ്ങനെ: "ഒരു പ്രത്യേക ആശയത്തിന്റെ അന്തഃസത്തയെ ആവർത്തിച്ചാവർത്തിച്ച് നേടാവുന്ന നാടകീയത സിനിമയിൽ വളരെ പ്രസക്തമാണെന്നു ഞാൻ കരുതുന്നു. ഈ രീതിക്ക് ഞാൻ നൽകുന്ന പേരാണ് ഡബിൾ ബ്ലോ (ഇരട്ടപ്രഹരം). ഈ ആവർത്തനം പക്ഷേ, യാന്ത്രികമായിക്കൂടാ. ഓരോ ആവർത്തനവും പുതിയൊരു തീക്ഷ്ണതയിലേക്ക് ഉയരണം. *പോട്ടംകിനി*ലെ ഒഡേസാ പടവുകൾതന്നെ എടുക്കാം. പടവുകളിറങ്ങി ഓടുന്ന ജനക്കൂട്ടത്തിന്റെ വിരണ്ടോട്ടം ഉച്ചസ്ഥായിയിലെത്തുമ്പോഴാണ് പിഞ്ചുകുഞ്ഞിനെയേന്തിയ കൈവണ്ടി വരുന്നത്. വിരണ്ടോട്ടം എന്ന ക്രിയാംശത്തെ ഒരേസമയത്ത് ഒന്നിപ്പിക്കുകയും ആവർത്തിക്കുകയും ചെയ്യുന്നു പടവുകളിറങ്ങി ഓടുന്ന ആ കൈവണ്ടി. പക്ഷേ, ആവർത്തനം യാന്ത്രികമല്ല, വൈകാരിക തീക്ഷ്ണതയുടെ പുതിയൊരു തലത്തിലാണ് ഈ ആവർത്തനം. പലതരം വ്യക്തികളടങ്ങിയ ജനക്കൂട്ടത്തിന്റെ വിരണ്ടോട്ടം എന്ന ക്രിയാംശത്തിന്റെ ആദ്യഘട്ടം മാഞ്ഞുപോകുന്നു.

പിഞ്ചുകുഞ്ഞിനെയേന്തി ആ കൈവണ്ടിയുടെ വിരണ്ടോട്ടം, ഇതേ ക്രിയാംശത്തിന്റെ കൂടുതൽ കേന്ദ്രീകൃതമായ പക്ഷേ, കൂടുതൽ വികാര തീക്ഷ്ണമായ ആവർത്തനമാകുന്നു. അങ്ങനെ അടിസ്ഥാനപ്രമേയ മാണിവിടെ ആവർത്തിക്കുന്നത്. വികാരതീവ്രതയുടെ ഉയർന്നൊരു തലത്തിലേക്ക് പ്രമേയത്തെ ഉയർത്തിക്കൊണ്ട്."[5]

ലാത്തിച്ചാർജിനുള്ളിൽ പെട്ടുപോയ ഒരാളോട് എന്താണ് സംഭ വിച്ചതെന്നു ചോദിച്ചാൽ അയാൾക്കധികമൊന്നും പറയാൻ കാണില്ല. കാരണം അയാളെ സംബന്ധിച്ചിടത്തോളം സെക്കന്റുകൊണ്ട് അനു ഭവിച്ചുതീർത്ത ഒന്നായിരിക്കും ആ ലാത്തിച്ചാർജ്. ഒഡേസ സീക്വൻസിന് ആറേഴു മിനിറ്റ് ദൈർഘ്യമുണ്ട്. സിനിമയിൽ ആറേഴു മിനിറ്റെന്നുവച്ചാൽ അതിദീർഘമായ സമയമാണ്. എന്നാൽ, ഏഴുമിനിറ്റു നീണ്ടുനിൽക്കുന്ന വെടിവെപ്പോ എന്ന അസംബന്ധചിന്ത കാണിയുടെ മനസ്സിലുണ്ടാകുന്നില്ല. യഥാർത്ഥജീവിതത്തിൽ, സമയത്തിൽ സെക്കന്റു കൾകൊണ്ട് ഒരുവൻ അനുഭവിച്ചുതീരുമായിരുന്ന ഒന്നിനെ അയാളെ ക്കൊണ്ട് സമയം പോകുന്നതറിയാതെ ആറേഴു മിനിറ്റ് അനുഭവിപ്പി ക്കുകയാണിവിടെ. ഈ അനുഭവം ഇത്രമേൽ വികാരതീക്ഷ്ണമാകു ന്നതും അതുകൊണ്ടാണ്. പറഞ്ഞറിയിക്കാനാവാത്തവണ്ണം പെട്ടെന്നു തീർന്നുപോകുന്നതിനെ, പറഞ്ഞറിയിക്കാനാവാത്ത അത്രയ്ക്കു വലിയൊരനുഭവമാക്കുകയാണ് സംവിധായകൻ ചെയ്യുന്നത്. ശീഘ്ര വികാരാനുഭവത്തെ അതിദീർഘമാക്കുക. വൈകാരികതയുടെ കൊടു മുടിയറ്റത്തുനിന്ന് പതുക്കെ വിചാരത്തിലേക്കു നീങ്ങുക. ശില്പ ഘടനാപരമായ (composition) സവിശേഷതകളിലൂടെ ഇതു സാധിച്ചെ ടുക്കുന്നതിനാലാണ് ഒഡേസാ സീക്വൻസ് അത്രമേൽ ഗംഭീരമായ ഒര നുഭവമായിരിക്കുന്നത്.

ഉദാത്തമായ ഒരു കലാസൃഷ്ടിയും അതിൽ മാത്രമൊതുങ്ങു ന്നില്ല. അതിന്റെ മാറ്റൊലികൾ പിന്നെയും തലമുറകളിലൂടെ നീളുന്നു. ബഡേ ഗുലാം അലിഖാൻ മുതൽ ചെമ്പൈയും എം.ഡി. രാമനാഥനും വരെയുള്ളവരുടെ സംഗീതംപോലെ, ആശാന്റെയും ചങ്ങമ്പുഴയു ടെയും കവിതപോലെ, ഒഡേസ പടവുകൾ പല തലമുറയിലെ ചിത്ര ങ്ങളിലൂടെ മാറ്റൊലിക്കൊണ്ടു. ഹിച്ച് കോക്കിന്റെ *ഫോറിൻ കറസ്പ്പോണ്ടന്റ്* (1940) വുഡി അലന്റെ *ബനാനാസ്* (1971) ഫ്രാൻസിസ് ഫോഡ് കൊപ്പോളയുടെ *ഗോഡ് ഫാദർ* (1972) എന്നീ ചിത്രങ്ങളിൽ പടവുകളും വെടിവെപ്പും തുടർന്നു. പടവുകളിലൂടെ പിഞ്ചുകുഞ്ഞു മായി ഉരുളുന്ന കൈവണ്ടി പിന്നീട് പല ചിത്രങ്ങളിലും ആവർത്തിച്ചു. ബ്രയൻ ഡി പാമയുടെ *അൺടച്ചബിൾസ്* (1987) പീറ്റർ സിഗാളിന്റെ *നേക്കഡ് ഗൺ* (1994) ലീവ് ഷീബേഴ്സിന്റെ *എവരിതിങ്ങ് ഈസ് ഇല്ല്യുസ്ട്രേറ്റഡ്* (2005) ജോർജ് റാറ്റ് ലീഫിന്റെ *ജോഷ്വ* (2007) എന്നീ ചിത്രങ്ങളിലെല്ലാം കൊച്ചുകുഞ്ഞുമായി അനാഥമായി, നിസ്സഹായമായി, നിഷ്കളങ്കമായി

ഒരു കൈവണ്ടി പടവുകളിറങ്ങി ഓടിക്കൊണ്ടേയിരുന്നു. ഒഡേസയുടെ വികാരതീക്ഷ്ണത ഇവയ്ക്കൊന്നുമില്ല. എന്നിരുന്നാലും മാറ്റൊലികൾ ഇനിയും തുടരും. ഈ ഒരു സ്വീക്വൻസ് ചലച്ചിത്ര ചരിത്രത്തെ, 89 കൊല്ലത്തിനിപ്പുറം അത്രമേൽ സ്വാധീനിച്ചിരിക്കുന്നു.

1. Octavio Paz, 'At the Mid-point of This Phase', *Selected Poems*, Bilingual Edition, Charles Tomlinson (ed.), Penguin Books, New York.
2. Mani Kaul on Cinema, Part-1 to 4., www.youtube.com.
3. Ritwik Kumar Ghatak, dipanjanc.blogspot.com/.../interview with ritwik kumar ghatak 1975.
4. സോവിയറ്റ് യൂണിയനിൽ ഉക്രൈനിലെ തുറമുഖനഗരമാണ് ഒഡേസ. ഇവിടെയുള്ള പടവുകളായിരുന്നു ഐസൻസ്റ്റീന്റെ ലൊക്കേഷൻ. ഇന്ന് ഈ പ്രദേശം വലിയൊരു വിനോദസഞ്ചാരകേന്ദ്രമാണ്.
5. Sergie Eisenstien, *Lessons with Eisenstien*, Vladimir Nizhny Jay Leyda and Ivor Montagu (Tr.&ed.), Hill & Wang, New York, (January 2000).

ഡാവിഞ്ചിയുടെ പെയ്ന്റിങ്ങ് 'വെള്ളപ്പൊക്കം'

എൽ ഗ്രെക്കോയുടെ
പെയ്ന്റിങ്ങ്
'വ്യൂ ഓഫ് ദ ടൊളഡൊ'

11

"പ്രകാശത്തിന് നിറം അനുഭവപ്പെടുന്നത് പ്രകാശത്തിന്റെ അഭീക്ഷണത(ഫ്രീക്വൻസി)യിൽ കൂടിയാണല്ലോ. അതേസമയം ശബ്ദത്തിന് നിറംകൊടുക്കുന്നത് അതിന്റെ ഫ്രീക്വൻസിയല്ല. മറിച്ച് ഒക്ടേവുകളിലൂടെയുള്ള പ്രയാണത്തിലൂടെയാണ്. ഈ പ്രയാണത്തിൽ കണ്ടുമുട്ടുന്ന നാഴികക്കല്ലുകളാണ് സ്വരങ്ങൾ. അടിസ്ഥാന ഷഡ്ജത്തിൽനിന്ന് താരഷഡ്ജത്തിലേക്കുള്ള ('സ'യിൽനിന്ന് 'സ'യിലേക്കുള്ള) യാത്ര പല വഴിയിൽക്കൂടിയായിരിക്കും. ഓരോ വഴിയും ഓരോ നിറം സൃഷ്ടിക്കുന്നു. അതിനാൽ ഈ പ്രയാണങ്ങളെ രാഗങ്ങളെന്നു വിളിക്കുന്നു."

ഡോ. ടി.എൻ. വാസുദേവൻ[1]

വർണ്ണങ്ങളുടെ സംഗീതവഴികൾ

ലിയാർനാഡോ ഡാവിഞ്ചിയുടെ *വെള്ളപ്പൊക്കം*[2] എന്ന ചിത്രത്തിൽ നോക്കിയിരുന്നാൽ, ശ്രദ്ധിച്ചുനോക്കിയിരുന്നാൽ, ഒടുവിലൊരു കരച്ചിൽ കേൾക്കാം. മലവെള്ളപ്പാച്ചിലിൽ ഇടിഞ്ഞുവീണ മലയിടുക്കുകൾ, പിഴുതുവീണ മരങ്ങൾ, അവയെ ചുഴറ്റിയെടുത്തു അലറിപ്പായുന്ന വെള്ളം, ഒടുവിലൊരു നിലവിളി. നിശ്ശബ്ദമായ ഈ ചിത്രത്തിൽ നിന്ന് ശബ്ദമുയരുന്നു. വിദൂരത്തുനിന്നൊരു നിലവിളി ഉയരുന്നു. നിലവിളിയും സംഗീതമാണ്. നിശ്ശബ്ദചിത്രത്തിലെ നിറങ്ങളിൽനിന്നു ശബ്ദമായി ഉയരുന്ന സംഗീതം. സംഗീതത്തിലെ രാഗഛായകളെ വർണ്ണമെന്നു വിളിക്കുന്നതും ഇതുകൊണ്ടാകാം. രാഗങ്ങൾ വർണ്ണാനുഭൂതി നൽകുന്നു. ഡാവിഞ്ചിയുടെ ചിത്രത്തിൽനിന്നെന്നപോലെ നിശ്ശബ്ദദൃശ്യത്തിൽനിന്നുയരുന്ന, സംഗീതത്തെ അല്ലെങ്കിൽ ശബ്ദത്തിനെ, ഐസൻസ്റ്റീൻ ശബ്ദദൃശ്യബിംബമെന്ന് (sound image) വിളിക്കുന്നു. എൽഗ്രെക്കോവിന്റെ പെയ്ന്റിങ്ങുകളിൽനിന്ന് ബഹുസ്വരമായ സ്പാനിഷ് നാടൻസംഗീതം കേൾക്കാമെന്നും ഐസൻസ്റ്റീൻ പറയുന്നു. എൽ

പഥേർ പഞ്ചലി

പിറവി

ഗ്രെക്കോവിന്റെ *View of the Toledo* എന്ന പെയ്ന്റിങ്ങ് ഈ വാദത്തിനായി ഐസൻസ്റ്റീൻ ഉദാഹരിക്കുന്നു.[3] നിശ്ശബ്ദസിനിമയുടെ കാലത്ത് നിശ്ശബ്ദദൃശ്യബിംബങ്ങളിൽ ശബ്ദം തിരയുകയും കണ്ടെത്തുകയുമാണ് ആ തലമുറ ചെയ്തത്. സിനിമ ബ്ലാക്ക് ആന്റ് വൈറ്റായിരുന്ന കാലത്ത് ബ്ലാക്കിനും വൈറ്റിനുമിടയിൽ അവർ വർണ്ണങ്ങൾ കണ്ടെത്തി. 'സ'യ്ക്കും 'സ'യ്ക്കുമിടയിലെ വർണ്ണങ്ങൾപോലെ.

കരച്ചിലൊരു ഭാവമാണ്; സംഗീതംപോലെ. വർണ്ണങ്ങളും ഭാവങ്ങളാണ്. ഭാവങ്ങളുണ്ടാക്കാൻ നാം വാക്കുകൾക്ക് വർണ്ണം നൽകുന്നു. അവയെ ഭാവസമൃദ്ധമാക്കുന്നു. അവളുടെ കവിളുതുടുത്തു, ചുണ്ടു ചുവന്നു. അയാളുടെ മുഖമിരുണ്ടു. അയാൾ വിളറി. വർണ്ണങ്ങൾ അങ്ങനെ പല ഭാവങ്ങളാകുന്നു. വെളിച്ചവും ഭാവമാണ്. നേരം പുലരു മ്പോഴത്തെ വെളിച്ചമല്ല, വെളുത്തുകഴിഞ്ഞാൽ. ഉച്ചയ്ക്ക് വെളിച്ചം ഉച്ചത്തിലാവുന്നു. പിന്നെ നിലവിളി തേങ്ങലാകുംപോലെ വെളിച്ചം കുറഞ്ഞു കുറഞ്ഞു വരുന്നു. സന്ധ്യാഭ മൗനസംഗീതമാകുന്നു. ഒരു തേങ്ങൽ. ഒടുവിൽ വെളിച്ചംപോകുന്നു. ഇരുളുന്നു. ഈ നേരങ്ങളുടെ വൈകാരിക ഭാവങ്ങളെ നിർണയിക്കുന്നത് വെളിച്ചവും കൂടിയാണ്. ഷാജി എൻ. കരുണിന്റെ *പിറവി* എന്ന ചിത്രത്തിലെമ്പാടും ഇരുണ്ട വെളിച്ചമാണ്. മഴക്കാലത്തിന്റെ ഇരുണ്ട പകൽവെളിച്ചം. വീട്ടിനകത്ത് നിലവിളക്കിന്റേയോ തൂക്കുവിളക്കിന്റേയോ ചുവപ്പുകലർന്ന മഞ്ഞ വെളിച്ചം. പക്ഷേ നഗരത്തിലെത്തുമ്പോൾ ചിത്രത്തിലെ വെളിച്ചം മാറുന്നു; ശബ്ദതലവും. ആ ചിത്രത്തിന്റെ വൈകാരികഭാവം നിർണ്ണ യിക്കുന്നതിൽ ഈ വെളിച്ചം വലിയ പങ്കുവഹിക്കുന്നു. *പഥേർ പഞ്ചലി*യിലുമുണ്ട് വെളിച്ചത്തിന്റെ ഈ ഭാവസംഗീതം.

വെളിച്ചവൈവിദ്ധ്യമില്ലാതെ ദൃശ്യസംഗീതം ആസ്വദിക്കാനാ വില്ല. തൃശ്ശൂർപൂരത്തിന് നട്ടുച്ചയ്ക്ക് പാറമേക്കാവിൽനിന്ന് പതിന ഞ്ചാനകളെ എഴുന്നള്ളിക്കുന്നു. ആനകളുടെ നിരന്ന കറുത്ത പശ്ചാ ത്തലത്തിൽ നെറ്റിപ്പട്ടങ്ങളുടെ സ്വർണ്ണഗോളകങ്ങൾ നട്ടുച്ചവെയിലിൽ തിളങ്ങുന്നു. അവ ഉരുകിയൊലിക്കുംപോലെ തോന്നും, നോക്കിനോക്കിനിൽക്കെ. ഇതങ്ങനെ കണ്ടുനിൽക്കേ മനസ്സിൽ പറഞ്ഞറിയിക്കാ നാവാത്ത അത്യാഹ്ലാദം വന്നുനിറയുന്നു. വെയിലില്ലെങ്കിൽ ഈ കാഴ് ചയോ അതു തരുന്ന വികാരസുഖമോ ആസ്വദിക്കാനാവില്ല. രാത്രി പത്തുമണിക്കുള്ള മഠത്തിലെ വരവിന് നട്ടുച്ചവെയിലിനു പകരം തീ വെട്ടികളുടെ മഞ്ഞകലർന്ന ചോപ്പുവെളിച്ചമാണ്. നട്ടുച്ചയ്ക്ക് എരിപൊരി വെയിലിൽക്കണ്ട നെറ്റിപ്പട്ടമേയല്ല അപ്പോൾ കാണുന്നത്. സ്വർണ ഗോളകങ്ങളും അതല്ല. ഈ വെളിച്ചത്തിൽ അവ ഉരുകിയൊ ലിക്കുന്നില്ല. പകരം അവയിൽനിന്നൊരു തേങ്ങലുയരുന്നു. ഈ കാഴ്ച നേരിയ വേദനയാണ്, പ്രത്യേകിച്ചും മേളം മുറുകുംവരെ. വർണ്ണങ്ങളും വെളിച്ചങ്ങളും ഇവിടേയും വികാരങ്ങളാകുന്നു, വീണ്ടും വീണ്ടും.

തർക്കോവ്സ്കി

സത്യജിത് റായ്

കഥകളിയിൽ വർണ്ണങ്ങൾ കഥാപാത്രസ്വഭാവംതന്നെ നിർണ്ണയിക്കുന്നു. പച്ചവേഷം സാത്വികമാകുന്നു. കരിവേഷത്തിനു കാട്ടാളഭാവം. ചുവന്നതാടി, വെള്ളത്താടി എന്നിങ്ങനെ വർണ്ണങ്ങൾ ഭാവങ്ങളാകുന്നു. അരങ്ങത്തു വരുമ്പോൾത്തന്നെ കഥാപാത്രസ്വഭാവം നിർവചിക്കപ്പെട്ടുകഴിഞ്ഞിരിക്കുന്നു.

കഴിഞ്ഞില്ല വെളിച്ചത്തിന്റെ കഥ. യൂറോപ്പിലെ വെളിച്ചമല്ല ഇന്ത്യയിലെ വെളിച്ചം. സിനിമയുണ്ടാക്കാൻ ഉപയോഗിച്ചിരുന്ന ഓർവോകളർ ഫിലിം, യൂറോപ്പിലെ വെളിച്ചമനുസരിച്ച് ക്രമീകരിച്ചുണ്ടാക്കിയതത്രേ. ഈ ഫിലിം ഉപയോഗിച്ച് തന്റെ നാട്ടിലെ വെളിച്ചത്തെ അതിസൂക്ഷ്മമായി ചിത്രീകരിക്കാനാവുന്നില്ല എന്ന് കുമാർ സാഹനി പരിതപിച്ചു കേട്ടിട്ടുണ്ട്. ഇന്ത്യയിലെ, ഏഷ്യയിലെ വെളിച്ചം യൂറോപ്യൻ വെളിച്ചമല്ല എന്നതുതന്നെ കാരണം. പത്തുപതിനഞ്ച് വർഷം മുമ്പ് കസൗളിയിൽ 'ആർട്ട്സ് ആന്റ് ഐഡിയാസ്' സംഘടിപ്പിച്ച ക്യാമ്പിൽ സിനിമയുടെ സ്വത്വപ്രതിസന്ധിയെക്കുറിച്ചു സംസാരിക്കുമ്പോഴാണ് സാഹനി ഇത് പറഞ്ഞത്. എന്റെ നാട്ടുവെളിച്ചം എന്റെ സ്വത്വമാകുന്നു.

വൈകാരിക വർണസ്വരങ്ങൾ ഭാവങ്ങളാകുമ്പോൾ

വർണ്ണം, വെളിച്ചം, സ്വരം, സംഗീതം ഇവയെ കേന്ദ്രീകരിച്ചു കൊണ്ട് ഐസൻസ്റ്റീൻ സങ്കല്പിച്ച മൊണ്ടാഷ് ശൈലികളാണ് ടോണൽ/ഓവർ ടോണൽ മൊണ്ടാഷുകൾ.

> Tonal montage "expresses a stage beyond rhythmic montage. ...Here Montage is based on the characteristic *emotional sound* of the piece of its dominant. The general *tone* of the piece."
>
> Sergie Eisenstien[4]

ടോൺ എന്ന പദം സംഗീതത്തിന്റേതാണ്. സ്വരം എന്ന് വിദൂരാർത്ഥത്തിൽ വിവർത്തനമാകാമെന്ന് തോന്നുന്നു, സ്വരത്തിന് ഭാവമുണ്ട്, വികാരമുണ്ട്. കുട്ടിക്കാലത്ത് കുറുമ്പുകാണിക്കുമ്പോൾ 'ഇനി കുറുമ്പുകാട്ടിയാൽ എന്റെ സ്വരംമാറു'മെന്നാണ് അച്ഛൻ പറയാറ്. സ്വരംമാറുമ്പോൾ ഭാവംമാറുമെന്ന് ഓർമ്മിപ്പിക്കുകയായിരുന്നു അച്ഛൻ. ഭാവംമാറൽ നിറംമാറലുമാണ്. കണ്ണുചുവക്കുന്നു. നോട്ടം കൂർത്തതാകുന്നു. സപ്തസ്വരങ്ങളിൽ 'മ'യാണ് മദ്ധ്യമം. ഇതിൽനിന്ന് ഉച്ചസ്ഥായിയിലുള്ള 'സ'യിലേക്കു നീങ്ങുമ്പോൾ ഭാവംമാറുന്നു. കീഴ്സ്ഥായിയിലുള്ള 'സ'യിലേക്കു നീങ്ങുമ്പോഴും ഭാവംമാറുന്നു. ആദ്യത്തേതിൽ വികാരതീക്ഷ്ണത കൂടുന്നു. അടുത്തതിൽ അത് അയയുന്നു. നിറങ്ങളുടെ കാര്യത്തിലും ഇതുതന്നെ സംഭവിക്കുന്നു. ഇടത്തരം തവിട്ടുനിറം അല്ലെങ്കിൽ മിഡ്ഗ്രേയാണ് ഇവിടെ മദ്ധ്യമം. ഇതിൽനിന്ന്

രവീന്ദ്രനാഥ ടാഗോർ

കുമാർ സാഹനി

എം.എസ്. ബാബുരാജ്

ഉച്ചസ്ഥായിയിലേക്കു നീങ്ങിയാൽ വെള്ളയാകുന്നു. കീഴ്സ്ഥായിയിലേക്കു നീങ്ങിയാൽ കറുപ്പാകുന്നു. വെള്ളയും കറുപ്പും രണ്ടു ഭാവങ്ങളാണ്. വെളിച്ചം ജീവിതത്തിന്റേയും സന്തോഷത്തിന്റേയും ഇരുട്ട് മരണത്തിന്റേയും ദുഃഖത്തിന്റേയും നിറമാകുന്നു. "വെളിച്ചം ദുഃഖമാണുണ്ണീ, തമസ്സല്ലോ സുഖപ്രദ"[5]മെന്ന പറഞ്ഞു പറഞ്ഞു പഴകിയ കവി വചനത്തിന്റെ അർത്ഥം ഇവിടെനിന്നാണ് ഗ്രഹിക്കേണ്ടത്.

കളർടോൺ എന്നാൽ, വൈകാരികമായ സ്വരം അല്ലെങ്കിൽ ഇമോഷണൽ ടോൺകൂടിയാണ്. ഷോട്ടുകൾക്കകത്തെ പൊതുവായ കളർടോൺ അല്ലെങ്കിൽ ഇമോഷണൽ ടോൺ അനുസരിച്ച് ഷോട്ടുകളെ കൂട്ടിയോജിപ്പിക്കലാണ് ടോണൽ മൊണ്ടാഷ്. ഇങ്ങനെ കൂട്ടി യോജിപ്പിക്കുമ്പോൾ, ഷോട്ടുകൾക്കകത്തെ ടോണുകളുടെ, കളർ/ഇമോഷണൽ ടോണുകളുടെ വൈരുദ്ധ്യംമൂലം നിശ്ചലദൃശ്യങ്ങളിൽനിന്നൊരു ദൃശ്യസംഗീതം ഉണ്ടാകുന്നു. സ്വരങ്ങൾ വൈകാരികഘടകങ്ങളാവുകയും അവ ചേർന്ന് സംഗീതമാവുകയും ചെയ്യുന്നതുപോലെ. ഡാവിഞ്ചിയുടെ ചിത്രത്തിൽനിന്ന് കരച്ചിൽ ഉയർന്നപോലെ; എൽ ഗ്രേക്കോ പെയ്ന്റിങ്ങിൽനിന്ന് സ്പാനിഷ് നാടോടിഗീതം ഉണർന്നപോലെ.

സ്വരങ്ങൾ മാത്രമല്ല രാഗങ്ങളാകുന്നത്, വികാരങ്ങളാകുന്നത്. സ്വരങ്ങളും സ്വരഭേദങ്ങളും കൂടിക്കലരുന്നു. ഓരോ സ്വരത്തിനൊപ്പവും മേൽസ്വരവും (over tone) കീഴ്സ്വരവും (under tone)കാണും. വീണയിൽ 'സരിഗ' എന്നു മീട്ടുമ്പോൾ 'ഗ'യോടൊപ്പംതന്നെ 'രി'യും 'സ'യും വായുവിലുണ്ട്. അവ അപ്രത്യക്ഷമാകുന്നില്ല. അവ കീഴ്സ്വര മായും മേൽസ്വരമായും സ്വരത്തോടൊപ്പം ചേരുന്നു. ഹാർമോണി യത്തെ ഇന്ത്യൻസംഗീതത്തിന്റെ ശാപം എന്നു ടാഗോർ വിളിച്ചു പോലും. കട്ടയിൽനിന്ന് കയ്യെടുത്താൽ സംഗീതം മുറിയുന്നതു കൊണ്ടാണത്.[6] സംഗീതം മുറിയുമ്പോൾ ഓവർ ടോണുകളും അണ്ടർ ടോണുകളും നഷ്ടപ്പെടുന്നു. സംഗീതോപകരണം സംഗീതത്തിന് ശാപമാകുന്നു. (സംഗീതംമുറിയാതെ ഒരു കട്ടയിൽനിന്ന് മറ്റൊന്നിലേക്ക് വെള്ളത്തിൽ മത്സ്യമെന്നപോലെ വിരലോടിച്ച് ഹാർമോണിയം വായി ക്കുന്ന ബാബുരാജിനെപ്പോലുള്ള സംഗീതജ്ഞരെയും കണ്ടിട്ടുണ്ട്.)

സംഗീതത്തിലെന്നപോലെ നിറങ്ങളിലും ഓവർടോണും അണ്ടർടോണുമുണ്ട്. കറുപ്പിന്റെ പല ടോണുകളാവാം. കറുപ്പ് കടുത്തതാകാം. ഇളംകറുപ്പാകാം. ഇളംകറുപ്പ് ലോപിച്ചുലോപിച്ച് വെളുപ്പാകാം. സംഗീതത്തിൽ സ്വരങ്ങളും മേൽസ്വരങ്ങളും കീഴ്സ്വരങ്ങളും ചേർന്ന് രാഗവും വികാരവും സൃഷ്ടിക്കുംപോലെ വർണ്ണത്തിലും ഓവർ ടോണുകളും അണ്ടർടോണുകളും ചേർന്ന് ദൃശ്യരാഗവും വികാരവും സൃഷ്ടിക്കുന്നു. കറുപ്പിനും വെളുപ്പിനുമിടയിൽ കീഴ്സ്ഥായിയിലുള്ള 'സ' യിൽനിന്ന് മേൽസ്ഥായിലുള്ള 'സ'യിലേ ക്കുള്ള സഞ്ചാരംപോലെ ദൃശ്യരാഗവും സഞ്ചരിക്കുന്നു. കാഴ്ച വർണ്ണമായും വർണ്ണം സ്വരമായും സ്വരം

ഒഡേസ സീക്വൻസ്

സംഗീതമായും ഭവിക്കുന്നു. ഷോട്ടുകൾക്കകത്തെ ടോണുകൾക്കുപുറമേ ഓവർ ടോണുകളേയും ഉൾപ്പെടുത്തി, ഷോട്ടുകളെ കൂട്ടിച്ചേർക്കുന്നതിനെയാണ് ഐസൻസ്റ്റീൻ ഓവർടോണൽ മൊണ്ടാഷ് എന്നു വിളിക്കുന്നത്. ടോണൽ മൊണ്ടാഷ് ഒരു പടികൂടി മുന്നോട്ടു പോകുന്നു.

ഒഡേസ തുറമുഖത്തെ മൂടൽമഞ്ഞ്

*ബാറ്റിൽഷിപ്പ് പോട്ടെംകിനി*ലെ പ്രശസ്തമായ ഒഡേസ പടവ് സീക്വൻസിനു തൊട്ടുമുമ്പാണ് ഒഡേസ തുറമുഖത്തെ മൂടൽമഞ്ഞ് സീക്വൻസ്. രക്തസാക്ഷിയായ വാക്കുലിൻ ചുക്കിന്റെ മൃതദേഹവു മായി പടക്കപ്പൽ തുറമുഖത്തെത്തിക്കഴിഞ്ഞു. ജനങ്ങൾ വിവരം അറിഞ്ഞുകഴിഞ്ഞിട്ടില്ല. നേരം വെളുക്കുന്നതേയുള്ളൂ. വിജനമായ തുറമുഖത്ത് ഏകാകിയായ ഒരു മീൻപിടുത്തക്കാരൻ മാത്രം. തുറമുഖത്ത് മൂടൽമഞ്ഞാണ്. ഉദിച്ചുയരുന്ന സൂര്യന്റെ പ്രകാശത്തിൽ കടൽ തിളങ്ങുന്നു. തിളങ്ങുന്ന കടലിൽ കൊച്ചോളങ്ങൾ. അതിൽ കറുത്ത കപ്പലിന്റെ നിഴൽ. കപ്പലിൽനിന്ന് കറുത്ത പുക. കപ്പലിൽ കറുത്തൊരു ക്രെയിൻ കറുത്ത എന്തോ എടുത്തുയർത്തുന്നു. വീണ്ടും തിളങ്ങുന്ന കൊച്ചോളങ്ങൾ. കപ്പലിന്റെ കറുത്തനിഴലുകൾ പല ആങ്കിളിൽ. വെളുത്തുവരുന്ന ആകാശം. മൂടൽമഞ്ഞിൽ തെളിഞ്ഞുവരുന്ന സൂര്യൻ. എല്ലാറ്റിനെയും അവ്യക്തമാക്കിക്കൊണ്ട് മൂടൽമഞ്ഞ്. ഒരു സ്വരം പെട്ടെന്നുയർന്ന് പാളിപ്പറന്ന് സ്വസ്ഥാനത്ത് തിരിച്ചുവരുംപോലെ, കറുത്തിരുണ്ട ഒരു കാക്ക പെട്ടെന്നു പറന്നുയർന്ന് സ്വസ്ഥാനത്തുതന്നെ വന്നിരിക്കുന്നു. വെളുത്ത ആകാശത്ത് കറുത്ത മേഘശകലങ്ങൾ പതിയേ നീങ്ങിക്കൊണ്ടിരിക്കുന്നു. മൂടൽമഞ്ഞിലങ്ങനെ ഒരു ദൃശ്യരാഗം സാധിക്കുന്നു. കഷ്ടിച്ച് ഒന്നരമിനിറ്റുള്ള ഒരു കൊച്ചു ദൃശ്യരാഗം.

ഇതിനുശേഷം കാണുന്നത് തുറമുഖത്തെ ടെന്റാണ്. ടെന്റിനകത്തെന്താണെന്നറിയില്ല. ഒരാൾ വരുന്നു. രണ്ടു സ്ത്രീകൾ വരുന്നു. കുറേശ്ശെ ആളുകൾ കൂടിവരുന്നു. പിന്നെ ടെന്റിനകത്തുനിന്ന് മുന്നിൽ കൂടിയ ജനങ്ങളെ കാണുന്നു. ടെന്റിലാരോ കിടക്കുന്നുണ്ട്. അയാളുടെ ഷൂസിന്റെ അറ്റം കാണാം. കിടക്കുന്നത് വാക്കുലിൻ ചുക്കാണെന്നും അയാൾ മരിച്ചുകിടക്കുകയാണെന്നും പിന്നെയാണ് വെളിപ്പെടുന്നത്. അയാളുടെ കൂട്ടിക്കെട്ടിയ കൈകളിൽ മെഴുകുതിരി കത്തിച്ചുവെച്ചിട്ടുണ്ട്. പിന്നെ ജനപ്രവാഹമാണ്. സ്ക്രീനിന്റെ തലങ്ങും വിലങ്ങും ജനങ്ങൾ. ഗ്രാഫിക് വരകളാൽ സ്ക്രീനിനെ പല തലത്തിൽ വിഭജിക്കുന്നു ആ ജനസഞ്ചാരം ഈ ഷോട്ടുകളിൽ. ലോകസിനിമകണ്ട അപൂർവസുന്ദരമായ കോംപോസിഷൻ.

ജനക്കൂട്ടത്തിന്റെ രോഷംപടരുന്നതിനുമുണ്ട് സവിശേഷത. പെട്ടെന്നവർ രോഷാകുലരാവുകയല്ല. കൈകളുടെ ഒരു ശൃംഖല സൃഷ്ടിച്ച് ആ രോഷം പടരുന്നത് കാവ്യാത്മകമായും യുക്തിഭദ്രമായും

മേഘേഢക്കാ താര

നൊസ്റ്റാൾജിയ

ചിത്രീകരിച്ചിരിക്കുന്നു. വാക്കുലിൻ ചുക്കിന്റെ കൈകളിലെ മെഴുകുതിരി നേരേവെക്കുന്ന കൈ, മുഖംതാങ്ങി ദുഃഖിതയായി നിൽക്കുന്ന സ്ത്രീയുടെ കൈ, നിസ്സംഗരായി മീൻപിടിക്കുന്നവരുടെ കൈ, അവർക്കിടയിൽ ഒരു പൂച്ച. മെഴുകുതിരി പിടിച്ച വാക്കുലിൻ ചുക്കിന്റെ കൈ. തൊപ്പിയൂരുന്ന കൈ, ആകാംക്ഷാപൂർവ്വം മൃതദേഹം കാണുന്ന സ്ത്രീയുടെ കുടപിടിച്ച കൈ. കണ്ണീരുതുടയ്ക്കുന്ന കൈ. ഒടുവിൽ ഒരു മുഷ്ടി പ്രതിഷേധസൂചകമായി ഉയരുന്നു. കൂടെ ഒന്ന്, രണ്ട്, പത്ത്, നൂറ് പതുക്കെപ്പതുക്കെ കൂടുതൽ മുഷ്ടികളുയരുന്നു. കൈകളുടെ ശൃംഖലാദൃശ്യങ്ങളിലൂടെ രോഷം പടരുന്നു. ചെറിയൊരു തീ കത്തിക്കത്തി പുകഞ്ഞുപുകഞ്ഞ് ആളിപ്പടരുംപോലെ. ഒഡേസയിലെ ജനങ്ങൾ കപ്പലിലെ കലാപകാരികളുമായി ഐക്യദാർഢ്യം പ്രഖ്യാപിക്കുന്നു. അപ്പോഴാണ് പെട്ടെന്ന്... പെട്ടെന്ന് പട്ടാളം ഒഡേസാ പടവുകളിൽ പ്രത്യക്ഷപ്പെട്ട് വെടിവെപ്പ് തുടങ്ങുന്നു.

വീണ്ടും മാറ്റൊലികൾ

നടേ പറഞ്ഞതുപോലെ മഹത്തായ ഒരു കലാസൃഷ്ടിയും അതിൽ മാത്രമൊതുങ്ങുന്നില്ല. ആ കലാസൃഷ്ടിയുടെ മാറ്റൊലികൾ കാലാകാലങ്ങളായി മറ്റു കലാസൃഷ്ടികളിൽ തുടരുന്നു. ഋത്വിക് കുമാർ ഘട്ടക്കിന്റെ *മേഘേധക്കാ താര* (1960) എന്ന ചിത്രത്തിൽ സഹോദരൻ സഹോദരിയെ പാട്ടുപാടി പഠിപ്പിച്ചുകൊടുക്കുന്ന ഒരു സ്വീക്വൻസുണ്ട്. ടാഗോറിന്റെ രവീന്ദ്രസംഗീതത്തിൽപ്പെട്ട പാട്ടാണ് പഠിപ്പിക്കുന്നത്. പതിഞ്ഞതാളത്തിൽ ദുഃഖകരമായ ഒരു ഗാനം. ബ്ലാക്ക് ആന്റ് വൈറ്റ് സിനിമാട്ടോഗ്രഫിയുടെയും ടോണൽ ഓവർ ടോണൽ മൊണ്ടാഷിന്റെയും പ്രയോഗത്തിലൂടെ ഗാനത്തിന്റെ ഭാവം ദൃശ്യരാഗമായി ഒരുവൻ അനുഭവിക്കുന്നു. വെളിച്ചത്തിന്റെ പൊട്ടുകളും ഇരുട്ടിന്റെ പടർപ്പുകളും കലർന്ന് ഉയരുന്ന ഒരപൂർവ്വ ദൃശ്യരാഗം!

ഇതൊരു ഉദാഹരണംമാത്രം. മൂടൽമഞ്ഞ് സീക്വൻസിന്റെ പലതരത്തിലുള്ള മാറ്റൊലികൾ ലോകസിനിമയിലെമ്പാടും ഇപ്പോഴും കാണാം. തർക്കോവ്സ്കിയുടെ *നോസ്റ്റാൾജിയ* (1983) എന്ന ചിത്രത്തിൽ പുറത്തു മഴയും അകത്ത് ഇരുട്ടുമായ മുറിയിൽ കഥാനായകൻ കാണാക്കട്ടിലിലിരിക്കുന്നതും ഷൂസ് അഴിച്ചുവെക്കുന്നതും അയാളുടെ വളർത്തുനായ ഇരുണ്ടവെളിച്ചത്തിൽവന്ന് കട്ടിലിനടിയിൽ കിടക്കുന്നതും കട്ടിലിനടിയിലിരുന്ന ഗ്ലാസ് തട്ടിമറിയുന്നതും അത് ഉരുണ്ടുപോയി ചുമരിൽ തട്ടിനിൽക്കുന്നത് ശബ്ദത്തിലൂടെമാത്രം നാം അറിയുന്നതും രണ്ടോ മൂന്നോ ഷോട്ടുകളിലൂടെ ഇരുട്ടിന്റെയും അല്പവെളിച്ചത്തിന്റേയും ജനാലപ്പുറത്തെ കൂടുതൽ തെളിഞ്ഞ വെളിച്ചത്തിന്റേയും ടോണുകളും ഓവർടോണുകളും അണ്ടർടോണുകളും ഉപയോഗിച്ചു ചിത്രീകരിച്ചതത്രേ. അതിമനോഹരമായ, മൗനസംഗീതംപോലുള്ള സീക്വൻസ്!

ബുൾ മൂസ് 1912-ൽ ഡിസൈൻ ചെയ്ത പോസ്റ്റർ

ഒരുപാട് പ്രയോഗസാദ്ധ്യതകൾ ബാക്കിയിട്ട് ഐസൻസ്റ്റീൻ ലോകസിനിമയിലെമ്പാടും സജീവ സൗന്ദര്യശാസ്ത്രസാന്നിദ്ധ്യമായി തുടരുന്നു, ഇപ്പോഴും; എൺപതു വർഷത്തിനിപ്പുറവും.

1. ഡോ. ടി.എൻ. വാസുദേവൻ, 'രാഗങ്ങളുടെ നിറങ്ങൾ', *ദൃശ്യകല* മാസിക യുടെ വർണപ്പതിപ്പ്, ഏപ്രിൽ 1986, തൃശ്ശൂർ.
2. 1517–1518നും ഇടയിൽ വരച്ച ചിത്രമാണിത്. ചിത്രത്തിന്റെ അരികിൽ ഡാവിഞ്ചി വെള്ളപ്പൊക്കത്തെപ്പറ്റി ചിലത് കുറിച്ചിരുന്നത്രേ. അവസാന കാലത്ത് വെള്ളപ്പൊക്കമെന്ന പ്രമേയം ഡാവിഞ്ചിയുടെ വരകളിലും എഴു ത്തിലും ആവർത്തിച്ചുവരുന്നു. 1519 മേയ് രണ്ടിനായിരുന്നു ഡാവിഞ്ചി യുടെ മരണം.
3. Sergie Eisenstien, 'Synchronization of Senses', *The Film Sense*, Jay Leyda (trans.), Harvest Book, Harcourt Brace & Company, New York, 1975 p. 105 1596–ൽ തുടങ്ങി നാലുവർഷമെടുത്ത് പൂർത്തിയാക്കിയ പെയ്ന്റി ങ്ങാണ് എൽ ഗ്രെക്കോവിന്റെ *വ്യൂ ഓഫ് ടൊളേഡോ*. സ്പാനിഷ് പെയ്ന്റ റായ എൽ. ഗ്രെക്കോവിന്റെ അവശേഷിക്കുന്ന രണ്ടു പ്രകൃതിദൃശ്യങ്ങളിൽ ഒന്നാണിത്.
4. Sergie Eisenstien, Methods of Montage, *Film Form*, , Harvest Book, Harcourt Inc., New York, 1949, p.75
5. അക്കിത്തം, *ഇരുപതാം നൂറ്റാണ്ടിന്റെ ഇതിഹാസം*, കറന്റ് ബുക്സ്, തൃശ്ശൂർ.
6. Suresh Chandra Dey, 'The Quest for Music Divine', *Creative Evolution and Aesthetic Convergence*, Ashish Publishing House, Panjabi Bagh, New Delhi, 1990, p.141

ബാറ്റിൽഷിപ്പ് പോടെംകിൻ

12 സിനിമ സ്വപ്നം ജീവിതം

"പലനാളുകൂടി ഞാൻ
നേരിയ നിലാവിന്റെ
പിന്നിലെയനന്തതയി-
ലലിയുന്നിരുൾ നീലിമയിൽ...
എന്നോ പഴകിയൊ-
രോർമ്മകൾ മാതിരി
നിന്നു വിറയിക്കുമീ ഏകാന്തതാരകളെ
ഇന്നൊട്ടു കാണട്ടെ..."

എൻ.എൻ. കക്കാട്[1]

ഐസൻസ്റ്റീനുമപ്പുറം

രണ്ടു ഷോട്ടുകളായി കക്കാടിന്റെ ഈ വരികളെ കാണാമെന്നു തോന്നുന്നു. നിലാവിന്റെ പിന്നിലെയനന്തതയിലെ ഇരുൾനീലിമവരെ ഒരു ഷോട്ടും ഏകാന്തതാരകളെ നോക്കിനിൽക്കുംവരെ ഒരു ഷോട്ടും. അങ്ങനെ ഷോട്ടുകളായി കാണുമ്പോൾ കക്കാട് കണ്ട നീലിമയല്ല ഞാൻ കാണുന്നത്. നിലാവിന്റെ പിന്നിൽ അനന്തതയുണ്ടെന്നും അതിനപ്പുറം ഇരുളുണ്ടെന്നും മാത്രമേ കക്കാട് കാട്ടിത്തരുന്നുള്ളൂ. അതിനപ്പുറമുള്ള ഇരുൾനീലിമ ഞാൻ കാണുമ്പോഴത് കക്കാട് കണ്ട നീലിമയല്ല. അത് എന്റെ ഇരുൾനീലിമയാകുന്നു, എന്റെ മാത്രം. കക്കാട് കണ്ട നിന്നുവിറയ്ക്കുന്ന താരകളെയുമല്ല ഞാൻ കാണുന്നത്. നിന്നുവിറയ്ക്കുന്ന താരകളുണ്ടെന്നു കക്കാട് പറയുന്നു. കാണുന്നത് ഞാനാണ്. എന്റെ കാഴ്ചാനുഭവത്തിൽനിന്ന് ഒടുവിൽ കക്കാട് പുറത്താകുന്നു. ഗാനം ഗായകനെ മറികടക്കുന്നതുപോലെ. കക്കാടിനെ ഇങ്ങനെ കാണാൻ പ്രേരിപ്പിച്ചതും പ്രാപ്തനാക്കിയതും വീണ്ടും സെർഗി ഐസൻസ്റ്റീൻ!

"Emptiness
wing aloft,
into the stars carving your way" എന്ന മയക്കോവ്സ്ക്കിയുടെ വരികളെ ഉദ്ധരിച്ച്, "Mayakovsky doesn't work in lines, he works in shots" എന്ന് ഐസൻസ്റ്റീൻ പറയുന്നു.[2]

മയക്കോവ്സ്കിയുടെ വരികളെ മൂന്നു കൊച്ചു ഷോട്ടുകളിലൂടെ കാണുന്നതും കക്കാടിന്റെ വരികളെ സുദീർഘമായ രണ്ടു ഷോട്ടുകളിലൂടെ കാണുന്നതും സിനിമാക്കാഴ്ചയുടെ രണ്ടു വഴികളാണ്. കക്കാടിൽ കാഴ്ച കവിയെ മറികടക്കുന്നു. മയോക്കോവ്സ്കിയിൽ കാഴ്ച കവി കാണിച്ചുതന്നതിൽ ഒതുങ്ങുന്നു. ഒന്നിൽ കാണുന്നവൻതന്നെ കാണേണ്ടതെന്തെന്നു തീരുമാനിക്കുമ്പോൾ മറ്റേതിൽ കാണുന്നവനിൽ കാഴ്ച അടിച്ചേല്പിക്കപ്പെടുന്നു. ഈ രണ്ടു കാഴ്ചാസാദ്ധ്യതകളെക്കുറിച്ച് ഐസൻസ്റ്റീൻ വിശദീകരിക്കുന്നതിങ്ങനെ: "Let's say, you need to show a corpse lying in a room. If you present this in a single long take, then the viewer will begin looking at what took place. You permit him, as in life, to select details himself and focus his attention on what he wants, and not what you want to show"[3] ഇതാണ് മിസെൻസീൻ കാഴ്ച. കക്കാടിൽ കണ്ട കാഴ്ച മിസെൻസീൻ കാഴ്ചയാണ്. മയോക്കോവ്സ്കിയിലേത് മൊണ്ടാഷ് കാഴ്ചയും. കാലത്തിലൂടെ രൂപംകൊണ്ട രണ്ടു കാഴ്ചാരീതികൾ.

ഇതിലൊന്നിന്റെ അടിസ്ഥാനം മാർക്സിസ്റ്റ് വൈരുദ്ധ്യാത്മകതയാണെങ്കിൽ മറ്റേതിന്റേത് ക്രിസ്തീയതയിൽ വേരുള്ള അസ്തിത്വവാദമാണെന്ന് വളരെ വിശാലമായ അർത്ഥത്തിൽ പറയാം. ഷോട്ടുകൾക്കകത്തെ വൈരുദ്ധ്യങ്ങളും അവ തമ്മിലുള്ള സംഘർഷങ്ങളു മാണ് മൊണ്ടാഷ് കാഴ്ചയെ നിർണയിക്കുന്നത്. ഡയലക്റ്റിക്സ്തന്നെ. "Thesis, anti thesis, synthesis." മിസെൻസീൻ കാഴ്ചയിലില്ല ഈ സംഘർഷം. ഒരോ ഇമേജും ആദ്യം ക്യാമറ പിടിച്ചെടുക്കുന്ന സ്പേ സിൽ അല്ലെങ്കിൽ സ്ഥലത്ത് ഉണ്ടാകുന്നു (being), അതിന്റെ ഗുണാംശം അല്ലെങ്കിൽ സ്വഭാവഗുണം (essence) പിന്നീടുമാത്രം തെളിയുന്നു. Existence preceeds Essence എന്ന് അസ്തിത്വവാദം. ഉണ്ടാകലാണ് ആദ്യം; പ്രധാനം. ഉണ്ടായശേഷമുള്ളത്, അല്ലെങ്കിൽ essence ഉണ്ടായ ശേഷംമാത്രം. ഇതാണ് അസ്തിത്വവാദത്തിൽ അധിഷ്ഠിതമായ മിസെൻസീൻ സിദ്ധാന്തത്തിന്റെ ഇമേജ് നിർമാണസങ്കല്പം. ഇവിടെയുണ്ടാകുന്ന ഇമേജിനുണ്ട് സ്വാതന്ത്ര്യം. കാണുന്നവനുമുണ്ട്. ഇമേജിനെ അടിച്ചേല്പിക്കലില്ല. ഇമേജ് സ്വയം ഉണ്ടാകുകയും കാണി അവന്റെ സാംസ്കാരികപാരമ്പര്യകണ്ണുകൊണ്ട് അതിനെ വായിക്കുകയും ചെയ്യുന്നു. തനിക്കെന്തു കാണണമോ അതാണയാൾ കാണുന്നത്. അയാൾ തേടിപ്പിടിക്കുന്നതെന്തോ അതയാൾ കാണുന്നു. സംവിധായകൻ അടിച്ചേല്പിക്കുന്നതല്ല. മറ്റൊരാൾ കാണുന്നതുമല്ല.

ആശയങ്ങളെ അടിച്ചേല്പിക്കുന്ന മൊണ്ടാഷ്ശൈലിക്ക് അതിന്റേതായ ചരിത്രപരമായ ന്യായങ്ങളുണ്ട്. ബോൾഷെവിക് വിപ്ലവത്തിനുശേഷം നിലവിൽവന്ന സമൂഹം, മനുഷ്യരാശി അതുവരെ അനുഭവിക്കാത്ത ഒന്നാണ്. പതുക്കെ പരിവർത്തിച്ചുണ്ടായതുമല്ല ഈ

പുതുസമൂഹം. പെട്ടെന്നൊരുനാൾ, എല്ലാ അർത്ഥത്തിലും പൊട്ടി വീണതാണത്. നവസമൂഹത്തിനു നവമൂല്യങ്ങളുണ്ട്. പുതിയ പെരുമാറ്റ രീതിയുണ്ട്. മനുഷ്യന്റെ എല്ലാ വ്യാപാരങ്ങളേയും ഈ വിപ്ലവം പുതുക്കി. പുതിയ സമൂഹത്തിന്റെ പുതിയ രീതികളെക്കുറിച്ച് പഴയ ജനങ്ങളെ പലതും പഠിപ്പിക്കേതുണ്ടായിരുന്നു. ഈ കടമ അന്ന് ഏറ്റെടുത്തത് സിനിമയാണ്. കാരണം സിനിമയായിരുന്നു അന്ന് ഏറ്റവും ജനകീയമായ കല. ഏറ്റവും പ്രായംകുറഞ്ഞതും എളുപ്പവുമായ കല. ഏറ്റവുമധികം ജനങ്ങളിലേക്കെത്തുന്ന കലയും സിനിമയായിരുന്നു. ഇതുമൂലം പുതിയ ആശയങ്ങളെ, പഴയ സമൂഹത്തിലെ അനീതികളെ ഓർമ്മിപ്പിച്ചുകൊണ്ട് ജനങ്ങളിലെത്തിക്കേണ്ട ചുമതല സിനിമയ്ക്കായിപ്പോയി. ആശയങ്ങൾ അടിച്ചേല്പിക്കുന്ന മൊണ്ടാഷ് ശൈലിയായിരുന്നു ഈ ദൗത്യത്തി ന്നേറ്റവും അനുയോജ്യം. (ഓർമ്മയും സ്വപ്നവും ഒന്നിക്കുന്ന കലയും സിനിമമാത്രം. സിനിമയിലും സ്വപ്നത്തിലും മാത്രമേയുള്ളൂ ഫ്ളാഷ് ബാക്ക്; ജീവിതത്തിലില്ല, നാടകത്തിലില്ല) കഴിഞ്ഞില്ല കാരണങ്ങൾ. അക്കാലത്ത് ഫിലിം സ്റ്റോക്കും പരിമിതമായിരുന്നു. ഇതുമൂലം സുദീർ ഘമായ ഷോട്ടുകൾ അസാദ്ധ്യമായിരുന്നു. ചെറുചെറു ഷോട്ടുകളെ കൂട്ടി യോജിപ്പിച്ചുവേണമായിരുന്നു സിനിമയുണ്ടാക്കാൻ. ഈ ഭൗതികാവ സ്ഥയും മൊണ്ടാഷ് ശൈലിയെ സാധൂകരിക്കുന്നു.

മൊണ്ടാഷ് ശൈലിയുടെ ഉപജ്ഞാതാക്കൾ ഐസൻസ്റ്റീൻ അടക്കമുള്ള റഷ്യൻ ചലച്ചിത്രകാരന്മാരാണെങ്കിൽ മിസെൻസീൻ ശൈലിയുടെ തളരാത്ത വക്താവ് ഫ്രഞ്ച് ചലച്ചിത്ര സൈദ്ധാന്തി കനായ ആന്ദ്രേ ബസാനാണ്.

സിനിമയ്ക്കൊരു ജന്മഹോമം

> "സഹ്യനേക്കാൾ തലപ്പൊക്കം,
> നിളയേക്കാളുമാർദ്രത"[4]

ചലച്ചിത്രചരിത്രത്തിൽ ഐസൻസ്റ്റീനോളം തലപ്പൊക്കമുള്ള സൈദ്ധാന്തികനായിരുന്നു ആന്ദ്രേ ബസാൻ. ആർദ്രമായ മനസ്സും. നാല്പതുവയസ്സുവരെ മാത്രമേ ജീവിച്ചുള്ളൂ. (1918 ഏപ്രിൽ 18 – 1958 നവംബർ 11) അതിനിടയ്ക്ക് ബസാന്റേതായി നാലു പുസ്തകങ്ങൾ ഇറങ്ങി. 1951-ൽ ജാക് വാൽക്രോ, ജോസഫ് ഡ്യൂക്ക എന്നിവരും ചേർന്ന് *കയേ ദു സിനിമാ* (*Cahiers du Cinema*) എന്ന പ്രസിദ്ധീകരണം തുടങ്ങി. ഫ്രഞ്ചുകാരെ സിനിമകാണാൻ പഠിപ്പിച്ച ഈ പ്രസിദ്ധീകരണം ഇന്നും ജീവിച്ചിരിപ്പുണ്ട്. ഇതിലെഴുതിയ ചലച്ചിത്രലേഖനങ്ങളുടെ സമാഹാരമാണ് ബസാന്റെ പേരിലുള്ള നാലു ഫ്രഞ്ച് പുസ്തകങ്ങൾ. ഇവയിൽനിന്ന് തെരഞ്ഞെടുത്ത ചില ലേഖനങ്ങൾ ഇംഗ്ലീഷിലാ ക്കിയതിന്റെ സമാഹാരമാണ് ബസാന്റെ പ്രശസ്തമായ *വാട്ട് ഈസ്*

ആന്ദ്രേ ബസാൻ

ത്രൂഫോ

കയേ ദു സിനിമ

സിനിമ എന്ന, രണ്ടുവോള്യങ്ങളിലുള്ള കൃതി. ചലച്ചിത്രസിദ്ധാന്തത്തിന്റെ വളർച്ചയിൽ ഏറ്റവും നിർണായകപങ്കുവഹിച്ച പ്രസിദ്ധീകരണമാണ് *കയേ ദു സിനിമ*. ഇറ്റാലിയൻ നിയോറിയലിസം മുതൽ ഫ്രഞ്ച് ന്യൂവേവ് വരെയുള്ള ചലച്ചിത്രപ്രസ്ഥാനങ്ങൾക്ക് പ്രചോദനമോ പ്രോത്സാഹനമോ ആയത് ബസാന്റെ ലേഖനങ്ങളും *കയേ ദു സിനിമ*യുമാണ്. ബസാന്റെ മീസെൻസീൻ വിമർശനപദ്ധതി മുതൽ പ്രമുഖ ഫ്രഞ്ച് ചലച്ചിത്രകാരനും നിരൂപകനുമായ ത്രൂഫോവിന്റെ ഓഥർ തിയറിവരെ രൂപംകൊണ്ടത് *കയേ ദു സിനിമ* സൃഷ്ടിച്ച സർഗാത്മകസാഹചര്യങ്ങളിൽനിന്നാണ്.

വ്യക്തിയെന്ന നിലയിലും വളരെ സർഗാത്മകമായ ജീവിതമായിരുന്നു ബസാന്റേതെന്ന് ത്രൂഫോവിനെപ്പോലെ കൂടെ പ്രവർത്തിച്ചവർ സാക്ഷ്യപ്പെടുത്തുന്നു. കാറിൽ ഒറ്റയ്ക്കു പോകുമ്പോഴെല്ലാം ഏതെങ്കിലും ബസ്സ്റ്റോപ്പിൽ വണ്ടിനിർത്തി ബസ്സുകാത്തുനിൽക്കുന്നവരിൽ താൻ പോകുന്നവഴിക്കു പോകേണ്ടവർക്ക് ലിഫ്റ്റ് കൊടുക്കാൻ ബസാൻ നിഷ്ക്കർഷിച്ചിരുന്നത്രേ. താനും കുടുംബവും ഒഴിവുകാലം ചെലവിടാൻ വീടുവിട്ടുപോകുമ്പോൾ താമസസൗകര്യം വേണ്ടവർക്കായി വീടു തുറന്നിട്ടുകൊടുക്കാനും ബസാൻ മറക്കാറില്ല.

ത്രൂഫോ തുടരുന്നു: "ആന്ദ്രേ ബസാൻ യൂറോപ്പിൽ മറ്റാരെക്കാളും നന്നായി സിനിമയെക്കുറിച്ചെഴുതി. 1948-ൽ അദ്ദേഹത്തോടൊപ്പം പ്രവർത്തിച്ചുകൊണ്ട് ഞാനെന്റെ സിനിമാജോലിയിൽ ഏർപ്പെട്ട ആദ്യദിവസം മുതൽ ഞാൻ അദ്ദേഹത്തിന്റെ വളർത്തുപുത്രനായി. പിന്നീടെന്റെ ജീവിതത്തിലുണ്ടായ ആഹ്ലാദകരമായ എല്ലാ കാര്യങ്ങൾക്കും ഞാൻ ആ മനുഷ്യനോട് കടപ്പെട്ടിരിക്കുന്നു. അദ്ദേഹമാണ് എന്നെ സിനിമയെക്കുറിച്ചെഴുതാൻ പഠിപ്പിച്ചത്. ചലച്ചിത്ര സംവിധായകനാകാൻ സഹായിച്ചതും മറ്റാരുമല്ല. എന്റെ ആദ്യചിത്രത്തിന്റെ, ഷൂട്ടിങ്ങിന്റെ ആദ്യദിവസം കഴിഞ്ഞ് ഏതാനും മണിക്കൂറുകൾക്കകം അദ്ദേഹം വിടപറയുകയും ചെയ്തു. അദ്ദേഹത്തിന്റെ സുഹൃത്തായ ജെറെ തെഗർ ആളെ അയച്ചപ്പോൾ ഞാൻ നോമെന്റിലുള്ള അദ്ദേഹത്തിന്റെ വസതിയിലെത്തി. തലയുയർത്തി എന്നെ നോക്കിയ അദ്ദേഹത്തിനു സംസാരിക്കാനാവുമായിരുന്നില്ല. അത്രയ്ക്ക് വേദനയുണ്ടായിരുന്നു. തലേന്ന് സന്ധ്യയ്ക്ക് റെനോയറുടെ ഒരു ചിത്രം ടെലിവിഷനിൽ കണ്ട് തന്റെ റെനോയർ പഠനഗ്രന്ഥത്തിനുള്ള കുറിപ്പുകൾ ബസാൻ തയ്യാറാക്കിയിരുന്നു. ആന്ദ്രേ ബസാനെക്കുറിച്ചൊരു നഖചിത്രം തരാനാവശ്യപ്പെട്ടാൽ ഞാനാദ്യം ഓർക്കുക ആയിടയ്ക്ക് ഒരു അമേരിക്കൻ മാഗസിനിൽക്കണ്ട അടിക്കുറിപ്പായിരിക്കും. 'ഞാൻ കണ്ട ഏറ്റവും അവിസ്മരണീയനായ വ്യക്തി.' ഫ്രഞ്ച് നാടകകൃത്തായ ഗിറാദൗവിന്റെ കഥാപാത്രങ്ങളെപ്പോലെ ആദിപാപത്തിന്റെ കാലത്തിനും മുമ്പുള്ള ഒരു ജീവിയായിരുന്നു ബസാൻ. നല്ലവനും സത്യസന്ധനുമായ ഒരാൾ എന്നുപറഞ്ഞാൽ മതിയാവില്ല. നന്മ ആ മനുഷ്യനിൽ

മയക്കോവ്സ്കി

റെനോയർ

വാട്ട് ഈസ് സിനിമ

അത്ഭുതകരമായ വിധത്തിൽ അന്തമില്ലാത്തതായിരുന്നു. അതിന്റെ പ്രകടനത്തിലെ ധാരാളിത്തവും അത്ഭുതകരമായിരുന്നു. ഗംഗയിൽ മുങ്ങിനിവരുമ്പോൾ ഹിന്ദുക്കൾ അനുഭവിക്കുന്നതെന്തോ അതാണൊരുവൻ ബസാനുമായി സംസാരിച്ചിരിക്കുമ്പോൾ അനുഭവിക്കുന്നത്."[5]

ഭ്രാന്തുപിടിച്ചും കഴുത്തറുത്ത് ആത്മഹത്യയ്ക്കു ശ്രമിച്ചശേഷവുമാണ് മോപ്പസാങ്ങ് മരിച്ചത്, ഭ്രാന്താലയത്തിൽക്കിടന്ന്. എന്നും രോഗാതുരനും പതുക്കെപ്പതുക്കെ മരിച്ചുകൊണ്ടിരുന്നവനുമായ ബസാൻ നന്മയുടെ ധാരാളിത്തംകൊണ്ടാകണം അത്രയെങ്കിലും പിടിച്ചുനിന്നത്. നാല്പതു വയസ്സിലെ മരണം അകാലത്തുള്ളതാണ്. "വരുംകാലങ്ങളിൽ ബസാന്റെ സ്വാധീനം കൂടിക്കൂടി വരികയേയുള്ളൂ. സിനിമ ഇല്ലാതായാലും അദ്ദേഹം എഴുതിയതൊക്കെ നിലനിൽക്കും. സിനിമ ഉണ്ടായിരുന്നുവെന്ന് ഒരുപക്ഷേ, വരുംതലമുറ അറിയുന്നത് ബസാന്റെ ലേഖനങ്ങളിലൂടെയായിരിക്കും' എന്ന് ജീൻ റെനോയർ.[6] സിനിമയുടെ ആരോഹണരേഖയും ബസാന്റെ ആയുർരേഖയും രണ്ടല്ലായിരുന്നു. വേർപിരിക്കാനാവാത്തവിധം അവ കെട്ടുപിണഞ്ഞിരിക്കുന്നു.

1. എൻ.എൻ. കക്കാട്, *സഫലമീയാത്ര*, മാതൃഭൂമി ബുക്സ്, കോഴിക്കോട്.
2. "To Sergie Yesenin", The poem by Mayakovsky is in memorium, Sergie Eisenstien, *The Word and Image, The Film Sense, A Harvest Book*, Harcourt Brace & Company, NewYork, 1947. p.63
3. Sergie Eisenstien, *The Short Fiction Scenerio*, Alan Y. Upchurch (trans.), Seagull Books and Eisenstien Cine Club, Calcutta, 1984, p.11
4. ആറ്റൂർ രവിവർമ, 'മേഘരൂപൻ', *ആറ്റൂർ രവിവർമയുടെ കവിതകൾ*, ഡി.സി. ബുക്സ്, കോട്ടയം.
5. ഫ്രാൻങ്കോയ് ത്രൂഫോ, ആന്ദ്രേബസാന്റെ *വാട്ട് ഈസ്* സിനിമ എന്ന ഗ്രന്ഥ ത്തിന്റെ രണ്ടാം വോള്യത്തിനെഴുതിയ മുഖവുരയിൽനിന്ന്, യൂണിവേഴ്സിറ്റി ഓഫ് കാലിഫോർണിയ പ്രസ്സ്, 1971.
6. ജീൻ റെനോയർ, ആന്ദ്രേ ബസാന്റെ *വാട്ട് ഈസ് സിനിമ* എന്ന ഗ്രന്ഥത്തിന്റെ ഒന്നാം വോള്യത്തിനെഴുതിയ മുഖവുരയിൽനിന്ന്, യൂണിവേഴ്സിറ്റി ഓഫ് കാലിഫോർണിയ പ്രസ്സ്, 1967.

വേർ നോ വൾചേഴ്സ് ഫ്ളൈ

13

"Montage by its very nature rules out ambiguity of expression."

Andre Bazin[1]

കാണിയെ സ്വതന്ത്രനാക്കുക

സ്ക്രീനിലെ ഇമേജിന്റേയും അതുകാണുന്ന കാണിയുടെയും വ്യാഖ്യാനസാദ്ധ്യതകളെ അനുവദിക്കുന്നില്ല എന്നതാണ് മൊണ്ടാഷ് ശൈലിക്കെതിരെ ബസാന്റെ പ്രധാന പരാതി. ആശയങ്ങളും അർത്ഥവും ഒരുപോലെ കാണിയുടെ മനസ്സിൽ അടിച്ചേല്പിക്കുന്ന, മനസ്സിന്റെ കിളിവാതിലുകളെല്ലാം അടച്ചിട്ട് ഇരുട്ടത്തുള്ള ഈ കൺകെട്ടുവിദ്യക്കെതിരെ ബസാൻ വല്ലാതെ കലഹിച്ചു. മൊണ്ടാഷ് പാപമാണെന്ന മട്ടിലാണ് ബസാൻ തന്റെ മിസൻസീൻ സിദ്ധാന്തം അവതരിപ്പിച്ചതും ഉദാഹരണങ്ങൾസഹിതം അതിനെ സമർത്ഥിച്ചെഴുതിയതും.

മൊണ്ടാഷ് മിസൻസീൻ ശൈലികളുടെ വ്യത്യാസങ്ങൾ വളരെ ലളിതമായി വിശദീകരിക്കാനായി ബസാൻ എടുക്കുന്നത് സാധാരണയ്ക്കും താഴെയുള്ള *Where No Vultures Fly* (1951) എന്ന ബ്രിട്ടീഷ് ചിത്രത്തിലെ സീക്വൻസാണ്. യുദ്ധകാലത്ത് ദക്ഷിണാഫ്രിക്കയിൽ കാട്ടിലൊരു വന്യജീവി സംരക്ഷണകേന്ദ്രമുണ്ടാക്കിയ ദമ്പതികളുടെ കഥ പറയുന്നതാണ് ചിത്രം. ഇതിനായി ദമ്പതികൾ കുട്ടിയുമൊന്നിച്ച് കുറ്റിക്കാട്ടിലാണ് കഴിയുന്നത്. സാമ്പ്രദായികരീതിയിലാണ് സീക്വൻസ് തുടങ്ങുന്നത്. അച്ഛനമ്മമാർ അറിയാതെ കുട്ടി കാട്ടിലെ ക്യാമ്പിനു പുറത്തുപോകുന്നു. കാട്ടിലലഞ്ഞു നടക്കുമ്പോൾ അമ്മയെ വേർപെട്ട സിംഹക്കുട്ടിയെ കണ്ടുമുട്ടുന്നു. അപകടമറിയാതെ കുട്ടി അതിനേയുമെടുത്ത് മടങ്ങുന്നു. ശബ്ദംകേട്ടോ മണംപിടിച്ചോ തള്ളസിംഹം ഗുഹയ്ക്കു പുറത്തുവരുന്നു. സംശയമില്ലാതെ സിംഹക്കുട്ടിയുമായി

റോപ്പ് എന്ന ചിത്രത്തിലെ രംഗം

നാനൂക് ഓഫ് ദ നോർത്ത്

നീങ്ങുന്ന കുട്ടിയുടെ പിന്നാലെ തള്ള കൂടുന്നു. അടുത്തെത്തുന്നു. കാട്ടിലെ ക്യാമ്പിനടുത്തെത്തിയപ്പോഴാണ് സിംഹക്കുട്ടിയെ എടുത്തു വരുന്ന കുട്ടിയേയും പിന്നാലെ പതുങ്ങിവരുന്ന തള്ളയേയും അച്ഛനമ്മ മാർ കാണുന്നത്. അവർ സ്വാഭാവികമായും പരിഭ്രാന്തരാകുന്നു. കുട്ടിയെ തട്ടിയെടുത്തവന്റെമേൽ തള്ളസിംഹം ഏതുനിമിഷവും ചാടിവീഴാം. സീക്വൻസിന്റെ ഈ ഭാഗം സമാന്തര മൊണ്ടാഷ് ശൈലിയിലാണ് കാണിച്ചിരിക്കുന്നത്. കുട്ടിയും സിംഹക്കുട്ടിയും കുട്ടിയും പിന്നാലെ പതുങ്ങിവരുന്ന സിംഹവും - ഇവയെ മാറിമാറി കാണിച്ച് ഏതാണ്ടൊരു സസ്പെൻസ് ഉണ്ടാക്കാനാണ് ശ്രമിച്ചിരിക്കുന്നത്. സിംഹം പിന്നാലെ വരുന്നതറിയാതെ മുന്നോട്ടുനീങ്ങുന്ന കുട്ടിയും ഏതുനേരവും അവന്റെ മേൽ ചാടിവീഴാനെന്ന മട്ടിൽ പിന്നിൽ പതുങ്ങിവരുന്ന സിംഹവും. ഇവയെ മാറിമാറി കാണിച്ച് സാധാരണ മൊണ്ടാഷ്ശൈലിയെ അവലം ബിച്ച് സക്രീനിൽ സംഘർഷമുണ്ടാക്കാനുള്ള ശ്രമം.

പക്ഷേ, ഇവിടെവെച്ച് പെട്ടെന്ന് നമ്മെ അമ്പരപ്പിച്ചുകൊണ്ട് സംവിധായകൻ മൊണ്ടാഷ്ശൈലി ഉപേക്ഷിക്കുന്നു. ഇതുവരെ കഥാ പാത്രങ്ങളെ നാം ഒന്നിച്ചുകണ്ടില്ല. വേറെ വേറെ ഷോട്ടുകളിൽ വേറെ വേറെയാണ് അവരെ കണ്ടത്. പെട്ടെന്ന് അച്ഛനമ്മമാരും സിംഹക്കു ട്ടിയെ താങ്ങിപ്പിടിച്ചുനടക്കുന്ന കുട്ടിയും പിന്നാലെ പതുങ്ങിവരുന്ന തള്ളസിംഹവും ഒരൊറ്റ ഷോട്ടിൽ പ്രത്യക്ഷപ്പെടുന്നു. ഈ ഒറ്റ ഫ്രെയി മിൽ കള്ളത്തരങ്ങളൊന്നും സാദ്ധ്യമല്ല. സംഭവിക്കുന്നതെല്ലാം നാം ഒന്നിച്ചുകാണുന്നതിനാൽ ഒന്നും ഒളിപ്പിച്ചുവെച്ചിട്ടില്ലെന്നു നമുക്കുതന്നെ ബോദ്ധ്യപ്പെടുന്നു. ഫ്രെയിമിൽ കാണുന്നതിന് പെട്ടെന്ന് ആധികാരികത കൈവരുന്നു. തൊട്ടുമുമ്പുകണ്ട മൊണ്ടാഷ് ഷോട്ടുകളുടെ 'മൗലികത യില്ലായ്മ, സത്യസന്ധതയില്ലായ്മ' കാണി ഈ ശൈലീമാറ്റത്തിലൂടെ മനസ്സിലാക്കുന്നു. പിന്നീടെല്ലാം നാം ഒരൊറ്റ ഷോട്ടിൽത്തന്നെ കാണുന്നു. അച്ഛൻ കുട്ടിയോട് അനങ്ങാതെ നിൽക്കാൻ പറയുന്നു. കുറച്ചുദൂരെ സിംഹവും നടത്തം നിർത്തി ഇനിയെന്തെന്നു കാത്തുനിൽക്കുന്നു. സിംഹക്കുട്ടിയെ താഴെവെക്കാൻ അച്ഛൻ കുട്ടിയോട്. കുട്ടി സിംഹ ക്കുട്ടിയെ താഴെവെക്കുന്നു. ഇനി പരിഭ്രമിക്കാതെ പതുക്കെ മുന്നോട്ടു നടന്നോളൂവെന്ന് അച്ഛൻ. കുട്ടി അതനുസരിക്കുന്നു. സിംഹം പതുക്കെ വന്ന് കുഞ്ഞിനെ കടിച്ചെടുത്ത് കുറ്റിക്കാട്ടിൽ മറയുന്നു. സന്തോഷവും ആശ്വാസവുമായി അച്ഛനമ്മമാർ കുട്ടിയുടെ അടുത്തേക്കോടിയെത്തുന്നു. ക്യാമറ സാക്ഷിയാകുന്നു; കാണിയും.

ബസാൻ തുടരുന്നു: വിശദമായ കഥനശൈലിയുടെ വീക്ഷണ കോണിൽ നോക്കിയാൽ മൊണ്ടാഷ് ശൈലിയിൽ ഷൂട്ടുചെയ്ത് അവയെ കൂട്ടിയിണക്കിയാലും ഈ സീക്വൻസിന് ഇതേ അർത്ഥം തന്നെയാണുണ്ടാവുക. പക്ഷേ, ക്യാമറയ്ക്കു മുമ്പിലുള്ള സ്പേസിന കത്ത് ഭൗതികവും യഥാർത്ഥവുമായി സംഭവങ്ങൾ നടക്കില്ലായിരുന്നു.

റെഡ് സാം എന്ന ചിത്രത്തിലെ രംഗം

ഹിച്ച്കോക്ക്

ഫ്ളാഹർട്ടി

അതുവഴി ഷോട്ടുകളെത്ര യഥാതഥമായാലും കഥപറയുന്നപോലെ മാത്രമേ തോന്നൂ. യഥാർത്ഥസംഭവം കാണുംപോലെ തോന്നില്ല. നോവലിൽ കഥപറയുന്നതിലപ്പുറമൊന്നും സ്ക്രീനിൽ സംഭവിക്കില്ല. നോവലിലും ഇതേ ഇമേജുകളാണ് കഥ പറയുന്നത്. ഇവിടെ സ്ക്രീനിലും അതെ. ഇതുമൂലം സംഭവത്തിന്റെ നാടകീയവും ധാർമികവുമായ മൂല്യം തരംതാണതായിപ്പോകുന്നു. മറിച്ച് എല്ലാ കഥാപാത്രങ്ങളെയും ഒരൊറ്റ ഫ്രെയിമിൽ കാണുമ്പോൾ, അവരെ അവരുടെ യഥാർത്ഥ അവസ്ഥയിൽ കാണുമ്പോൾ നാം കൂടുതൽ ഉയർന്നൊരു ചലച്ചിത്രവൈകാരികത അനുഭവിക്കുന്നു. തള്ളസിംഹം ഇണക്കമുള്ളതും കാട്ടിൽ ഈ കുടുംബത്തെ പരിചയപ്പെട്ടതുമായതുകൊണ്ടാണ് ഇത്തരമൊരു ചിത്രീക രണം സാധിച്ചത്. അതല്ലായിരുന്നെങ്കിൽ ആ ഒറ്റ ഫ്രെയിമിൽ മറ്റു പലതും സംഭവിക്കുമായിരുന്നു. പക്ഷേ, അതല്ല ഇവിടെ കാര്യം. ആ കുട്ടി യഥാർത്ഥത്തിൽ നേരിട്ട അപകടം, നേരിട്ടുവോ ഇല്ലയോ എന്ന തല്ല പ്രശ്നം. സംഭവം അതിന്റെ സ്ഥലകാലസത്യസന്ധതയോടെ അവതരിപ്പിക്കപ്പെട്ടുവെന്നതാണ് പ്രധാനം. അതിലൂടെ നാമൊരു സത്യം മനസ്സിലാക്കുന്നു. മൊണ്ടാഷ് പലപ്പോഴും സിനിമയുടെ ഗുണാംശമാകുന്നതിനുപകരം ഗുണാംശനിഷേധമാകുന്നു. "Thus we see that there are cases in which montage far from being the essence of cinema, is indeed it's negation. The same scene can be poor literature or great cinema according to whether montage or a full shot is used."[2]

റോബർട്ട് ഫ്ളാഹർട്ടിയുടെ പ്രശസ്തചിത്രമായ *നാനൂക്ക് ഓഫ് ദ നോർത്തിൽ*[3] നാനൂക്ക് മീൻ (seal) പിടിക്കുന്ന സീക്വൻസാണ് മറ്റൊരുദാഹരണമായി ബസാൻ എടുത്തുകാണിക്കുന്നത്. ഈ സീക്വൻസ് പല ഷോട്ടുകളായി മുറിച്ചല്ല ചിത്രീകരിച്ചിട്ടുള്ളത്. മറിച്ച് മീനിനായുള്ള കാത്തിരിപ്പുമുതൽ മീൻ ചൂണ്ടയിൽ കുടുങ്ങുംവരെ ഒരൊറ്റ ഷോട്ടാണ്. സിനിമയിലെ സമയവും യഥാർത്ഥസമയവും അങ്ങനെ ഒന്നാകുന്നു. ഒരു സംഭവം പൂർണമായും സത്യസന്ധമായും കാണുന്ന അനുഭൂതി കാണിക്കു ലഭിക്കുന്നു. ഇവിടെ വീണ്ടും കൺകെട്ടു വിദ്യകളൊന്നുമില്ല.

> "It is inconceivable that the famous seal-hunt scene in *Nanook (of the North)* should not show us hunter hole and the seal all in the same shot. It is simply a question of respect for the spacial untiy of an event at the moment, when to split it up would change it from something real into something imaginary... While the picture of Nanook hunting the seal on the rim of an ice hole is one of the loveliest in all cinema, the scene of the struggle with the alligator on a fishing line in *Louisiana story*,[4]

ഫ്ളാഹർട്ടിയുടെ ലൂസിയാന സ്റ്റോറി എന്ന ചിത്രത്തിൽനിന്ന്

മിക്ലോസ് യാങ്ചോ

> obviously montage, is weak. On the other hand, the scene in the same film of the alligator catching a heron, photographed in a single panning shot, is admirable."[5]

ലൂസിയാന സ്റ്റോറി ഉദ്ധരിച്ച് വീണ്ടും ബസാൻ മൊണ്ടാഷിനു മുകളിൽ മിസെൻസീനെ സ്ഥാപിക്കുന്നു.

മൊണ്ടാഷ് പാപമാകുന്നു

ബസാൻ എഴുതിയും വാദിച്ചും തർക്കിച്ചും പതുക്കെപ്പതുക്കെ മൊണ്ടാഷ് സിനിമയുടെ ശാപമായി, കാപട്യമായി, മൗലികതയില്ലായ്മയായി, യാഥാർത്ഥ്യത്തെ വളച്ചൊടിക്കലായി, പാപമായി. റഷ്യൻ നിശ്ശബ്ദചലച്ചിത്രകാരന്മാരുടെ കാലത്തിനു വിപരീതമായി ഫിലിം സ്റ്റോക്കിനു പിന്നീട് ക്ഷാമമില്ലാതായി. മുതൽമുടക്കിനും ഇല്ലാതായി ക്ഷാമം. സുദീർഘമായ ഷോട്ടുകൾ ആഡംബരമല്ലാതായി. സർവസാധാരണമായി. സിനിമയ്ക്ക് വലിയ ആദർശമൊന്നും പഠിപ്പിക്കാനില്ലാതായി. സിനിമ അന്തർമുഖമായി. ലെൻസിനുമുന്നിലുള്ള സ്ഥലത്ത് ഇമേജിനെ സ്വതന്ത്രമായി ഉണ്ടാകാനനുവദിക്കാമെന്നായി. ഡീപ് ഫോക്കസുപയോഗിച്ച് ലെൻസിനു മുമ്പിലുള്ള സ്ഥലത്തെ വ്യാപിപ്പിച്ചു. ഇമേജിനു സ്വയം പിറവിയെടുക്കാൻ അങ്ങനെ വേണ്ടുവോളം സ്ഥലമായി. കാഴ്ചയിൽനിന്ന് കാണി സ്വതന്ത്രനായി. സ്ക്രീനിൽ കാണുന്നതിന് വ്യാഖ്യാനസാദ്ധ്യതയേറി. ഒരു സീക്വൻസ് മുഴുവൻ ഒരൊറ്റ ഷോട്ടിൽ ചിത്രീകരിക്കാമെന്നായി. പ്ലാൻ സീക്വൻസ് എന്ന് ഇവയ്ക്ക് ചെല്ലപ്പേരുമുണ്ടായി. സിനിമയുടെ താളം മാറി. താളം കൂടുതൽ പതിഞ്ഞതായി. കാണിയുടെ കാഴ്ചാനുഭവവും കൂടെ മാറി.

ആൽഫ്രഡ് ഹിച്ച്കോക്ക് 1948-ൽ എട്ട് ഷോട്ടുകൾമാത്രമുള്ള *റോപ്പ്* എന്ന ചിത്രം ഉണ്ടാക്കി. പത്തുമിനിറ്റുവീതം ദൈർഘ്യമുള്ള എട്ടു ഷോട്ടുകൾ. ക്യാമറയുടെ മുകളിലെ ഫിലിം ലോഡ്ചെയ്യുന്ന മാഗസീൻ എന്നുവിളിക്കുന്ന കൂട്ടിൽ പത്തുമിനിറ്റ് ദൈർഘ്യമുള്ള ഫിലിമേ ലോഡ് ചെയ്യാനാവൂ. ഇതുമൂലമാണ് തനിക്ക് 80 മിനിറ്റുള്ള ചിത്രത്തിൽ എട്ട് കട്ടുകൾ വേണ്ടിവന്നതെന്ന് ഹിച്ച്കോക്ക്. ചിത്രത്തിൽ എട്ടു കട്ടുകളല്ല പത്തു കട്ടുകളാണുള്ളതെന്നാണ് മറ്റൊരു പക്ഷം. പക്ഷേ, കട്ടുകൾ എട്ടായാലും പത്തായാലും ഇവ തിരിച്ചറിയാൻ കഴിയാത്ത മട്ടിലാണ് എഡിറ്റിങ്ങ്. ഇതുമൂലം ചിത്രം മുഴുവനായി എൺപതുമിനിറ്റുള്ള ഒരൊറ്റ ഷോട്ടാണെന്നും തോന്നാം. സാങ്കേതികമായ കൗതുകത്തിനപ്പുറം കലാപരമായി അത്ര മികച്ചൊരു ഹിച്ച്കോക്ക് ചിത്രമല്ല *റോപ്പ്*. ബസാൻ പറഞ്ഞ സാദ്ധ്യതയുടെ അതിരുകവിഞ്ഞൊരു പ്രയോഗംമാത്രം.

ലോങ്ങ് ടേക്കുകളേയും പ്ലാൻ സീക്വൻസുകളെയും സാങ്കേതികവിദ്യയ്ക്കപ്പുറം കലാമൂല്യമുള്ള ഒന്നാക്കി ഉയർത്തിയവരിൽ പ്രമുഖൻ

ഹങ്കേറിയൻ സംവിധായകനായ മിക്ലോസ് യാങ്ചോ ആണ്. ബാലെയുടെ സംഗീതാത്മകസൗന്ദര്യംതന്നെ സൃഷ്ടിച്ചു യാങ്ചോ ഈ ടെക്നിക്കുകളിലൂടെ. യാങ്ചോവിന്റെ *റെഡ് സാം* (1972) എന്ന ചിത്രത്തിൽ ആകെ 28 ഷോട്ടുകളേയുള്ളൂ. കഥാപാത്രചലനങ്ങളെ ക്യാമറയ്ക്ക് മുമ്പിലുള്ള സ്പേസിൽ അല്ലെങ്കിൽ സ്ഥലത്ത് സംവിധായകൻ കണിശമായി നിയന്ത്രിച്ചിരിക്കുന്നു. ഓരോ കഥാപാത്രത്തിന്റെയും ചലനങ്ങൾ ഒരു ജനസംഘത്തിന്റെ ചലനവുമായി താളപ്പെടുത്തിയിരിക്കുന്നു. ചലനതാളങ്ങളുടെ നൃത്തസദൃശ്യമായ ഈ അരങ്ങ് ക്യാമറയ്ക്കു മുമ്പിൽ സജീവമായിരിക്കേതന്നെ അവിചാരിതമായി സംഭവിക്കുന്നതിനെ പിടിച്ചെടുക്കാനും ക്യാമറയെ സംവിധായകൻ നിർബന്ധിക്കുന്നു. ശബ്ദരേഖയില്ലാതെയാണ് യാങ്ചോ ഈ ചിത്രം ഷൂട്ടുചെയ്തത്. അതുമൂലം ഷൂട്ടിങ്ങിനിടയ്ക്കെല്ലാം കഥാപാത്രങ്ങൾക്കും ക്യാമറയ്ക്കുമുള്ള നിർദ്ദേശങ്ങൾ വിളിച്ചുകൂവി പറഞ്ഞുകൊടുക്കാൻ സംവിധായകനു കഴിയുമായിരുന്നു. ശബ്ദരേഖ പിന്നീട് കൂട്ടിച്ചേർക്കുകയാണുണ്ടായത്. ദിവസം ഒരു ഷോട്ടെന്ന നിലയിൽ ഒരു മാസത്തിനുള്ളിൽ യാങ്ചോ ഷൂട്ടിങ്ങ് പൂർത്തിയാക്കുകയും ചെയ്തു. കമ്മ്യൂണിസ്റ്റ് ഹങ്കറിയിലെ ഭരണാധികാരികൾ ഈ ചിത്രത്തെ തള്ളിപ്പറഞ്ഞെങ്കിലും കാൻ ഫിലിം ഫെസ്റ്റിവലിൽ മികച്ച സംവിധായകനുള്ള അവാർഡ് നേടി ഈ യാങ്ചോ ചിത്രം. ഈ ചിത്രത്തിലൂടെ തന്റെ വാദപ്രതിവാദങ്ങളുടെ ഫലശ്രുതിയറിയാൻ പക്ഷേ, ആന്ദ്രേ ബസാൻ ഉണ്ടായിരുന്നില്ല.

ക്യാമറയ്ക്കു മുമ്പിലുള്ള സ്പേസ് അല്ലെങ്കിൽ സ്ഥലത്തെ വ്യാപിപ്പിച്ചപോലെതന്നെ, മറുകണ്ടംചാടി ക്യാമറയ്ക്ക് പിന്നിലുള്ള സ്ഥലത്തെ കാണിയുടെ തൊട്ടടുത്തുവരെ എത്തിച്ച ത്രീഡി ടെക്നോളജിയുടെ വരവും ബാസിനെ ആഹ്ലാദിപ്പിക്കുമായിരുന്നു. ഗൊദാർദിന്റെ *ഗുഡ്ബൈ ടു ലാംഗ്വേജ്* എന്ന ത്രീഡി സിനിമ കണ്ടിരിക്കുമ്പോൾ തിയേറ്ററിൽനിന്നും ഇറങ്ങിപ്പോയ കാണി സ്ക്രീനിൽനിന്നാണോ തിയേറ്ററിൽനിന്നാണോ ഇറങ്ങിപ്പോകുന്നതെന്ന് അമ്പരക്കേണ്ടിവന്നിട്ടുണ്ട്. ത്രീഡിക്ക് വ്യാകരണമോ പെരുമാറ്റച്ചട്ടങ്ങളോ ഇല്ലാത്തതുകൊണ്ടാണ് എൺപത്തിമൂന്നാം വയസ്സിൽ താൻ ഈ പുതിയ സാങ്കേതികവിദ്യയിൽ കൈവെച്ചതെന്ന് ഗൊദാർദ് പറയുന്നു. ഐസൻസ്റ്റീനും ബസാനും ഉണ്ടായിരുന്നെങ്കിൽ ത്രീഡിക്കും വ്യാകരണവും പെരുമാറ്റച്ചട്ടങ്ങളും സൗന്ദര്യശാസ്ത്രവസ്ത്രവും ഉണ്ടാകുമായിരുന്നു. ത്രീഡിക്കും പ്രായപൂർത്തിയാകുമായിരുന്നു.

1. Andre Bazin, 'The Evolution of Language of Cinema', *What Is Cinema*, Vol.1, Universtiy of California Press, Los Angeles, 1967, p.36

2. Andre Bazin, 'The Virtues and Limitations of Montage', *What Is Cinema*, Vol.1, Universtiy of California Press, Los Angeles, 1967, p.50
3. 1922-ൽ നിർമിച്ച നിശ്ശബ്ദ ഡോക്യുമെന്ററിയാണ് റോബർട്ട് ഫ്ളാഹർട്ടിയുടെ *നാനൂക്ക് ഓഫ് ദ നോർത്ത്*. കനേഡിയൻ ധ്രുവപ്രദേശത്തെ നാനൂക്ക് എന്ന എക്സിമോയുടെയും കുടുംബത്തിന്റേയും ജീവിതസമരം ചിത്രീകരിക്കുന്ന ഈ ചിത്രം കഥാചിത്രത്തിന്റെ ദൈർഘ്യമുള്ള ആദ്യത്തെ ഡോക്യുമെന്ററിയാണ്. 1914-ലും 1915-ലുമായി രണ്ടു വർഷത്തോളം എടുത്താണ് ഫ്ളാഹർട്ടി ഷൂട്ടിങ്ങ് പൂർത്തിയാക്കിയത്. തിരിച്ചെത്തി ഫിലിം എഡിറ്റുചെയ്യുമ്പോൾ സിഗരറ്റ് കുറ്റി വീണ് മുപ്പതിനായിരം അടി നെഗറ്റീവ് കത്തിപ്പോയി. നാലുവർഷത്തെ ശ്രമഫലമായി വീണ്ടും പണം സ്വരൂപിച്ച് പിന്നേയും ഒരു വർഷം ധ്രുവപ്രദേശത്തു കഴിച്ചുകൂട്ടിയാണ് ഫ്ളാഹർട്ടി ചിത്രം പൂർത്തിയാക്കിയത്. നാമേതാണ്ട് മറന്നുകഴിഞ്ഞ കൃഷിയുടെ പാഠമാണ് ഫ്ളാഹർട്ടി ഓർമിപ്പിക്കുന്നത്. ക്ഷമയാണ് കൃഷിയുടെ പാഠം. വിളയാം, വിളവു നശിക്കാം. എല്ലാം ക്ഷമിക്കുക, വീണ്ടും ശ്രമിക്കുക. കൃഷിയെ വ്യവസായംപോലെകണ്ട് കൃഷി നഷ്ടമാണെന്നുപറയാൻ തുടങ്ങിയതോടെ ഈ പാഠം നാം മറന്നുപോയി.
4. 1948-ൽ നിർമ്മിച്ച ഫ്ളാഹർട്ടി ചിത്രമാണ് *ലൂസിയാനാ സ്റ്റോറി*.
5. Andre Bazin, 'The Virtues and Limitations of Montage', *What Is Cinema*, Vol. one, Universtiy of California Press, LosAngeles, 1967, p.51
6. 2014-ൽ നിർമിച്ച ഗൊദാർദിന്റെ ഈ ത്രീഡി ചിത്രം ആ വർഷം കാൻമേളയിൽ സ്പെഷ്യൽ ജൂറി പുരസ്കാരം നേടി.

ഗോദാർദ്

വീക്കെൻഡ് എന്ന ചിത്രത്തിൽനിന്ന്

14

Montage is above all an integral part of Mise-en-scene. Only at peril can one be seperated from the other. One might just as well try to separate the rhythm from a melody.

-Jean-Luc Godard[1]

സിനിമയുടെ രാഗതാളങ്ങൾ

മൊണ്ടാഷിനേയും മിസൻസീനിനേയും രണ്ടായിക്കണ്ട് ഒന്നിനെ സിനിമയുടെ ശാപമെന്ന് ഇകഴ്ത്തി മറ്റേതിനെ അനുഗ്രഹമെന്ന് വാഴ്ത്തുന്ന പ്രവണത അധികകാലം നീണ്ടുനിന്നില്ല. ഫ്രഞ്ച് ചലച്ചിത്രകാരനായ ജീൻ ലുക്ക് ഗൊദാർദ്തന്നെയാണ് ഗുരുനാഥൻ തുടങ്ങി വെച്ച ചർച്ച വഴിവിട്ടുപോകുന്നതിനെ തടഞ്ഞത്. രണ്ടും സിനിമയുടെ സൗന്ദര്യശാസ്ത്രത്തിന്റെ അഭിവാജ്യഘടകമാണെന്ന് ഗൊദാർദ് അർത്ഥശങ്കയ്ക്കിടയില്ലാത്തവിധംതന്നെ പറഞ്ഞുവെച്ചു. രാഗത്തിൽനിന്ന് താളത്തെ വേർതിരിക്കാൻ ശ്രമിക്കുംപോലെയാണ് ഇവയെ വേർപെടുത്താനുള്ള ശ്രമമെന്നും ഗൊദാർദ്. ഒന്നു മറ്റൊന്നിൽ ഒളിച്ചിരിക്കുന്നു; അവിഭാജ്യമായിരിക്കുന്നു.

അങ്ങനെ മിസൻസീനെ അമിതമായി ആശ്രയിച്ചിരുന്ന, അതി ലൂടെ വളരെ വ്യത്യസ്തമായ ചലച്ചിത്രസൗന്ദര്യം ഉണ്ടാക്കിയിരുന്ന മിക്ലോസ് യാങ്ചോവിനെപ്പോലുള്ളവരുടെ ശൈലി പിന്തുടരാൻ അധികം പേരില്ലാതെപോയി. മറുവശത്ത് ഐസൻസ്റ്റീനിയൻ സങ്കല്പ ത്തിലുള്ള ശുദ്ധ മൊണ്ടാഷിന്റെ ആധിപത്യവും അവസാനിച്ചു. സിനിമയുടെ ശില്പഘടന ആവശ്യപ്പെടുംപോലെ, ഏറ്റവും ഫലപ്രദ മേതോ അതെന്നമട്ടിൽ ഈ ശൈലികൾ കൂടിക്കലർന്നു. ആന്തരിക താളം മാത്രമുള്ള രാഗാലാപനവും ബാഹ്യതാളത്തോടുകൂടിയുള്ള

സൊളാരിസ്

പോക്കുവെയിൽ

സംഗീതവുമെന്നപോലെ ഇവ രണ്ടും സിനിമയുടെ അവിഭാജ്യഘടക ങ്ങളായി.

ഗൊദാർദ്തന്നെ മനോഹരമായ മിസൻസീൻ സീക്വൻസുകൾ സൃഷ്ടിച്ചിട്ടുണ്ട്. ഗൊദാർദിന്റെ *വീക്കെൻഡി*ലെ (1967) ഹൈവേ സീക്വൻസ് ഉദാഹരണം. 7.25 മിനിറ്റ് ദൈർഘ്യമുള്ള ഒരൊറ്റ പാനിങ്ങ്ഷോട്ടാണ് ഈ സീക്വൻസ്. ഷോട്ടിനകത്ത് ഒന്നും സംഭവിക്കു ന്നില്ല. എന്നാൽ, ആധുനിക മനുഷ്യസമൂഹത്തിന്റെ നിസ്സംഗത, ട്രാഫിക്ജാമിൽ പെട്ടാലും ജീവിതം രസിക്കാൻ വഴിതേടുന്ന സുഖ ലോലുപത, താൻകൂടി കുടുങ്ങിപ്പോയ ട്രാഫിക്ജാമിനെന്താണു കാരണം എന്നറിയാൻ ആകാംക്ഷപോലുമില്ലായ്മ. ക്യാമറ പാൻചെയ്തുകൊണ്ടി രിക്കേ കാണികളും ആകാംക്ഷാശൂന്യരാകുന്നു. പക്ഷേ, പാനിങ്ങ് തീരുമ്പോൾ കാണികൾ ഞെട്ടിയുണരുന്നു. കാറുകൾ കൂട്ടിയിടിച്ച് ചിതറിയ മൃതദേഹങ്ങൾ, ചോരയിൽ കുളിച്ചു മരിച്ചുകിടക്കുന്ന കുട്ടികളും സ്ത്രീകളും. സ്വാർത്ഥരായി മറ്റു വണ്ടികളെ മറികടന്നു പോകാൻ വിഫലമായി ശ്രമിച്ചുകൊണ്ടിരുന്ന നായകനും കാമുകിയും ഈ മൃതദേഹങ്ങളെ നോക്കുകപോലും ചെയ്യാതെ പാഞ്ഞുപോകുന്നു. മൃതദേഹങ്ങൾ കിടക്കുന്ന വളവുതിരിഞ്ഞ് നീണ്ട പാടങ്ങൾക്കിട യിലൂടെ ഇവരുടെ കാറ് പാഞ്ഞുപോകുന്നിടത്താണ് സീക്വൻസ് അവ സാനിക്കുന്നത്. 7.25 മിനിറ്റിൽ ഒരൊറ്റ ഷോട്ടിൽ ഒരു സീക്വൻസ്. ഒന്നും സംഭവിക്കുന്നില്ല എന്നതുതന്നെയാണ് ഈ സീക്വൻസിന്റെ സവിശേ ഷത. അതിലൂടെ ഒരു സമൂഹത്തിന്റെ മാറിയ കാഴ്ചപ്പാടെന്ന വലിയൊരു ബിംബം തെളിഞ്ഞുവരുന്നു. മറ്റുള്ളവർക്കെന്തു സംഭവിച്ചാലും എനി ക്കൊന്നും സംഭവിക്കുന്നില്ല. സംവിധായകന്റെ ഇടപെടൽകൂടാതെ അർത്ഥവത്തായ ഒരു ബിംബം ജനിക്കുന്നു.

ഇതുപോലെ മനോഹരമായ ഒരു മിസൻസീൻ സീക്വൻസാണ് ആന്ദ്രേ താർക്കോവ്സ്കിയുടെ *സൊളാരിസി* (1972)ലേത്. ഒരു ടണലി ലൂടെ, പിന്നെ ഹൈവേയിലൂടെ, വീണ്ടും ടണലിലൂടെയുള്ള കാറിന്റെ പായലാണ് ഈ സീക്വൻസ്. അഞ്ചുമിനിറ്റോളം വരുന്ന ഈ സീക്വൻ സിൽ അഞ്ചാറു കട്ടുകളെയുള്ളൂ. കാറിനകത്തെ നിരുത്സാഹികളായ അച്ഛനേയും മകളേയും കാണിക്കാൻവേണ്ടി മാത്രമാണ് കട്ടുകൾ. ഈ സീക്വൻസ് കഴിയുമ്പോൾ ജീവിതത്തിന്റെ അനാവശ്യമായ അതിവേഗത യുടെ നിരർത്ഥകതയാണ് മനസ്സിൽ നിറയുക. മിസൻസീന്റെ മനോ ഹരമായ മറ്റൊരു പ്രയോഗം.

പക്ഷേ, എല്ലായിടത്തും ഈ വിദ്യ ഫലിക്കില്ല. അകിര കുറോ സാവയുടെ *സെവൻ സമുറായി*യിലെ അവസാന യുദ്ധരംഗംതന്നെ ഉദാഹരണം. മിസൻസീൻ ശൈലിയിൽ ഈ രംഗം ചിത്രീകരിക്കുന്ന തിനെക്കുറിച്ച് ചിന്തിക്കാൻപോലുമാകില്ല. ഇവിടെ മൊണ്ടാഷല്ലാതെ മറ്റൊന്നുകൊണ്ടും ഫലപ്രദമായ ആശയവൈകാരികവിനിമയം സാദ്ധ്യ മല്ല. ഗ്രാമീണരെ കൊള്ളക്കാരിൽനിന്ന് സമുറായികൾ രക്ഷിക്കുന്നതാണ്

രംഗം. പൊരിഞ്ഞ പോരാണ് സ്ക്രീനിൽ. നിരവധി ക്യാമറകൾ ഉപയോഗിച്ച് വ്യത്യസ്തമായ ആങ്കിളുകളിലൂടെയാണ് കുറോസാവ ഈ രംഗം ചിത്രീകരിച്ചിട്ടുള്ളത്. ഒരേ ആക്ഷനെ പല കോണുകളിലൂടെ നോക്കിക്കാണൽ. ഒരേസമയം പല കോണുകൾ കാണൽ മൊണ്ടാഷിലൂടെ മാത്രമേ പറ്റൂ. സാധാരണ കൺകാഴ്ചയ്ക്ക് അപ്രാപ്യമാണിത്. അങ്ങനെ പകർത്തിയ ദൃശ്യങ്ങളെ പലതരം മൊണ്ടാഷ് രീതികളിൽ കൂട്ടിയോജിപ്പിച്ചിരിക്കുന്നു. പാരലൽ മൊണ്ടാ ഷുണ്ട്. ടോണൽ, മെട്രിക്, റിഥമിക് മൊണ്ടാഷുകളുണ്ട്. ഫ്രെയ്മിൽ പടയോട്ടത്തിന്റെ ചലനങ്ങളുണ്ട്, ക്യാമറയുടെ ചലനങ്ങളുണ്ട്, ക്ലോസപ്പുകളുണ്ട്, മൊണ്ടാഷ് ടെൻഷൻ മുറു കുമ്പോൾ അതൊന്ന് അയയ്ക്കാൻവേണ്ടി ദീർഘദൂര ഷോട്ടുകളുണ്ട്. മഴയത്ത് ചെളിയിലാണ് ഈ പോര്. തർക്കോവ്സ്കി ഈ സീക്വൻസിനെ കാണുന്നതിങ്ങനെ:

> "It is pouring with rain, there is mud everywhere. The Samurai wear an ancient Japanese garment which leaves most of the leg bare, and their legs are plastered with mud. And when one Samurai falls down dead, we see the rain washing away the mud and his leg becoming white, as white as marble. A man is dead; and that is an image which is a fact. It is innocent of symbolism, and that is an image."[2]

സമുറായ് പതാകയുടെ ഷോട്ടിൽ തുടങ്ങുന്ന സീക്വൻസ് അതേ പതാകയിൽ അവസാനിക്കുന്നു. ഒരു ദൃശ്യചക്രം പൂർത്തിയാവുന്നു. അഞ്ചുമിനിറ്റോളമുള്ള ഈ സീക്വൻസ് ഫിലിം എഡിറ്റിങ്ങിനുള്ള പാഠപുസ്തകമത്രേ.

ഗൊദാർദ് പറഞ്ഞിടത്താണ് വീണ്ടും നാമെത്തുന്നത്. രാഗത്തിൽനിന്ന് താളത്തെ വേർപെടുത്താൻ വയ്യ. "ഒന്നിലാവില്ല സത്യം, രണ്ടുകൾ ചേരുന്നിടത്തിരിപ്പൂ സത്യം സത്യം" എന്നു പറഞ്ഞ അയ്യപ്പപ്പണിക്കരെ വീണ്ടും ഓർത്തുപോകുന്നു.[3]

അരവിന്ദന്റെ രണ്ടു ചിത്രങ്ങൾ

ജി. അരവിന്ദന്റെ രണ്ടു ചിത്രങ്ങളുടെ താരതമ്യം ഈ സന്ദർഭത്തിനു യോജിക്കും. *തമ്പും പോക്കുവെയിലും*. *തമ്പ്* മൊണ്ടാഷ് ചിത്രമാണ്. *പോക്കുവെയിൽ* മിസൻസീൻ ചിത്രവും. അങ്ങനെയല്ലാതെ വയ്യ എന്ന മട്ടിൽ ഈ ശൈലികൾ ഈ ചിത്രങ്ങളുടെ ശില്പ ഘടനയിൽ അലിഞ്ഞുചേർന്നിരിക്കുന്നു. താളത്തെ രാഗത്തിൽനിന്ന് വേർതിരിക്കാനാവാത്തപോലെ. ഈ താരതമ്യത്തിലൂടെ ഒരുവൻ എത്തിച്ചേരുന്ന നിഗമനം തീവ്രവാദനിഗമനമാകുമോ എന്നറിയില്ല. ഫ്രെയിമിൽ കാര്യമായൊന്നും സംഭവിക്കാത്തിടത്ത് മിസൻസീൻ ചേരും. പ്രകടമായൊന്നും

പറയാനില്ലാത്തിടത്തും. ഫ്രെയിമിനകത്ത് ചടുല ചലനങ്ങളാണെങ്കിൽ, ഉറക്കെ എന്തോ പറയാനുണ്ടെങ്കിൽ മൊണ്ടാഷും. അതുകൊണ്ടാണ് *വീക്കെന്റി*ലെ സീക്വൻസിന് മിസൻസീനും *സെവൻ സമുറായി*യിലെ സീക്വൻസിന് മൊണ്ടാഷും അനുയോജ്യമായത്.

നിഷ്ക്രിയതയാണ് *പോക്കുവെയിലി*ലിലെ പ്രമേയം. ചുറ്റുമുള്ള ലോകം സജീവവും സ്വപ്നസമൃദ്ധവുമായിരിക്കെ അതിനിടയിൽ നിഷ്ക്രിയനും അന്തർമുഖനുമായിരിക്കുക. സ്വപ്നസമൃദ്ധമായ, സജീവമായ പുറംലോകം തകർന്നടിയുകയും സ്വപ്നങ്ങളെല്ലാം വ്യർത്ഥമാവുകയും ചെയ്യുമ്പോൾ സ്വന്തം നിഷ്ക്രിയതയ്ക്കുപോലും അർത്ഥവും പ്രസക്തിയും നഷ്ടപ്പെടുന്നു. പിന്നെ ശരണം ഭ്രാന്താശുപത്രിയാവുന്നു. ഇങ്ങനെ ഭ്രാന്താശുപത്രിയിലെത്തിപ്പെടുന്ന ബാലുവെന്ന യുവാവിനെക്കുറിച്ചുള്ള ചിത്രമാണ് *പോക്കുവെയിൽ*. സുഹൃത്തായ ജോസഫ് നക്സലേറ്റാണ്. ലോകം മാറ്റിമറിക്കുന്നതിനെക്കുറിച്ച് അയാൾ സ്വപ്നം പറയുന്നു. ഒളിപ്പോരിനൊരുങ്ങുന്നു. യാത്രപറഞ്ഞ് എന്നും ധൃതിയിൽ പടവുകൾ ഓടിക്കയറിപ്പോകുന്നു. കാമുകി ചടുലസംഭാഷണങ്ങളിലൂടെ സ്വപ്നം പറഞ്ഞുകൊണ്ടിരിക്കുന്നു. മറ്റൊരു കൂട്ടുകാരനായ സുധീർ ബാസ്ക്കറ്റ്ബോൾ കോർട്ടിൽ പക്ഷിയെപ്പോലെ പറന്നുയരുകയും മത്സ്യത്തെപ്പോലെ നീന്തിനടക്കുകയും ചെയ്യുന്നു. സ്റ്റേറ്റ് ടീമിൽ കയറിയ താൻ ഇന്ത്യൻ ടീമിലെത്തുന്നതും പറവകളെപ്പോലെ പാറിപ്പാറി ലോകം മുഴുവൻ പറന്നുനടക്കുന്നതും അയാൾ സ്വപ്നം കാണുന്നു. പാർട്ടി പ്രവർത്തകനായ അച്ഛൻ വയസ്സായി വയ്യാതായിട്ടും സാമൂഹ്യപ്രശ്നങ്ങളിൽ ആണ്ടുമുഴുകുന്നു. ബാലുവിനാകട്ടെ സ്വപ്നങ്ങളില്ല; ഒന്നും ചെയ്യാനുമില്ല.പക്ഷേ, ഒടുവിൽ അച്ഛൻ തളർന്നുവീഴുന്നു. കിടപ്പിലാവുന്നു. മരിക്കുന്നു. ജോസഫ് പൊലീസ് പിടിയിലാവുന്നു. സുധീർ ഒരപകടത്തിൽപ്പെട്ട് കാലൊടിഞ്ഞ് എന്നന്നേക്കുമായി കളിക്കളം വിടുന്നു. കാമുകി പഴയപാട്ടുകളുടെ കാസറ്റ് ഓർമ്മ സമ്മാനമായി നൽകി പിരിഞ്ഞു പോകുന്നു. എല്ലാവരുടെയും എല്ലാ സ്വപ്നങ്ങളുമടങ്ങുന്നു. പതിഞ്ഞ താളം അമ്മയ്ക്കു മാത്രം. ധൃതതാളങ്ങളൊക്കെ ഒടുങ്ങുമ്പോൾ ഈ പതിഞ്ഞതാളം സാന്ത്വനമാകുന്നില്ല. ബാലുവിന്റെ മനോനില തെറ്റുന്നു. ഭ്രാന്താശുപത്രിയിൽ അയാൾ അഭയം തേടുന്നു.

അരവിന്ദന്റെതന്നെ ജിദ്ദു കൃഷ്ണമൂർത്തിയെക്കുറിച്ചുള്ള ഒരു മണിക്കൂർ നീണ്ട ചിത്രമുണ്ട്. *The Seer Who Walks Alone* (1986) അതിൽ കൃഷ്ണമൂർത്തി പറയുന്നുണ്ട് സൂക്ഷിച്ചുനോക്കാൻ പരിശീ ലിക്കുക. സൂക്ഷിച്ചുസൂക്ഷിച്ചു നോക്കുക. വീണ്ടും വീണ്ടും സൂക്ഷിച്ചുസൂക്ഷിച്ച് ഒരർത്ഥം തെളിയുംവരെ. *പോക്കുവെയിൽ* ആവശ്യപ്പെടുന്നത് സൂക്ഷിച്ചുള്ള ഈ നോട്ടമാണ്. ക്ഷമയോടെ സൂക്ഷിച്ചുസൂക്ഷിച്ച്... അർത്ഥവും കവിതയും തെളിയുംവരെ. ഈ ചിത്രത്തിൽ അത്തരത്തിൽ ദൃശ്യകവിത തെളിയുന്ന സന്ദർഭങ്ങൾ നിരവധിയാണ്. ഒടുവിൽ ചിത്രം

ജി. അരവിന്ദൻ

തമ്പ് എന്ന ചിത്രത്തിലെ രംഗം

അപ്പാടെ ഒരു ദൃശ്യകവിതയാകുന്നു. ചടുലതകളില്ല. ധൃതിയില്ല. വിശദശാന്തത. ഹരിപ്രസാദ് ചൗരസ്യയും രാജീവ് താരാനാഥും ഒരുക്കിയ സംഗീതത്തിനു പാകത്തിൽ ഷൂട്ട്ചെയ്ത ചിത്രമാണ് *പോക്കുവെയിൽ.* ഈ സംഗീതത്തിൽ തബലതന്നെ അത്യപൂർവം. വിസ്തരിച്ചുള്ള ഈ രാഗാലാപനത്തിൽ ക്യാമറയ്ക്ക് സ്വാതന്ത്ര്യം കൂടുതലുണ്ട്, സാവ കാശവും. അതിനകമ്പടിയായി ശാസ്താംകോട്ട തടാകത്തിന്റെ കുളിരലസാന്നിദ്ധ്യവും. തടാകത്തിൽ വന്നുമുട്ടി തടാകമായി തുടരുന്ന ആകാശം തടാകത്തിനെ പലനിറമുള്ള ഉടുപ്പുകളണിയിക്കുന്നു, പല നേരങ്ങളിൽ പല നിറങ്ങളിൽ. ഇളംകാറ്റിലാടുന്ന മരങ്ങൾ ചിലവേള തെളിയുന്നു, ചിലവേള ഇരുളുന്നു. പറവകൾ തിടുക്കപ്പെടാതെ പാറിനടക്കുന്നു. മിസൻസീൻ ശൈലിക്ക് അങ്ങനെ അരങ്ങൊരുങ്ങുന്നു. "Juxtaposing a person with an environment that is boundless... That is the meaning of Cinema" എന്ന് ആന്ദ്രേ താർക്കോവ്സ്കി.[4]

ഒന്നും രണ്ടും നാലും അഞ്ചും ആറും മിനിറ്റുള്ള സുദീർഘമായ, ഷോട്ടുകളാണ് ചിത്രത്തിലെമ്പാടും. കാമുകിയും ബാലുവും ഒരു ട്രാൻ സിസ്റ്ററുമായി നടന്നുവന്ന് തടാകതീരത്തിരിക്കുന്ന സീക്വൻസുണ്ട്. അവർ ഒന്നും മിണ്ടുന്നില്ല. ട്രാൻസിസ്റ്ററും മിണ്ടുന്നില്ല. പശ്ചാത്തല സംഗീതത്തിനൊപ്പിച്ച് ക്യാമറമാത്രം ഒഴുകിനടക്കുന്നു. അവരിൽനിന്നു തടാകതീരത്തേക്ക്, അവിടെനിന്നുയർന്ന് ആകാശസീമകളിലേക്ക്, ഇളംകാറ്റിലെ വിദൂരമായ മരച്ചില്ലകളിലേക്ക്, തിരിച്ച് അവരിലേക്ക്, തടാകത്തിലേക്ക്. ആറുമിനിറ്റുള്ള ഈ സീക്വൻസിൽ, സ്ക്രീനിൽ ഒന്നും സംഭവിക്കുന്നില്ല. ഒരൊറ്റ ഷോട്ടാണ് ഈ സീക്വൻസ്. കുറോസാവയുടെ സീക്വൻസും ഇത്രതന്നെയുണ്ട്. പക്ഷേ, സ്ക്രീനിൽ പലതും സംഭവി ക്കുന്നുണ്ട്. ഒഡേസാ സീക്വൻസുപോലെ. ഒന്നും സംഭവിക്കുന്നില്ലെ ങ്കിലും *പോക്കുവെയിലി*ലെ ഈ സീക്വൻസിൽ കവിതയുണ്ട്. അതി ലോലസുഖകരമായ ദൃശ്യകവിത. ബാലചന്ദ്രൻ സ്വന്തം കവിത ചൊല്ലുന്ന രണ്ടു സീക്വൻസുകളുണ്ട്. അഞ്ചാറുമിനിറ്റുവീതം വരും ഇവയോ രോന്നും. കാഴ്ചയിലെ കവിത ഇപ്പോൾ വാക്കിലെ കവിതയ്ക്കു വഴിമാറുന്നു.

എന്നാൽ, *തമ്പിൽ* ഈ ശൈലി പറ്റില്ല. സജീവമായ, ക്രിയാ ത്മകമായ സർക്കസ്സാണ് പ്രമേയം. ജീവിതത്തെയും സർക്കസ്സിനെയും ഒരുപോലെ കൗതുകപൂർവം കാണുന്ന സാധാരണജനങ്ങളാണ് കഥാപാത്രങ്ങൾ. ഇവിടെ ഒന്നിലാവില്ല സത്യം, അനുഭവം. രണ്ടുകൾ ചേരുന്നിടത്തു മാത്രമേ സത്യാനുഭവം ഉണ്ടാകൂ. അതുകൊണ്ടുതന്നെ മൊണ്ടാഷ് മാത്രമേ ഈ ചിത്രത്തിന്റെ ശില്പഘടനയ്ക്കു യോജിക്കൂ. ട്രപ്പീസിലെ അഭ്യാസിയും കൗതുകം കൂറുന്ന മുഖങ്ങളുമാണ് ഈ ചിത്രത്തിന്റെ മുഖമുദ്ര. *പോക്കുവെയിൽ* സംഗീതപ്രധാനമാണെങ്കിൽ *തമ്പ്* സംഗീതശൂന്യമാണെന്നു പറയാം. അന്തരീക്ഷശബ്ദങ്ങൾ മാത്ര മാണ് സംഗീതമാകുന്നത്. സിനിമയിൽ ശബ്ദങ്ങൾ സംഗീതമാകണമെന്നു

പറഞ്ഞ റോബർട്ട് ബ്രസോണിനെ ന്യായീകരിക്കുന്നു ഈ ചിത്രം. ശബ്ദങ്ങളില്ലെങ്കിൽ കാണിക്കു കാണാവുന്ന ഉപകരണങ്ങളിൽനിന്നാവണം സംഗീതമെന്നും ബ്രസോൺ.[5] ഞെരളത്ത് രാമപ്പൊതുവാളിന്റെ അഷ്ടപദിയും സർക്കസ്സ് ബാന്റിന്റെ പശ്ചാത്തലസംഗീതവും ക്ഷേത്രോത്സവമേളവുമാണ് ഈ ചിത്രത്തിലെ സംഗീതം. ഉഷാ രവി പാടിയ 'കാനനപ്പെണ്ണ് ചെമ്പരത്തി' എന്ന പാട്ടിന് ചിത്രത്തിൽ പശ്ചാത്തലസംഗീതമില്ല. സിനിമയ്ക്കു പുറത്തിറങ്ങിയ റെക്കോർഡിൽ പശ്ചാത്തലസംഗീതമുണ്ടുതാനും.

സിനിമയുടെ വ്യവസ്ഥാപിതനോട്ടങ്ങൾക്ക് പുറത്താണ് ഈ ചിത്രം. സിനിമ കാണുന്നവർ സർക്കസ്സും കാണുന്നു. സർക്കസ്സു കാണുന്നവരുടെ മുഖങ്ങളും അവർ കാണുന്നു. തനിനാടൻ മുഖഭാവങ്ങളുടെ ലളിതസുന്ദരമായ ദൃശ്യഭാഷയിലൂടെയാണ് ഈ ചിത്രം സംവദിക്കുന്നത്. മുഖങ്ങൾ നിശ്ശബ്ദമായി വാചാലമാകുന്നു. 'തലയ്ക്കകത്തെ രണ്ടാംതല' എന്നു കവി പറയുമ്പോലെ,[6] മുഖത്തിനപ്പുറത്ത് രണ്ടാംമുഖവും മൂന്നാംമുഖവുമെല്ലാം തെളിയുന്നു. മുഖം തന്നെയാകുന്നു മുഖംമൂടി. കോമാളി, കുരങ്ങന്റെ മുഖത്തു മേക്കപ്പിടുമ്പോൾ കുരങ്ങൻ മനുഷ്യമുഖത്തും മേക്കപ്പിടുന്നു. മുഖംതന്നെയാകുന്നു സത്വം, സത്യം. മുഖങ്ങളുടെ അതിമനോഹരമായ മൊണ്ടാഷ്ചിത്രമത്രേ *തമ്പ്*. സിനിമാന്ത്യത്തിലാകട്ടെ മൊണ്ടാഷ് മുറുകുന്നു. ശബരിമല സീസൺ വരുന്നതോടെ സർക്കസ്സിനാളില്ലാതായി. അയ്യപ്പൻകാവിൽ ഉത്സവമായി. തായമ്പകയും ഉടുക്കു പാട്ടും പൊലിപ്പാട്ടുമായി. താളം മാറുന്നു. മുഖഭാവങ്ങളും മാറുന്നു. താളത്തിൽ ലയിച്ച മേളക്കാരുടെ മുഖങ്ങൾ. അരമണിയും പള്ളിവാളും ചിലമ്പുമായി ഉറഞ്ഞു തുള്ളുന്നവരുടെ ഉന്മാദംനിറഞ്ഞ മുഖങ്ങൾ, പൊടിമണ്ണിൽ ഉരയുന്ന അവരുടെ നഗ്നപാദങ്ങൾ, കൗതുകത്തിന്റേയും കുസൃതിയുടേയും നാടൻ മുഖഭാവങ്ങൾ. അവർക്ക് ഉത്സവവും ജീവിതവും സർക്കസ്സു പോലെ കൗതുകകരം. പൊലീസടക്കമുള്ള കാര്യസ്ഥന്മാരുടെ ഗൗരവ മുഖങ്ങൾ. അങ്ങനെ ഗംഭീരമായ ഒരു മൊണ്ടാഷ് ശില്പമാകുന്നു അരവിന്ദന്റെ *തമ്പ്*. *പോക്കുവെയിലി*ലെ മിസൻസീൻ ഗാംഭീര്യം ഇവിടെ മൊണ്ടാഷ് ഗാംഭീര്യമായി മാറുന്നു.

ഗൊദാർദിലേക്കു മടങ്ങിയാൽ:

> "If direction is a look , montage is a heart beat. To forsee is the characterestic of both. But what one seeks to foresee in space, the other seeks in time."[7]

മിസൻസീൻ സ്ഥലത്തുകാണുന്നത് മൊണ്ടാഷ്കാലത്തിൽ, താളത്തിൽ കാണുന്നു. ജീവിതംപോലെ സ്ഥലകാലാനുഭവങ്ങളുടെ കലയാകുന്നു സിനിമയും. സ്ഥലകാലങ്ങൾ അതിൽ ഇഴ വേർപെടുത്താനാവാത്തവിധം അലിഞ്ഞുചേർന്നിരിക്കുന്നു.

1. Jean Luc Godard, 'Montage My Fine Care', *Godard on Godard,* Da Capo, Paperback edition, 1972, p.39
2. Andre Tharkovsky, *Imprinted Time, Sculpting in Time,* Kitty Hunter- Blair (trans.), Universtiy of Texas Press, Austin, 2000, p.73.
3. അയ്യപ്പപ്പണിക്കർ, 'പകലുകൾ, രാത്രികൾ'
4. Andre Tharkovsky, *Imprinted Time, Sculpting in Time,* Kitty Hunter- Blair (trans.), Universtiy of Texas Press, Austin, 2000, p.66.
5. Robert Bresson, *Notes on the Cinematographer,* Green Integer, 1997, ചലച്ചിത്ര സൗന്ദര്യശാസ്ത്രത്തിൽ മൗലികമായ പലതും സാധിച്ച ഫ്രഞ്ച് ചലച്ചിത്രകാരനാണ് റോബർട്ട് ബ്രെസോൺ.
6. കെ.ജി. ശങ്കരപ്പിള്ള, 'കഷണ്ടി', *കെ.ജി. ശങ്കരപ്പിള്ളയുടെ കവിതകൾ,* 1969-96, ഡി.സി. ബുക്സ്, 1997.
7. Jean Luc Godard, 'Montage My Fine Care', *Godard on Godard,* Da Capo Press, Paperback Edition, 1972, p.39

ഹോളിവുഡിലെ ആദ്യത്തെ സ്റ്റുഡിയോ - നെസ്ട്രോ സ്റ്റുഡിയോ

സ്ക്വാമാൻ എന്ന ചിത്രത്തിലെ ഒരു രംഗം

15

"Your Actor's creative process don't stop working, just because they've nothing to work on. The character creating mechanism, above all can't be switched off."
Simon Callow[1]

സിനിമയെ കച്ചവടമാക്കിയവർ

ബ്രിട്ടീഷ് നാടകനടനായ സൈമൺ കാലോവിന്റെ വാക്കുകൾ അരങ്ങിനു ചേരും. വെള്ളിത്തിരയ്ക്ക് ചേരില്ല. അരങ്ങിൽ കഥാപാത്ര രൂപീകരണപ്രക്രിയയ്ക്ക് നൈരന്തര്യമുണ്ട്. ക്യാമറയ്ക്കു മുമ്പിൽ കഥാപാത്രരൂപീകരണപ്രക്രിയ മുറിഞ്ഞുമുറിഞ്ഞു പോകുന്നു. എന്നു മാത്രമല്ല, ഈ പ്രക്രിയയുടെ അടിസ്ഥാന ജൈവസ്വഭാവംതന്നെ രണ്ടിടത്തും രണ്ടാണ്. അരങ്ങിലെ മിസൻസീനിൽ അല്ലെങ്കിൽ ലോക്കസ് ഡ്രമാറ്റിക്കസ് എന്ന സർഗാത്മകസ്ഥലത്ത് നടൻതന്നെയാണ് പ്രജാപതി. അയാളാണ് സ്രഷ്ടാവ്. അയാളാണ് സർവ്വം. അയാളുടെ സർഗക്രിയയിൽ മുന്നിലിരിക്കുന്ന കാണിക്കല്ലാതെ മറ്റാർക്കും ഇടപെടാനാവില്ല. കാണി കാണുന്നില്ലെന്ന് സിനിമ നടിക്കുമ്പോൾ കാണി എല്ലാം കാണുന്നുണ്ടെന്ന് അരങ്ങിലെ നടൻ അറിയുന്നു. അയാളുടെ സർഗക്രിയയിലെ സജീവസാന്നിദ്ധ്യമാകുന്നു കാണി. കാണിക്ക് കയ്യടിച്ചോ കൂവിയോ ആ സർഗക്രിയയെ നിയന്ത്രിക്കാം. മറ്റാർക്കും അതിൽ ഇടപെടാനാവില്ല. ഡെസ്ഡിമോണയെ കൊല്ലുന്നില്ലെന്ന് ഒഥല്ലോ അരങ്ങിൽ പ്രഖ്യാപിച്ചാൽ ഒരു സംവിധായകനും ഒരു ചുക്കും ചെയ്യാനാവില്ല. കർട്ടനിട്ട് കളി നിർത്താമെന്നല്ലാതെ വേറെ വഴിയൊന്നുമില്ല. അങ്ങനെ കളിനിർത്താൻപോലും കാണികൾ അനുവദിക്കണം. അതല്ലാതെ പറ്റില്ല. ക്യാമറയ്ക്കുമുമ്പിൽ നടൻ ഇതുപോലൊരു പ്രഖ്യാപനം നടത്തിയാൽ അതിനെ മറികടക്കാൻ സംവിധായകന് പല വിദ്യകളുണ്ട്. അതു മുറിച്ചുമാറ്റാം. നടനെ മാറ്റി വീണ്ടും ചിത്രീകരിക്കാം.

ഇതിനൊന്നും അയാൾക്ക് കാണിയുടെ അനുമതി വേണ്ട; നടന്റെ അനുമതിയും വേണ്ട. കാണിയും നടനും ഇവിടെ ഒരുപോലെ അപ്രസക്തരത്രേ. സിനിമയുടെ സർഗക്രിയയിൽ അങ്ങനെ സംവിധായകനാവുന്നു പ്രജാപതി; നാടകത്തിൽ നടനെന്നപോലെ. സിനിമയിലെപ്പോലെ ജീവിതത്തിലും ഒരു സംവിധായകൻ വേണമെന്നുള്ളതുകൊണ്ടാണ് നാം ദൈവത്തെ സൃഷ്ടിച്ചത്.

അരങ്ങത്ത് നടനൊഴിച്ച് മറ്റെല്ലാം അധികപ്പറ്റാണ്. നടനും കാണിയുംമാത്രം മതി നാടകത്തിന്. അതുകൊണ്ടാണ് എൻ.എൻ. പിള്ള പറഞ്ഞത്. "നിൽക്കാനൊരു തറ, പിന്നിലൊരു മറ, തറയിൽ ഞാൻ, എന്റെ മുന്നിൽ നിങ്ങളും. നാടകമായി" എന്ന്.[2] ഈ വഴി തന്നെയാണ് പോളിഷ് നാടകപ്രതിഭയായ ജെഴ്സി ഗ്രൊാട്ടോവ്സ്കിയുടെയും. വലിയ സെറ്റ്, വിലകൂടിയ വെളിച്ചസംവിധാനം, അതിശയോക്തിപരമായ വേഷവിധാനം. സിനിമയോടും ടെലിവിഷനോടും മത്സരിക്കാൻ വൃഥാ ശ്രമിക്കുന്ന ഈ നാടകവേദിയെ ഗ്രൊാട്ടോവ്സ്സ്കി സമ്പന്നനാടകവേദിയെന്നു വിളിക്കുന്നു. അനാവശ്യ ആഡംബരങ്ങളൊക്കെ ഒഴിവാക്കി കഴുകിത്തുടച്ച് അരങ്ങിനെ എങ്ങനെ ദരിദ്രവും വൃത്തിയുള്ളതുമാക്കാമെന്നാണ് അദ്ദേഹം ചിന്തിച്ചതും ശ്രമിച്ചതും.

> "By gradually eliminating whatever proved superfluous, we found that theatre can exist without makeup, without autonomic costume and scenography, without a separate performance area (stage), without lighting and sound effects, etc. It cannot exist without the actor and the spectator and their relationship of perceptual, direct, 'live' communion. This is an ancient theoretical truth, of course, but when rigorously tested in practice it under-mines most of our usual ideas about theatre. It challenges the notion of theatre as synthesis of disaparate creative disciplines - literature, sculpture, painting, architecture, lighting, acting (under the direction of a metteur-en-scene). This 'synthetic theatre' is the contemporary theatre, which we readily call the 'Rich theatre', rich in flaws."[3]

ആഡംബരങ്ങളൊന്നൊന്നായി അഴിച്ചുമാറ്റുമ്പോൾ നടനും അയാൾ നിൽക്കുന്ന തറയും മുന്നിലിരിക്കുന്ന ഞാനുംമാത്രം ബാക്കിയാവുന്നു. എൻ.എൻ. പിള്ളയുടെ അതേ അരങ്ങ്. നടനും കാണിയും തമ്മിലുള്ള പരസ്പരവിശ്വാസത്തിൽ ആ തറയിൽ നാടകം ഉണ്ടാകുന്നു. ഇതൊരു കാടാണെന്നും താനവിടെ ഒളിച്ചിരിക്കുന്ന രാജാവാണെന്നും നടൻ പറഞ്ഞാൽ അതൊരു കാടാണെന്നും ഒളിച്ചിരിക്കുന്ന

രാജാവാണയാളെന്നും കാണി സമ്മതിക്കുന്നു. പക്ഷേ, കാണിക്ക് ബോദ്ധ്യപ്പെടുമ്പോലെ നടൻ പെരുമാറണം. അല്ലെങ്കിൽ കാണി അയാൾ പറയുന്നതൊന്നും സമ്മതിച്ചുകൊടുക്കില്ല. നടൻ നല്ല അഭിനേതാവാകണമെന്നു ചുരുക്കം. സിനിമയിൽ നടൻ നല്ല അഭിനേതാവാകണമെന്നില്ല. നാടകരംഗത്തുനിന്ന്, നൃത്തരംഗത്തുനിന്ന് അതായത് അരങ്ങിൽനിന്ന് വരുന്നവർ ചലച്ചിത്രരംഗത്ത് വേറിട്ടു നിൽക്കുന്നത് ഇതുകൊണ്ടാണ്. മുരളി *ലങ്കാലക്ഷ്മി*യിലെ രാവണനെ ഏകാംഗാഭിനയത്തിലൂടെ അരങ്ങത്തെത്തിച്ചത് താൻ താരമല്ല നടനാണെന്നു പ്രഖ്യാപിക്കുവാനാണ്. ഇതുകണ്ട് ചില സൂപ്പർസ്റ്റാറുകളും നാടകവുമായി അരങ്ങത്തുവരാൻ വെമ്പിയത് ഒരുതരം അപകർഷതാബോധം കൊണ്ടാണ്. സൂപ്പർസ്റ്റാറുകൾ എല്ലായിടത്തും ജയിക്കുന്നവരാകയാൽ കയ്യടി കിട്ടിയതും ഒരുപക്ഷേ, അവർക്കായിരിക്കാം.

തൃശ്ശൂർ പൂരത്തിനോടനുബന്ധിച്ച് മാസങ്ങളോളം നീളുന്ന എക്സിബിഷൻ പതിവുണ്ട്. എക്സിബിഷൻ ഗ്രൗണ്ടിൽ എന്നും സന്ധ്യയ്ക്ക് നാടകവും പതിവായിരുന്നു. ജോസ് പായമേൽ എന്ന നടനും ഭാര്യ തൃശ്ശൂർ രാധയുമാണ് നാടകാവതരണത്തിന്റെ നേതാക്കൾ. പിന്നീട് കെ.പി.എ.സിയിലൂടെ പ്രശസ്തനായ പ്രേമചന്ദ്രൻ, ചലച്ചിത്രനടനെന്ന നിലയിൽ പ്രശസ്തനായ ടി.ജി. രവി എന്നിവരടങ്ങിയ ചെറുസംഘമായിരുന്നു ഇവരുടെ കൂട്ടാളികൾ. എന്നും സന്ധ്യയ്ക്ക് ഇവർ ഒത്തുകൂടുന്നു. ഒരു കഥ പറഞ്ഞുണ്ടാക്കുന്നു. ഓരോരുത്തരും കഥയ്ക്കാവശ്യമുള്ള കഥാപാത്രങ്ങളായി സ്വയം സങ്കല്പിക്കുന്നു. പിന്നെ അരങ്ങത്തുകയറി അപ്പപ്പോൾ തോന്നിയ സംഭാഷണങ്ങളിലൂടെ നാടകത്തെ, പറഞ്ഞുണ്ടാക്കിയ കഥയനുസരിച്ച് മുന്നോട്ടു കൊണ്ടുപോകുന്നു. നാടകം ഭംഗിയായും ശില്പഭദ്രമായും പര്യവസാനിക്കുന്നു. വമ്പിച്ച ജനക്കൂട്ടമാണ് എന്നും സന്ധ്യയ്ക്ക് ഈ നാടകം കാണാൻ എക്സിബിഷൻ ഗ്രൗണ്ടിൽ തടിച്ചു കൂടാറ്. അരങ്ങ് ഇവിടെ അതിദരിദ്രമായിരിക്കുന്നു. അവിടെ നടൻ പ്രജാപതിയായി വാഴുന്നു. ഗ്രൊട്ടോവ്സ്കിയുടെ ദരിദ്രനാടകവേദിയാണ് തൃശ്ശൂരിൽ ഇവരും, അതാണിത് എന്നറിയാതെ, അവകാശപ്പെടാതെ ഒരുക്കിപ്പോന്നത്. നാടകവേദിയും ഈ നടീനടന്മാരും അന്ന് ഒരുപോലെ ദരിദ്രരായിരുന്നു. "Most actors are closely acquainted with poverty and empty handedness" എന്നു സൈമൺ കാലോ.[4] പക്ഷേ, വെറുംകയ്യോടെ നിൽക്കുന്ന ദരിദ്രനായ ഈ നടനെ ഗ്രൊട്ടോവ്സ്കി വിളിക്കുന്നത് പരിശുദ്ധനായ നടൻ (The Holy Actor) എന്നാണ്.

നടൻ എന്ന വസ്തു

അരങ്ങിലെ നടൻ സർഗ്ഗക്രിയയുടെ ജൈവകേന്ദ്രമായിരിക്കെ, ക്യാമറയ്ക്കു മുമ്പിലെ സ്ഥലത്ത് നടൻ വസ്തുമാത്രമാകുന്നു. കടലും

കലാമണ്ഡലം ഗോപി

ലങ്കാലക്ഷ്മിയിൽ മുരളി

എൻ.എൻ. പിള്ള

പ്രേമചന്ദ്രൻ

ടി.ജി. രവി

കാറ്റും കുട്ടിയും പട്ടിയുംപോലെ വസ്തുമാത്രം. കഥാപാത്രനിർമ്മിതിയിൽപ്പോലും അയാൾക്കില്ല പങ്കാളിത്തം. ഒരുദാഹരണം. മൂന്നു ഷോട്ടുകൾ. ഒരാൾ വിനയപൂർവം കൈകൂപ്പി കുനിഞ്ഞുനിൽക്കുന്നു. അയാൾതന്നെ അരയിൽ കൈകുത്തി മാറുവിരിച്ചുനിൽക്കുന്നു. ഒരു കൈത്തോക്കിന്റെ ക്ലോസപ്പാണ് മൂന്നാമത്തെ ഷോട്ട്. ആദ്യം വിനയത്തിന്റെ ഷോട്ടും പിന്നെ കൈത്തോക്കും അതുകഴിഞ്ഞാൽ മാറുവിരിച്ചു നിൽക്കുന്ന ഷോട്ടും ചേർത്താൽ ഷോട്ടിനകത്തെ കഥാപാത്രത്തിന് ഒരു സ്വഭാവം. ഷോട്ടുകളുടെ ക്രമംമാറ്റി, മാറു വിരിച്ചുനിൽക്കുന്ന ഷോട്ട് ആദ്യവും വിനയത്തിന്റെ ഷോട്ട് കൈത്തോക്കിനുശേഷം അവസാനവുമിട്ടാൽ കഥാപാത്രസ്വഭാവം നേരെ തിരിച്ചാകുന്നു. താനുൾപ്പെട്ട ഷോട്ടിനുശേഷം ഏതു ഷോട്ടു വരുമെന്ന് സിനിമയിലെ നടനറിയില്ല. അതു നിശ്ചയിക്കാനുള്ള അവകാശവും അയാൾക്കില്ല. അതുകൊണ്ടു തന്നെ കഥാപാത്രനിർമ്മിതിയിൽ അയാൾക്കൊരു പങ്കുമില്ല. കുളേഷോവിന്റെ പരീക്ഷണത്തിലെന്നപോലെ കാണി കാണുന്നത് ഇയാ ളുടെ ഗംഭീര ഭാവാഭിനയമല്ല, മറ്റെന്തോ ആണ്. ഈ മറ്റെന്തോ ഇയാൾ ക്കൊരു നിയന്ത്രണവുമില്ലാത്ത അടുത്ത ഷോട്ടുകൂടി ചേർന്നുണ്ടാകുന്ന കാഴ്ചാനുഭവമാണുതാനും. ഈ അടുത്ത ഷോട്ട് ഏതെന്നു തീരുമാനിക്കുന്നത് സംവിധായകനാണ്. അതിനാലാണ് സിനിമ സംവിധായകന്റെ കലയായിരിക്കുന്നത്. നടൻ സംവിധായകന്റെ ഒരുപകരണംമാത്രം.

അരങ്ങിലെ നടനാകട്ടെ കഥാപാത്രനിർമ്മിതിയുടെ പൂർണ നിയന്ത്രണമുണ്ടുതാനും. അയാൾ അരങ്ങെന്ന സ്ഥലത്ത് നിർമ്മിക്കുന്നതെന്തോ അതാണ് കഥാപാത്രം. *നളചരിതം* കഥകളി രണ്ടായിരം തവണ കണ്ടയാൾ വീണ്ടും അതുകാണാൻ ഒരു രാത്രികൂടി ഉറക്കമൊഴിക്കുന്നത് അതുകൊണ്ടാണ്. ആ രാത്രി അരങ്ങത്ത് പുതുതാ യൊന്ന് സംഭവിക്കാം. *നളചരിതം*കഥ അറിയാം. കലാമണ്ഡലം ഗോപി യുടെ നളനെങ്ങനെ പെരുമാറുമെന്നറിയാം. ശിവരാമന്റെ ദമയന്തിയോ ടുള്ള അയാളുടെ അടങ്ങാത്ത അനുരാഗവും ശൃംഗാരവും പലതവണ കണ്ടതാണ്. എന്നിട്ടും അശ്ലേഷം മടുപ്പുകൂടാതെ പിന്നെയും ഒരു രാത്രികൂടി കളിക്കുപോകുന്നയാൾ, ആ രാത്രിയിൽ ഗോപിയാശാനും ശിവരാമനും പുതുതായെന്തെങ്കിലും കാണിക്കുമെന്ന് കരുതിയാണ്, അറിഞ്ഞാണ്. ആരുടെയും ഊഹം തെറ്റിയതായി കേട്ടിട്ടില്ല. വെള്ളിത്തിരയിലെ അഭിനയം കഥകളി കാണുമ്പോലെ ഇത്രയേറെ തവണ കാണാൻവയ്യ. മടുക്കും. ഭരത്ഗോപിയുടെ തബലിസ്റ്റ് അയ്യപ്പനാണെങ്കിൽപ്പോലും.[5]

അതുകൊണ്ട് വെള്ളിത്തിരയിൽ നടൻ വേണ്ട; മനുഷ്യൻ മതി. മനുഷ്യനും വേണ്ട, ചലിക്കുന്നതും അല്ലാത്തതുമായ വസ്തുക്കൾ മതി. ഐസൻസ്റ്റീന്റെ *പോട്ടെംകിനിൽ* പ്രൊഫഷണൽ നടന്മാരില്ല. ജനക്കൂട്ടമാണ് അഭിനേതാക്കൾ. *അലക്സാണ്ടർ നെവ്സ്കി, ഐവാൻ*

സിവിലൈസേഷൻ എന്ന ചിത്രത്തിൽനിന്ന്

ഗ്രട്ടോവ്സ്കി

സൈമൺ കാലോ

ദ ടെറിബിൾ എന്നീ അവസാനകാല ചിത്രങ്ങൾവരെ ഐസൻസ്റ്റീൻ നടന്മാരെ ഉപയോഗിച്ചിട്ടില്ല. വ്യക്തികേന്ദ്രീകൃത കഥകൾ പറയേണ്ടി വന്നപ്പോഴേ ഐസൻസ്റ്റീൻ പ്രൊഫഷണൽ നടന്മാരെ തേടിപ്പോയുള്ളൂ. അതുവരെ കഥാപാത്രസദൃശ്യത മാത്രമായിരുന്നു പ്രധാനം. ഇത്തര ത്തിൽ കഥാപാത്രസദൃശ്യതയിലൂന്നിയുള്ള കാസ്റ്റിങ്ങിനെ ഐസൻസ്റ്റീൻ ടൈപ്പേജ് എന്നു വിളിക്കുകയും ചെയ്തു.

ഹോളിവുഡ്ഡിലെ സ്വപ്നവ്യാപാരം

റഷ്യൻ നിശ്ശബ്ദസിനിമ കലയും കലാപവുമായിരുന്നു. പിന്നീട് സിനിമയെ സ്വപ്നത്തോടടുപ്പിച്ചതും സ്വപ്നം വിൽക്കാമെന്നു കണ്ടെ ത്തിയതും ഹോളിവുഡാണ്. ലോകസിനിമയ്ക്കുതന്നെ വാണിജ്യ മാതൃക തീർത്തതും ഹോളിവുഡ്തന്നെ. അമേരിക്കയിലെ കാലിഫോർ ണിയയിൽ ലോസ് ഏഞ്ചലസിലാണ് ഹോളിവുഡ്. പതിനേഴാം നൂറ്റാണ്ടിൽ സ്പാനിഷ് കുടിയേറ്റക്കാർ എത്തുമ്പോൾ ജനവാസം കുറ ഞ്ഞൊരു പ്രദേശമായിരുന്നു ഇത്. ആകാശംമുട്ടെ സാന്റാ മോണിക്കാ പർവ്വതനിരകൾ എഴുന്നുനിന്നു. മലയിടുക്കുകളിൽ അമേരിക്കൻ ആദിവാസികൾ ജീവിച്ചുപോന്നു. വാഴയും പൈനാപ്പിളും കൃഷി ചെയ്തിരുന്ന പ്രദേശം. 1910-ലാണ് ഇവിടെ ചലച്ചിത്രനിർമ്മാണം തുട ങ്ങിയത്. 1900 ആദ്യത്തിൽ ചലച്ചിത്രനിർമ്മാണത്തിന്റെ പാറ്റന്റ് മുഴുവൻ തോമസ് ആൽവാ എഡിസന്റെ ന്യൂജേഴ്സിയിലെ മോഷൻ പിക്ച്ചർ പാറ്റന്റ്സ് കമ്പനിക്കായിരുന്നു. ഈ കമ്പനി ചലച്ചിത്രനിർ മ്മാതാ ക്കൾക്കെതിരെ കേസുകൊടുക്കുകയും ഷൂട്ടിങ്ങ് നിർത്തിവെയ്പി ക്കുകയും മറ്റും ചെയ്യുമായിരുന്നു. ഈ ശല്യത്തിൽനിന്നു രക്ഷപ്പെടാ നായി ചലച്ചിത്രനിർമാതാക്കൾ പടിഞ്ഞാറൻ അമേരിക്കയിലേക്കു നീങ്ങുകയാണുണ്ടായത്. പ്രകൃതിമനോഹരവും നല്ല കാലാവസ്ഥയുള്ള തുമായ ലോസ് ഏഞ്ചലസ് അങ്ങനെ ചലച്ചിത്രനിർമ്മാണ കേന്ദ്രമായി.

ഹോളിവുഡിൽ ആദ്യത്തെ ചിത്രമുണ്ടാക്കിയത് ഡി.ഡബ്ല്യു. ഗ്രിഫിത്താണ്, 1910–ൽ. ബയോഗ്രാഫ് കമ്പനിയിലെ ജീവനക്കാരനാ യിരുന്ന ഗ്രിഫിത്ത്, തന്റെ ആക്റ്റിങ്ങ് ട്രൂപ്പുമൊന്നിച്ച് ഹോളിവുഡിൽ വന്ന് മാസങ്ങളോളം താമസിച്ച് ചിത്രം പൂർത്തിയാക്കി ന്യൂയോർക്കി ലേക്ക് മടങ്ങുകയാണുണ്ടായത്. അന്ന് ഹോളിവുഡിൽ സ്റ്റുഡിയോ ഉണ്ടായിരുന്നില്ല. *ഇൻ ഓൾഡ് കാലിഫോർണിയ* എന്ന ഈ ചിത്ര ത്തിന് പതിനേഴു മിനിറ്റേ ദൈർഘ്യമുണ്ടായിരുന്നുള്ളു. വില്യം ഹോഴ്സിയുടെ നെസ്റ്റർ മോഷൻ പിക്ച്ചർ കമ്പനിയാണ് ഹോളിവുഡിൽ ആദ്യത്തെ സ്റ്റുഡിയോ സ്ഥാപിച്ചത്. ഇവിടെ 1911 ഒക്ടോബറിൽ ചല ച്ചിത്രനിർമ്മാണം തുടങ്ങി. ഗ്രിഫിത്ത്, ബൈബിൾചിത്രങ്ങൾക്ക് പ്രശസ്തനായ സിസിൽ ബി ഡെമിൽ എന്നിവരെല്ലാം തങ്ങളുടെ ആദ്യകാലചിത്രങ്ങൾ ഉണ്ടാക്കിയത് ഈ സ്റ്റുഡിയോവിലാണ്. 1914ലാണ് *ദി സ്ക്വാ മാൻ* എന്ന

മുഴുനീള ഫീച്ചർചിത്രം ഹോളിവുഡിൽ ആദ്യമായി നിർമ്മിച്ചത്. അതിനുശേഷം ഗ്രിഫിത്തിന്റെ പ്രശസ്തമായ *ബർത്ത് ഓഫ് എ നേഷൻ* (1915), റോബർട്ട് ഫ്ളാഹർട്ടിയുടെ *നാനൂക് ഓഫ് ദ നോർത്ത്* (1922), പിന്നീട് ചാർളി ചാപ്ളിൻ, ബസ്റ്റർ കീറ്റൺ തുടങ്ങിയവരുടെ ക്ലാസിക്കൽ കോമഡികൾ, വൈൽഡ് വെസ്റ്റ്ഹൊറർ ചിത്രങ്ങൾ, വാൾട്ട് ഡിസ്നിയുടെ കാർട്ടൂൺ ചിത്രങ്ങൾ. 1918 ആയപ്പോഴേക്കും ലോകചല ച്ചിത്ര നിർമ്മാണത്തിന്റെ സിരാകേന്ദ്രമായി ഹോളിവുഡ്.

ലോകമെമ്പാടും ഹോളിവുഡ് ചിത്രങ്ങൾ വൻവിജയം നേടാൻ തുടങ്ങിയതോടെ മൂലധനനിക്ഷേപസാദ്ധ്യതയേറി. നിർമ്മിക്കുന്ന ചിത്രങ്ങളുടെ എണ്ണം മാർക്കറ്റിലെ ഡിമാന്റനുസരിച്ചു പോരാതെ വന്നു. മൂലധനവും മാർക്കറ്റും അങ്ങനെ സിനിമയെ നിയന്ത്രിക്കാൻ തുടങ്ങി. കല കച്ചവടവും വ്യവസായവുമായി. ഇതനുസരിച്ച് ഹോളിവുഡിൽ ചലച്ചിത്ര ഫാക്ടറികൾ ഉണ്ടായി. സ്റ്റുഡിയോ സിസ്റ്റം എന്നവർ അതിനെ വിളിച്ചു. നടനും സംവിധായകനുമെല്ലാം ഈ ഫാക്ടറികളിലെ തൊഴിലാളികളായി മാറി. ചലച്ചിത്ര സംവിധായകനായ തോമസ് ഇൻസാണ് (1916-ൽ നിർമിച്ച *സിവിലൈസേഷനാണ്* ഇദ്ദേഹത്തിന്റെ അറിയപ്പെടുന്നൊരു ചിത്രം) ചലച്ചിത്ര നിർമ്മാണത്തെ ഇത്തരമൊരു ഫാക്ടറി സിസ്റ്റമായി സങ്കല്പിച്ചതും സ്റ്റുഡിയോസിസ്റ്റത്തിനു രൂപംനൽകിയതും. തിയേറ്ററിനു പുറത്തുള്ള ജീവിതത്തിൽ ഇല്ലാത്ത സ്വപ്നങ്ങൾ, ചലച്ചിത്രവിപണിയിൽ ചൂടപ്പംപോലെ വിറ്റഴിയുമെന്നും ഇതോടെ ഹോളിവുഡ് നേതാക്കൾ മനസ്സിലാക്കിക്കഴിഞ്ഞിരുന്നു. സ്വന്തം ജീവിതത്തിലെ പരുക്കൻ യാഥാർത്ഥ്യങ്ങളിൽനിന്ന് ഒളിച്ചോടാൻ കാണികളെ സഹായിക്കുന്ന വെറുമൊരു വിനോദവ്യാപാരമായി സിനിമ ചുരുങ്ങി. മാർക്കറ്റിങ്ങ് തന്ത്രത്തിന്റെ ഭാഗമായി താരസമ്പ്രദായം നിലവിൽവന്നു. പാരമൗണ്ട് പിക്ച്ചേഴ്സിന്റെ മേധാവിയായിരുന്ന അഡോൾഫ് സൂക്കറാണ് ഇതിന്റെ ഉപജ്ഞാതാവ്. നടീനടന്മാർ അങ്ങനെ താരങ്ങളായി. ഇവരുടെ പേരുപറഞ്ഞ് ചിത്രങ്ങൾ എളുപ്പത്തിൽ മാർക്കറ്റുചെയ്യാമെന്ന് സൂക്കർ കണ്ടെത്തി. അങ്ങനെ സിനിമയ്ക്ക് ആവശ്യമില്ലാത്ത നടീനടന്മാർ താരങ്ങളായി തിളങ്ങി. നിത്യജീവിതത്തിൽനിന്ന് പിന്മാറി അവർ വെള്ളിത്തിരയിൽ സുന്ദരികളും സുന്ദരന്മാരുമായി വാണു. ഇവർക്കിടയിൽ സൂപ്പർതാരങ്ങളുണ്ടായി. സൂപ്പർ സൂപ്പർ താരങ്ങളുമുണ്ടായി.

സോപ്പുകച്ചവടവും മഞ്ജുവാര്യരും

ലോകത്തു മറ്റിടങ്ങളിലെന്നപോലെ ഇന്ത്യയിലും കച്ചവടസിനിമയുടെ മാതൃക ഇതുതന്നെയായി. അങ്ങനെ ഇവിടെയും സ്റ്റുഡിയോകളും നിർമ്മാണക്കമ്പനികളുമുണ്ടായി. മുംബൈയിൽ മുംബൈ ടാക്കീസ്, ഗുരുദത്ത് മൂവീസ്, ആർ.കെ. സ്റ്റുഡിയോസ്, തെക്കേ ഇന്ത്യയിൽ ജമിനി, പ്രസാദ്, വാഹിനി, കേരളത്തിൽ ഉദയ, നവോദയ, മെറിലാന്റ്.

ഇവിടെനിന്നെല്ലാം സിനിമകളുണ്ടായി, ഇവയൊക്കെ താരങ്ങളെയും സൂപ്പർതാരങ്ങളെയും സൃഷ്ടിച്ചു. ദേശീയ സിനിമയെന്നാൽ ഹിന്ദി സിനിമയായി. ഹോളിവുഡ് മാതൃകപോലെ ഹിന്ദി സിനിമയും ഒരു മാതൃക സൃഷ്ടിച്ചു. പ്രാദേശികസിനിമയ്ക്ക് ഈ മാതൃക പിൻതുട രേണ്ടി വന്നു. ഈ മസാലക്കൂട്ടു കളികൾക്കിടയിൽ ചലച്ചിത്രസർഗ ക്രിയയുടെ ചുക്കാൻപിടിക്കുന്ന യഥാർത്ഥ സംവിധായകൻ അശുവായി, അസ്തമിച്ചു. ചലച്ചിത്രനിർമ്മാണവും വില്പനയും സൂപ്പർതാരങ്ങളുടെ പേരിലായി. ഇതും സോപ്പുകച്ചവടവും തമ്മിൽ വലിയ വ്യത്യാസമില്ലാ തായി.

ലക്സ് ടോയിലറ്റ് സോപ്പിന് ഏഴു വർണങ്ങൾ എന്നാണ് പരസ്യം പറയുന്നത്. ഇതിൽ ഹേമമാലിനി ഉപയോഗിക്കുന്നത് റോസ് കളറിലുള്ള സോപ്പ്. ഷാരൂഖ്ഖാന് വെള്ളസോപ്പ്. ഭാര്യ, ഹേമമാലിനിയുടെ ആരാധിക. അതുകൊണ്ട് അവർക്ക് റോസ് സോപ്പ്. എനിക്കു ഷാരൂഖ് ഖാന്റെ വെള്ള സോപ്പ്. മക്കളോരുരുത്തരും ഇതേ മട്ടിൽ വേറെ വേറെ താരങ്ങളെയും അവരുടെ പ്രിയനിറങ്ങളുടെ സോപ്പുകളെയും തെരഞ്ഞെടുത്തു. അങ്ങനെ ഒരു സോപ്പുകൊണ്ട് തീരുമായിരുന്ന കുളിക്കു പകരം, കുളിമുറി നിറയെ സോപ്പായി. സിനിമയ്ക്ക് നടൻ വേണ്ടാത്തതുപോലെ സോപ്പിനു നിറംവേണ്ടെന്നും അതു പതഞ്ഞാൽ മതിയെന്നുമുള്ള സത്യം പരസ്യം കണ്ടുകണ്ട് എല്ലാവരും മറന്നു. പതയ് ക്കുപകരം നിറമായി പ്രധാനം; സോപ്പിന്റെ സർഗ്ഗക്രിയ തുടങ്ങുന്നത് അതു പതയാൻ തുടങ്ങുമ്പോഴാണെങ്കിലും. യാഥാർത്ഥ്യത്തിൽനിന്ന് ഉപഭോക്താവിന്റെ ശ്രദ്ധ അപ്രധാനമായ മറ്റൊന്നിലേക്ക് തിരിച്ചുവിടുന്ന പഴയ വിപണനതന്ത്രംതന്നെ. സിനിമയ്ക്കും ഈ തന്ത്രം ചേരുമെന്ന് ചലച്ചിത്രകച്ചവടക്കാർ കണ്ടെത്തി. അവരതിൽ ജയിക്കുകയും ചെയ്തു.

അടുത്തകാലത്ത് തിയേറ്ററുകൾ നിറഞ്ഞോടിയ *ഹൗ ഓൾഡ് ആർ യു* എന്ന ചിത്രംതന്നെ ഉദാഹരണം. മഞ്ജുവാര്യർ എന്ന സൂപ്പർതാ രത്തെ കേന്ദ്രീകരിച്ചായിരുന്നു ചിത്രത്തിന്റെ വിപണനം. മഞ്ജുവാ ര്യരുടെ തിരിച്ചുവരവ് എന്നുപറഞ്ഞാണ് ചിത്രം കാണികൾക്കു മുമ്പിലെത്തിയത്. അവർ തിരിച്ചുവന്നാലെന്ത്, പോയാലെന്ത് എന്ന് ആരും ചോദിച്ചില്ല. തിരിച്ചുവരവുകാണാൻ എല്ലാവരും തിരക്കുകൂട്ടി. പോരാ ത്തതിന് മഞ്ജുവാര്യരുടെ അപ്പോഴത്തെ ജീവിതാവസ്ഥയും കഥയിൽ മേമ്പൊടിയായി ചേർത്തു. മഞ്ജുവാര്യർ മികച്ചൊരു നടിയായിട്ടും ജനങ്ങൾക്ക് വളരെ പ്രിയപ്പെട്ടവളായിട്ടും ഇത്തരം കുതന്ത്രങ്ങളൊക്കെ വേണ്ടിവന്നു ചിത്രത്തിന്റെ വിപണനത്തിനും വിജയത്തിനും. ഇത് ആത്മവിശ്വാസക്കുറവാണോ അതിസാമർത്ഥ്യമാണോ എന്നറിയില്ല. ഏതായാലും മഞ്ജുവാര്യരെ മഞ്ജുവാര്യരല്ലാതാക്കി മഞ്ജുവാര്യ രിലൂടെ ചിത്രം വിപണനം ചെയ്തു; വിജയിപ്പിച്ചു. സോപ്പിനെ

ഹോളിവുഡ്

സോപ്പല്ലാതാക്കി സോപ്പു വിൽക്കുംപോലെത്തന്നെ. ഈ വിപണനംമൂലം ചിത്രത്തിന്റെ സംവിധായകനാരെന്നോ ക്യാമറാമാൻ ആരെന്നോ ചിത്രത്തിന്റെ സർഗ്ഗാത്മകഘടകങ്ങളെ നിർണയിച്ചവരാരൊക്കെയാണെന്നോ കാണികളിൽ ഭൂരിപക്ഷവും അറിയാതെപോയി.

ഇത്തരത്തിൽ ലോകമെമ്പാടും ചലച്ചിത്രനിർമ്മാണത്തിന് കച്ചവടമാതൃക ഹോളിവുഡ് സൃഷ്ടിച്ചു. 1960 വരെ ലോകസിനിമയെ അടക്കിവാണ ഹോളിവുഡ് പിന്നീട് ക്ഷയിക്കാൻ തുടങ്ങി. *മേരി*

മഞ്ജുവാര്യർ - ഹൗ ഓൾഡ് ആർ യു

പോപ്പിൻസ് (1964) *മൈ ഫെയർ ലേഡി* (1964) *ദ സൗണ്ട് ഓഫ് മ്യൂസിക്* (1965) തുടങ്ങി വിരലിലെണ്ണാവുന്ന ചിത്രങ്ങൾ മാത്രമേ ഹോളിവുഡിൽനിന്നു അറുപതുകളിൽ പുറത്തുവന്നു വിജയിച്ചുള്ളൂ. ഹോളിവുഡിന്റെ തളർച്ചയോടെയാണ് ദേശീയ-പ്രാദേശികസിനിമയ്ക്കും സമാന്തരസിനിമയ്ക്കും ശ്വാസംവിടാനും തലപൊക്കാനും കഴിഞ്ഞത്. പക്ഷേ, ഹോളിവുഡ് സംസ്കാരം പിന്നെയും അവശേഷിച്ചു. ഹോളിവുഡ് സംസ്കാരം തകർത്താലേ സിനിമയ്ക്കു മുന്നോട്ടുപോകാനാവൂ എന്ന സ്ഥിതിയായി. പിന്നീട് സംഭവിച്ചതും അതുതന്നെ.

●

1. Simon Callow, *Being an Actor*, Penguin Books, NewYork, 1985, p.145
2. എൻ.എൻ. പിള്ള (1918-1995), *നാടകദർപ്പണം*, സാഹിത്യപ്രവർത്തക സഹകരണസംഘം, കോട്ടയം.
3. Jerzy Grotowski, *Towards a Poor Thetare*, Simon and Schuster, 1968.
4. Simon Callow, *Being an Actor*, Penguin Books, NewYork, 1985, p.145
5. കെ.ജി. ജോർജ്ജിന്റെ *യവനിക* എന്ന ചിത്രം.

●

ബൈസിക്കിൾ തീവ്സ്

വിറ്റോറിയ ഡിസീക്ക

ചാർലി ചാപ്ലിൻ

റോസലീനി

16

> This powerful desire of the (neo-realist) cinema to see and to analyse, this hunger for reality, for truth is a kind of concrete homage to other people, that is, to all who exist.This among other things, is what distinguishes neo-realism from American cinema. In effect, the American position is diamterically opposed to our own; where as we are attracted by the truth, by the reality which touches us and which we want to know and understand directly and thoroughly, the Americans continued to satisfy themselves with sweetened version of truth produced through trans-positions.
>
> Cesare Zavattini[1]

സിനിമയെന്ന കലയെ തിരിച്ചുപിടിക്കൽ

ഹോളിവുഡ് സംസ്കാരത്തെ മറികടക്കാൻ സിനിമയ്ക്ക് ഒരേ സമയം രണ്ടു കടമ്പകൾ ചാടിക്കടക്കണമായിരുന്നു. ഒന്ന് ഹോളി വുഡ് സിനിമയുടെ സ്വപ്നസമൃദ്ധമായ പതിവു ചട്ടക്കൂട്. മറ്റൊന്ന് ഇതിനെ ദുർബലവും വികൃതവുമായി അനുകരിച്ച് കെട്ടിപ്പൊക്കിയ ദേശീയ സിനിമയുടെ ചട്ടക്കൂട്. ഇറ്റാലിയൻ സിനിമയാണ് ഇവയെ മറികട ക്കാനുള്ള ചങ്കൂറ്റം ആദ്യം കാണിച്ചത്. അവർ സിനിമയെ സ്റ്റുഡി യോവിനു പുറത്തുകടത്തി. സ്റ്റുഡിയോവിന്റെ ഇടുങ്ങിയ ഇടങ്ങളിൽ നിന്ന് പുറത്തെ തുറസ്സുകളിലേക്ക് സിനിമ കടന്നു. സെറ്റുകൾ ഉപേക്ഷിച്ചു. കൃത്രിമവെളിച്ചം ഇല്ലാതായി. താരങ്ങളെ ഒഴിവാക്കി. സ്വപ്നസദൃശ്യമായ കഥനവും നിർത്തി. സിനിമ സാധാരണമനുഷ്യരുടെ നിത്യജീവിത പ്രശ്നങ്ങളെക്കുറിച്ചു ചിന്തിക്കാനും പറയാനും തുടങ്ങി. ഇറ്റാലിയൻ നിയോറിയലിസം അങ്ങനെ പിറന്നു. അപ്പോഴാണ് യഥാർത്ഥത്തിൽ

പഥേർ പഞ്ചലിയിലെ ഒരു രംഗം

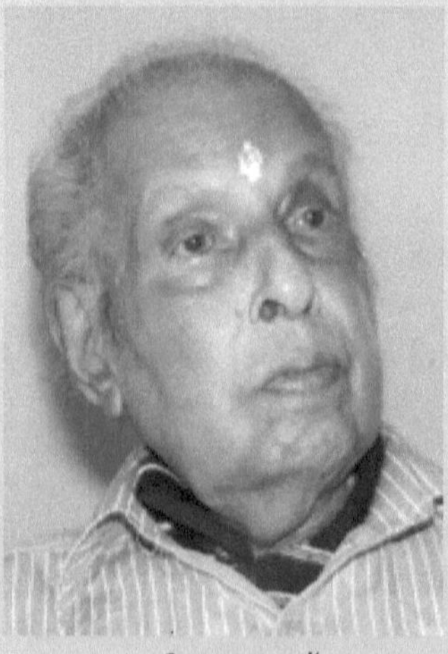

പി. രാമദാസ്

സത്യജിത് റായ് ഡിസൈൻ ചെയ്ത വിൽസ് പായ്ക്കറ്റ്

സിനിമ വീണ്ടും സംവിധായകന്റെ കലയായത്. നിർമ്മാണക്കമ്പനികളിൽനിന്നും താരങ്ങളിൽനിന്നും സിനിമയുടെ ഓഥർഷിപ്പ് സംവിധായകൻ പിടിച്ചെടുക്കുന്നത് ഇവിടെവെച്ചാണ്.[2]

വഴിവിട്ടൊരു കാര്യമിവിടെ സൂചിപ്പിക്കട്ടെ. നേരത്തേ പറഞ്ഞ സോപ്പുകച്ചവടവും സിനിമയിലെ താരക്കച്ചവടവും മൂലധനം അടിച്ചേല്പിക്കുന്നതാണ്. ജി. അരവിന്ദന്റെ സിനിമകളുടെ മൂലധനപശ്ചാത്തലവും താരഘടനയും പരിശോധിച്ചാൽ ഇതു രസകരമായി പുറത്തുവരും. *തമ്പിലോ കാഞ്ചനസീതയിലോ പോക്കുവെയിലി*ലോ താരഘടന അടിച്ചേല്പിക്കുന്നതായിരുന്നില്ല, മൂലധനം. സംവിധായകന് അതുകൊണ്ട് കൂടുതൽ സ്വാതന്ത്ര്യമുണ്ടായിരുന്നു. അയാൾക്ക് താരങ്ങളെ ആശ്രയിക്കേണ്ട ഗതികേടില്ലായിരുന്നു. ഈ സ്വാതന്ത്ര്യം സംവിധായകനു നൽകിയ മൂലധനനിക്ഷേപകനെ നമിക്കുക. *ചിദംബരം* മുതൽ സംഗതി മാറി. മൂലധനഘടന മാറി. താരങ്ങൾ അരവിന്ദൻ ചിത്രങ്ങളിലും തലപൊക്കി. സ്മിതാപാട്ടീലും മോഹൻലാലുമൊക്കെ അരവിന്ദന്റെ അഭിനേതാക്കളായി! ഇന്ത്യൻ നിയോറിയലിസത്തിനു തുടക്കംകുറിച്ച ചിത്രമെന്നു വിശേഷിപ്പിക്കപ്പെടുന്ന *പഥേർ പഞ്ചലി* നിർമ്മിക്കാൻ പെട്ടപാട് സത്യജിത് റായ് വിവരിക്കുന്നുണ്ട്. അത് ഇതോടു ചേർത്തു വായിക്കണം.

> "For one year I was trying to sell the scenario, to peddle it... since nobody would buy it, I decided to start anyway, because we wanted some footage to prove that we were not incapable of making films. So I got some money against my insurance policies. We started shooting, and the fund ran out very soon. Then I sold some art books, some records and some of my wife's jewellery. Little trickles of money came, and part of the salary I was earning as art director. All we had to spend on was raw stock, hire of a camera and our conveniences, transport and so on... I had nothing more to pawn."[3]

ഒടുവിൽ ബംഗാൾ സർക്കാരിന്റെ സഹായത്തോടെയാണ് ചിത്രം പൂർത്തിയാക്കിയത്. ചലച്ചിത്രരംഗത്തു പണംമുടക്കാൻ സർക്കാർ തയാറാവുമെന്നു ഓർക്കാൻപോലുമാകാത്ത കാലത്ത്. ചിത്രത്തിന്റെ ഒറിജിനൽ നെഗറ്റീവ് പിന്നീട് കത്തിപ്പോയി. അപ്പോഴേക്കും ചിത്രം പ്രശസ്തമാവുകയും നിരവധി പ്രിന്റുകൾ ഉണ്ടായിക്കഴിയുകയും ചെയ്തിരുന്നു.

പറഞ്ഞുവരുന്നതിതാണ്, നാടകംപോലെയല്ല സിനിമ. അതൊരു വ്യാവസായികോല്പന്നമാണ്. കൂടെ കൊണ്ടുനടക്കാവുന്ന ഒരു ഉത്പന്നം. മറ്റെല്ലാ വ്യാവസായികോത്പന്നങ്ങൾക്കുമെന്നപോലെ സിനിമയ്ക്കും

വേണം മൂലധനവും വിപണനവും ലാഭവും. ഹോളിവുഡ് ചലച്ചിത്രമാതൃകയുടെ സാമ്പത്തികന്യായം ഇതാണ്. ഈ ഹോളിവുഡ് മാതൃക പിന്തുടരാൻ എളുപ്പമാണ്. അതിന് കണിശമായ രീതികളുണ്ട്. പക്ഷേ, ഇതിനെ മറികടക്കാൻ ശ്രമിക്കുമ്പോൾ എല്ലാം പുതുതായി തുടങ്ങേ ണ്ടിവരുന്നു; പൂജ്യത്തിൽനിന്ന് തുടങ്ങേണ്ടിവരുന്നു. വിറ്റോറിയോ ഡിസീക്കയുടെ *ബൈസിക്കിൾ തീവ്സി*[4]ന്റെ നിർമാണപ്രതിസന്ധികളെക്കുറിച്ച് ആന്ദ്രേ ബസാൻ വിവരിക്കുന്നുണ്ട്:

> "With the disappearance of the concept of the actor into a transparency seemingly as natural as life itself, comes the disappearance of the set. Let us understand one another, however. De Sica's film took a long time to prepare, and everything was minutely planned as for a studio super production, which as a matter of fact, allows for last minute improvisations, but I cannot remember a single shot in which a dramatic effect is born of the shooting script properly so called, which seems to be as netural as in a Chaplin film."[5]

എല്ലാം കണിശമായി പ്ലാൻചെയ്ത ശേഷമേ ചാപ്ളിൻ ഷൂട്ടിങ്ങ് തുടങ്ങാറുള്ളു. അവസാനനിമിഷ മാറ്റങ്ങൾ അനുവദിക്കുന്ന സ്റ്റുഡിയോ സൗകര്യമുണ്ടായിട്ടുകൂടി. സിനിമാനിർമാണത്തിലെ ധൂർത്തിന് ചാപ്ലിൻ എതിരായിരുന്നു. ഡിസീക്ക സിനിമയുണ്ടാക്കുമ്പോൾ ധൂർത്തിനു പണമുണ്ടായിരുന്നില്ലതാനും.

1945-ൽ റോബർട്ടോ റോസലീനിയാണ് ഹോളിവുഡ്‌വിരുദ്ധ നവസിനിമാപ്രസ്ഥാനത്തിന് ഇറ്റലിയിൽ തുടക്കംകുറിച്ചത്. റോസലീനിയുടെ *റോം ഓപ്പൺ സിറ്റി* ഫാസിസ്റ്റ്‌വിരുദ്ധ സിനിമയാണ്. ജർമ്മൻസേന റോമിൽനിന്നു പിൻവാങ്ങിയ ഉടനെ നിർമ്മിച്ച ചിത്രം. ഫാസിസ്റ്റ് അധിനിവേശത്തിനെതിരെ പൊരുതുന്ന കമ്മ്യൂണിസ്റ്റുക ളടക്കമുള്ളവരുടെയും അവർക്ക് പിന്തുണയേകിയ കത്തോലിക്കാ പുരോഹിതരുടെയും സഹനത്തിന്റേയും സമരത്തിന്റേയും കഥ. ഫാസിസ്റ്റ് പീഡനങ്ങളുടെ ക്രൂരത തുറന്നുകാട്ടുന്ന ചിത്രം. വരുംതലമുറകൾക്കായി ചരിത്രസത്യങ്ങളുടെ ഒരപൂർവ രേഖ. സത്യംപറയാൻ താരങ്ങൾ വേണ്ടാത്തതുകൊണ്ട് ഈ ചിത്രത്തിൽ താരങ്ങളില്ല. പക്ഷേ, കഥയുടെ ഭൂരിഭാഗവും നടക്കുന്നത് ഒളിസങ്കേതങ്ങളിലാകയാൽ ക്യാമറ അധികമൊന്നും പുറത്തുപോകുന്നില്ല. സ്റ്റുഡിയോവിനകത്തെന്നപോലെ ഇരുണ്ട കുടുസ്സുകളിലാണ് ക്യാമറ പലപ്പോഴും. നിയോറിയലിസത്തിന്റെ തുറസ്സുകൾ ഇവിടെ തുറക്കുന്നില്ല. എങ്കിലും സ്വപ്നങ്ങളിൽനിന്നും ഹോളിവുഡ് സംസ്കാരത്തിൽനിന്നും ഈ ചിത്രം ധീരമായ മോചനം പ്രഖ്യാപിക്കുന്നു. നിയോറിയലിസ്റ്റ് സിനിമാപ്ര സ്ഥാനം അങ്ങനെ ഇവിടെ തുടങ്ങുന്നു.

എന്നാൽ, നിയോറിയലിസത്തെ കുറച്ചുകൂടി മുന്നോട്ടു കൊണ്ടുപോയത് മൂന്നു വർഷത്തിനുശേഷം 1948-ലുണ്ടായ വിറ്റോറിയോ ഡിസീക്കയുടെ *ബൈസിക്കിൾ തീവ്സാണ്*. അതുകൊണ്ടുതന്നെ ഈ ചിത്രമാണ് കൂടുതൽ ക്ലാസിക്കലായ നിയോറിയലിസ്റ്റ് ചിത്രം. ചിത്രത്തിൽ അധികനേരവും ക്യാമറ തെരുവിലാണ്; തെരുവിൽ അലച്ചിലാണ്. യാത്ര എന്ന എപ്പിക് സങ്കല്പത്തിന്റെ വളരെ വ്യത്യസ്തമായ ഒരാഖ്യാനം. രണ്ടാം ലോകയുദ്ധത്തിനുശേഷമുള്ള ഇറ്റലിയിലെ പട്ടിണിക്കാരുടെ ജീവിതാവസ്ഥയാണ് പ്രമേയം. തൊഴിലില്ലാത്ത ഒരാൾക്ക് ജോലികിട്ടുന്നു. സിനിമാപോസ്റ്റർ ഒട്ടിക്കുന്ന പണി. പണികിട്ടണമെങ്കിൽ സ്വന്തമായി സൈക്കിൾവേണം. വാങ്ങാൻ കാശില്ല. ഉണ്ടായിരുന്ന സൈക്കിൾ പണയത്തിലുമാണ്. ഭാര്യ കിടപ്പറയിലെ വിരികളും പുതപ്പുകളും വിറ്റ് പണയംവെച്ച സൈക്കിൾ തിരിച്ചുവാങ്ങാനുള്ള കാശുണ്ടാക്കുന്നു. ആദ്യദിവസം സൈക്കിളിൽ മകനെ സ്കൂളിൽ വിട്ട് അയാൾ പോസ്റ്റർ ഒട്ടിക്കാനുള്ള പശയും കോണിയുമായി തെരുവിലിറങ്ങുന്നു. അയാൾ ആദ്യം ഒട്ടിക്കുന്ന പോസ്റ്റർ പ്രശസ്തയായ ഒരു ഹോളിവുഡ് നടിയുടേതാണ്. റീതാ ഹേവർത്താണോ മെറിലിൻ മൺറോവാണോ എന്നു തിട്ടമില്ല. രണ്ടായാലും ഹോളിവുഡിലെ പ്രശസ്തമായ മദാലസസൗന്ദര്യം. ഇതൊരു വലിയ ധ്വനിയാണ്. ചിഹ്നവും അർത്ഥവുമാണ്. പോസ്റ്ററിലും സ്ക്രീനിലും മാത്രമേ ഹോളിവുഡ് സൗന്ദര്യവും മദാലസതയുമുള്ളൂ, പുറത്തില്ല. പോസ്റ്റർ ഒട്ടിച്ചു തിരിഞ്ഞുനോക്കുമ്പോൾ ഒരു ചെറുപ്പക്കാരൻ സൈക്കിളും മോഷ്ടിച്ചു പറക്കുന്നതാണ് അയാൾ കാണുന്നത്. ജീവിതത്തിലെ മദാലസതയും സൗന്ദര്യവും സിനിമാപോസ്റ്ററിൽ ഒതുങ്ങി ഒടുങ്ങുന്നു. കള്ളൻ കള്ളൻ എന്നു വിളിച്ചുപറഞ്ഞ് അയാൾ പിറകേ ഓടുന്നുണ്ടെങ്കിലും കള്ളൻ ആൾക്കൂട്ടത്തിലെവിടെയോ മറയുന്നു. സൈക്കിളിനെയും കള്ളനെയുംതേടി അച്ഛനും മകനും പിന്നെ അലയുകയായി. നിഷ്ഫലവും ഹതാശവുമായ അലച്ചിൽ. ഒടുവിൽ ഒരു സൈക്കിളോട്ടമത്സരത്തിനിടയ്ക്ക് സൈക്കിൾ മോഷ്ടിക്കാൻ അയാൾ ഒരുമ്പെടുന്നു, പക്ഷേ, പിടിക്കപ്പെടുന്നു. ദാരിദ്ര്യത്തിന്റെ നാണക്കേടിനൊപ്പം ഇപ്പോൾ കള്ളനെന്ന ചീത്തപ്പേരും അയാൾ പേറേണ്ടി വന്നിരിക്കുന്നു. ചെറിയൊരു മോഷ്ടാവിനെ കള്ളനെന്നു വിളിക്കുന്ന ലോകത്തെ അയ്യപ്പപ്പണിക്കർ കാണിച്ചുതന്നത് ഓർത്തുപോകും[6]. ഏതായാലും ഈ ചിത്രം സിനിമയെ ശുദ്ധീകരിച്ചു. ആന്ദ്രേ ബസാൻ പറയുന്നു: "*Bicycle Thief* is one of the first examples of pure cinema. No more actors, no more story, no more sets, which is so to say, in the perfect aesthetic illusion of realtiy, there is no more cinema."[7] യാഥാർത്ഥ്യങ്ങളെ മായക്കാഴ്ചയുടെ സൗന്ദര്യശാസ്ത്രംകൊണ്ട് അളന്നാൽ ഇവിടെ സിനിമതന്നെ ഇല്ലാതാകുന്നു. താരങ്ങളും സെറ്റും ആഡംബരങ്ങളുമില്ലെങ്കിൽ പിന്നെന്തു സിനിമ എന്നു ഹോളിവുഡ് കൊഞ്ഞനംകുത്തുന്നത് ബസാൻ മുൻകൂട്ടി കാണുന്നു.

റോം ഓപ്പൺസിറ്റിയിൽനിന്ന്

നീലക്കുയിൽ

ഇന്ത്യൻ നിയോറിയലിസം

1950-ൽ ബിഭൂതിഭൂഷൺ ബാനർജിയുടെ ആത്മകഥാംശമുള്ള *പഥേർ പഞ്ചലി*യുടെ കുട്ടികൾക്കായുള്ള പതിപ്പിന് ഇലസ്ട്രേഷൻ ചെയ്യാമോ എന്ന് കൊൽക്കൊത്തയിലെ പ്രമുഖ പ്രസിദ്ധീകരണക്കാർ സത്യജിത് റായിയോട് ചോദിച്ചു. റായ് അന്നേ ബംഗാളിലെ പ്രശസ്ത നായ ഇലസ്ട്രേറ്ററായിരുന്നു. ഇപീരിയൽ ടുബാക്കോ കമ്പനിക്കു വേണ്ടി വിൽസ് നേവികട്ട് സിഗററ്റിന്റെ ചുവപ്പും വെള്ളയുമടങ്ങിയ ക്ലാസിക്കൽ പാക്കറ്റ്, ഡിസൈൻ ചെയ്തത് സത്യജിത് റായ് ആണ്. അന്നു റായ്ക്ക് ജോലി ലണ്ടനിൽ ഡി.ജെ. കീമർ (പിന്നീട് ഒഗിൽവി ആന്റ് മാത്തർ) എന്ന അഡ്വർടൈസിങ്ങ് കമ്പനിയിലാണ്. നാട്ടിൽവന്നു മടങ്ങുമ്പോൾ രണ്ടാഴ്ചത്തെ കടൽയാത്രയ്ക്കിടയിൽ മറ്റൊന്നും ചെയ്യാ നില്ലാതെ റായ് ബിഭൂതിഭൂഷന്റെ നോവൽ അപ്പാടെ വരച്ചുതീർത്തു. അതാണ് പിന്നീട് പ്രശസ്തമായ റായ് ചിത്രത്തിന്റെ ദൃശ്യപാഠം. 1955-ൽ ചിത്രം പൂർത്തിയായി. 1956-ൽ ഈ ചിത്രം കാൻ ഫിലിം ഫെസ്റ്റി വലിൽ മികച്ച മനുഷ്യകഥാനുഗായിയായ ചിത്രത്തിനുള്ള അവാർഡും നേടി. ചരിത്രം കാര്യമായി ശ്രദ്ധിക്കാത്ത മറ്റൊരു ഫലിതം കൂടിയുണ്ട്. റായ് ചിത്രമാണ് ആദ്യത്തെ ഇന്ത്യൻ നിയോറിയലിസ്റ്റ് ചിത്രമെന്നാണ് പറയാറ്. പക്ഷേ, റായ് ചിത്രം പുറത്തിറങ്ങുന്നതിന് മൂന്നുമാസംമുമ്പ് മലയാളത്തിലൊരു നിയോറിയലിസ്റ്റ് ചിത്രം പുറത്തിറങ്ങി; പി. രാമദാസിന്റെ *ന്യൂസ്പേപ്പർ ബോയ്*. തൃശ്ശൂരിലെ ഒരു സംഘം കോളേജ് വിദ്യാർത്ഥികളുടെ കൂട്ടായ്മയാണ് ഒന്നേമുക്കാൽ ലക്ഷം രൂപ മുടക്കി ചിത്രം നിർമ്മിച്ചത്.

പക്ഷേ, ഇതൊരു ക്ലാസിക് നിയോറിയലിസ്റ്റ് സിനിമയായിരുന്നില്ല. കാരണം ചില സീനുകൾക്കെങ്കിലും ഇതിൽ സ്റ്റുഡിയോ സംവിധാനം ഉപയോഗിച്ചിട്ടുണ്ട്. എങ്കിലും അധികസമയവും ക്യാമറ പുറത്താണ്. താരങ്ങളും ഈ ചിത്രത്തിന് അന്യമാണ്. സാധാരണമനുഷ്യരുടെ ദുരിതജീവിതകഥ പറയുന്നു ഈ ചിത്രവും. ആ അർത്ഥത്തിലെല്ലാം ഒരു നിയോറിയലിസ്റ്റ് ചിത്രം. *പഥേർ പഞ്ചലി*ക്കും ഒരുവർഷംമുമ്പ് 1954-ൽ പി. ഭാസ്ക്കരനും രാമുകാര്യാട്ടും ചേർന്നു സംവിധാനംചെയ്ത *നീലക്കുയിൽ* നിയോറിയലിസ്റ്റ് പാരമ്പര്യം ഉയർത്തിപ്പിടിക്കുന്ന തോടൊപ്പം ക്യാമറയുടെ ഉപയോഗത്തിൽ ചെറിയ/വലിയ കാൽ വെയ്പുകൾ നടത്തിയിരുന്നു. ഇത് *നീലക്കുയിലി*നെ വേറിട്ട ഒന്നാക്കി മാറ്റി. പിന്നീട് സംവിധായകനായി മാറിയ പ്രശസ്ത ക്യാമറാമാനായ എ. വിൻസന്റാണ് ഇതിന്റെ ഛായാഗ്രാഹകൻ. പരിമിതമായ ചില ക്രെയിൻ ഷോട്ടുകൾ, വേണ്ട യാതൊരു സംവിധാനവുമില്ലാതെ സാധി ക്കുന്നു ഈ ചിത്രത്തിൽ എ. വിൻസന്റ്. സ്വാഭാവികവും വൈ കാരി കവുമായ വെളിച്ചസംവിധാനം, മഴയടക്കമുള്ള പ്രകൃതിപ്രതിഭാസ ങ്ങളുടെ സംവേദനസാദ്ധ്യതകളുടെ സൂക്ഷ്മമായ പ്രയോഗങ്ങൾ.

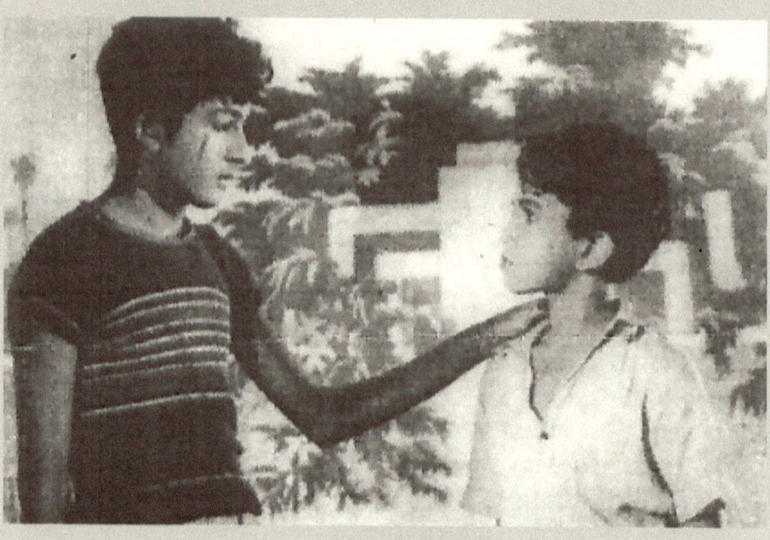

ന്യൂസ്പേപ്പർ ബോയ്

ഇതെല്ലാം ഈ ചിത്രത്തെ കൂടുതൽ ശ്രദ്ധേയമാക്കി. സ്റ്റുഡിയോ സംവിധാനത്തെ പാടെ ഒഴിവാക്കാൻ കഴിഞ്ഞിട്ടില്ലെന്ന ന്യൂനതയുണ്ടെങ്കിലും *നീലക്കുയിൽ*, നിയോറിയലിസ്റ്റ് പാരമ്പര്യത്തെ കൂടുതൽ സാങ്കേതികമായി മുന്നോട്ടുകൊണ്ടുപോയിരുന്നു. മുൻചിത്രങ്ങളുടെ നിയോറിയലിസ്റ്റ് പരിമിതികൾ പരിഗണിക്കുമ്പോൾ ഇന്ത്യൻ നിയോറിയലിസത്തിന്റെ തുടക്കം *പഥേർ പഞ്ചലി*യിലാണെന്ന് പറയേണ്ടിവരും.

അമ്പതുകളുടെ അവസാനമാകുമ്പോഴേക്കും ഫ്രഞ്ച് ന്യൂവേവ് പ്രസ്ഥാനം രൂപംകൊണ്ടു. ഗൊദാർദ്മുതൽ റിവെറ്റുവരെയുള്ള അഞ്ചു സംവിധായകരിലൂടെ സിനിമ അഞ്ചു ഭാവ-രൂപ-സാദ്ധ്യതകൾ കണ്ടെത്തി. ഈ പ്രസ്ഥാനത്തിനു വഴിമരുന്നിട്ടതും ഇറ്റാലിയൻ നിയോറിയലിസംതന്നെ. ഇതോടൊപ്പം ലാറ്റിനമേരിക്കയിൽ, പ്രത്യേകിച്ച് ബ്രസീലിൽ, നിയോറിയലിസത്തെ മറികടക്കാനുള്ള ശ്രമങ്ങളും തുടങ്ങി. തങ്ങൾക്ക് അമേരിക്കൻ യൂറോപ്യൻ പാരമ്പര്യങ്ങൾ വേണ്ടെന്നു പ്രഖ്യാപിച്ച ഗ്ലാബർ റോഷയെപ്പോലുള്ളവർ സിനിമയെ സ്വന്തം സംസ്ക്കാരത്തനിമയുടെ ഭാഗമാക്കി. സിനിമാ നോവോ എന്നൊരു നവസിനിമാപ്രസ്ഥാനംകൂടെ അങ്ങനെയുണ്ടായി. രൂപഭാവങ്ങൾ മാറിയെങ്കിലും സിനിമ സ്വപ്നംപറയുന്നതു നിർത്തി. സത്യം പറയാൻ തുടങ്ങി. ഇതാണ് നിയോറിയലിസത്തിന്റെ ഫലശ്രുതി. "Cinema is truth, 24 frames per second"[8] എന്നു പറയാൻ ഗൊദാർദിനെ പ്രാപ്തനാക്കിയത് നിയോറിയലിസമാണെന്നു ചുരുക്കം.

1. Cesare Zavattini, *A thesis on Neo-Realism, in overbey, Springtime*, p. 69, quoted by Robert Philip Kolker, *The Altering Eye*, Oxford Universtiy Press, New York, 1983, p.26
2. Peter Wollen, The Auteur Theory, *Movies And Methods*, Vol.1., Bill Nichols (ed.), Seagull Books, Calcutta, 1993, p. 542.
3. raylifeandwork.blogspot.com/2009_01_01_archive.html
4. *Bicycle Thief* എന്ന പേരിലാണ് അമേരിക്കയിൽ ചിത്രം റിലീസ് ചെയ്തത്. ഇറ്റാലിയൻ ടൈറ്റിലിന്റെ ഇംഗ്ലീഷ് തർജമ, *Bicycle Thieves* എന്നാണു താനും.
5. Andre Bazin, 'Bicycle Thief', *What Is Cinema*, Vol.2, Essays selected and translated by Hugh Gray, Universtiy of California Press, Los Angeles, 1972, p.57.
6. "വെറുമൊരു മോഷ്ടാവായോരെന്നെ/കള്ളനെന്നു വിളിച്ചില്ലേ?" അയ്യപ്പപ്പണിക്കർ, കാർട്ടൂൺ കവിതകൾ, *അയ്യപ്പപ്പണിക്കരുടെ കൃതികൾ* (1969 -1981), സരസ്വതി സമ്മാൻ എഡിഷൻ, ഡി.സി.ബുക്സ്, കോട്ടയം, 1982, പു.109
7. Andre Bazin, 'Bicycle Thief', *What Is Cinema*, Vol.2, Universtiy of California Press, Los Angeles, 1972, p.60
8. *Le Petit Soldat* എന്ന ഗൊദാർദ് ചിത്രത്തിൽനിന്നുള്ള ഉദ്ധരണി. നായകനായ ബ്രൂണോ മോണോലോഗായിട്ടാണ് ഇതു പറയുന്നത്. ഈ സ്ക്രീൻപ്ലേ പുസ്തകമായി ഇറങ്ങിയിട്ടുണ്ട്. Lorrimer Publishing Ltd., 1967.

മേഘേല ധക്ക താര

ജോൺ അബ്രഹാം

ഋത്വിക് ഘട്ടക്

17

"In the sublime there is a sensory motor untiy of nature and man, which means that nature must be named non - indifferent.This is already what effective and or metaphoric composition expresses. For example in Battleship Potemkin where three elements water, earth and air harmonically reveal an external nature in mourning around the human victim, whilst man's reaction will externalize itself in the development of the fourth element, the fire, which brings a new quality to nature in revolutionary conflagration.

Giles Deleuze[1]

സ്വപ്നത്തേക്കാൾ പെരുത്ത സ്വപ്നം

ക്യാമറയുടെ മുന്നിലുള്ള mise-en-scene എന്നു വിളിക്കുന്ന സ്ഥലത്ത് കാണുന്നതെല്ലാം ചലച്ചിത്രകാരന്റെ സർഗക്രിയയ്ക്കുള്ള ഉപകരണങ്ങളാണ്. നടൻ അതിലൊരു വസ്തുമാത്രം. മനുഷ്യനാകണമെന്നില്ല സിനിമയിലെ നടൻ. ആനയും കുരങ്ങുമൊക്കെ അഭിനയിക്കുന്ന സിനിമയും സാദ്ധ്യമാണ്. സർഗക്രിയയ്ക്കുള്ള ഉപകരണങ്ങളിൽ ഫ്രെയിമിൽ കാണുന്ന പ്രകൃതിയും പെടും. നാടകത്തിന്റെ അരങ്ങിൽ മനുഷ്യനു മാത്രമേ സർഗക്രിയ സാധിക്കൂ. പ്രകൃതിയുടെ എന്തു ദൃശ്യങ്ങൾ പ്രദർശിപ്പിച്ചാലും നടനെന്ന മനുഷ്യൻ അതിനു മുമ്പിൽ നിൽക്കുമ്പോഴേ അതിനു അർത്ഥവും പ്രസക്തിയുമുള്ളൂ. കർട്ടൻ പൊങ്ങിയിട്ട് ഒന്നോരണ്ടോ മിനിറ്റു കഴിഞ്ഞിട്ടും നടൻ രംഗപ്രവേശം ചെയ്തില്ലെങ്കിൽ കാണികൾ കൂവും. നടനില്ലെങ്കിൽ അരങ്ങിലെ മറ്റൊന്നിനും അർത്ഥമില്ലാത്തതുകൊണ്ടാണിത്. സിനിമയിൽ നടനില്ലെങ്കിലും പ്രകൃതിദൃശ്യം നോക്കിയിരുന്നുകൊള്ളും കാണികൾ. അരങ്ങിലങ്ങനെ അടങ്ങിയിരിക്കില്ല അവർ. അരങ്ങിലെ നാടകം അല്ലെങ്കിൽ സർഗോർജ്ജം നടനിൽനിന്ന് പ്രകൃതിയിലേക്കൊഴുകുന്നു.

വെള്ളിത്തിരയിൽ ഈ ഊർജം പ്രകൃതിയിൽനിന്ന് നടനിലേക്കൊഴുകുന്നു. നടനെയെന്നപോലെ അങ്ങനെ പ്രകൃതിയുടെ ഭാഗമാക്കുന്നു സിനിമ. നടനെയും അവനുൾപ്പെട്ട പ്രകൃതിയേയും സർഗക്രിയയ്ക്കുള്ള ഉപകരണമാക്കുന്നു സിനിമ. സിനിമയിൽ ഈ പ്രകൃതി നിസ്സംഗമല്ല. അതുകൊണ്ടാണ് ഈ പ്രകൃതിയെ non-indifferent nature എന്ന് ഐസൻസ്റ്റീൻ വിളിക്കുന്നത്.[2]

പ്രകൃതി മനുഷ്യാവസ്ഥകളോടു നിസ്സംഗമല്ല എന്ന വിശ്വാസം ഒരു കാവ്യരീതിയാണ്. അതിനാൽ പ്രകൃതിയിൽ മനുഷ്യന്റെ വികാരങ്ങളെല്ലാം കവികൾ ആരോപിക്കുന്നു. പ്രകൃതിയുടെ ഭാഗമായി മനുഷ്യനെ കാണുന്ന ഒരുതരം സമഗ്രദർശനമുണ്ടിതിൽ. മനുഷ്യവികാരങ്ങളുടെ തുടർച്ചയോ ധ്വനികളോ പ്രകൃതിയിലുണ്ടെന്ന് ഈ ദർശനം വിശ്വസിക്കുന്നു. കണ്വാശ്രമത്തിൽനിന്ന് ഏതു സ്ത്രീ ഇറങ്ങി നടന്നാലും ചില വള്ളികളൊക്കെ വസ്ത്രത്തിൽ കയറിപ്പിടിക്കും. പോകല്ലേ എന്ന അപേക്ഷയാണിതെന്ന് ആരോപിക്കുന്നത് കവിയാണ്. ഇവിടെ പ്രകൃതിയെ തന്റെ കാവ്യരചനയ്ക്കുള്ള ഉപാധിയും ഉപകര ണവുമാക്കി മാറ്റുകയാണ് കവി. പ്രകൃതി ദൈവത്തിന്റെ സ്വപ്നമാണ്. ജീവജാലങ്ങളുടെ ജീവിതമാണ്, വികാരവുമാണ്. അതുകൊണ്ടാണ് അകത്തേക്കും പുറത്തേക്കുമുള്ള സ്വപ്നസഞ്ചാരത്തിന് കവി പ്രകൃതിയെ കൂട്ടുപിടിക്കുന്നത്.

"പിന്നെ പോകാതെയായ് ഞാൻ എവിടെയും
അച്ഛനോടൊത്തു പാടത്തോ,
അമ്മയോടൊത്തു കാവിലോ,
കൂട്ടുകാരൊത്തു സാഹസശൃംഗങ്ങളിലോ,
വീടരോടൊത്തു ലയകലഹങ്ങൾ തൻ നഗ്നനേരത്തിലോ,
പിന്നെ പോകാതെയായ്
ഞാൻ അകത്തേക്കോ പുറത്തേക്കോ."[3]

സിനിമയും പ്രകൃതിയെ വികാരാശയസംവേദനത്തിനുള്ള ഉപാധിയാക്കുന്നു. മേലുദ്ധരിച്ച ഡെല്യൂഷിന്റെ വാക്കുകൾ ധ്വനിപ്പിക്കുന്നത് *ബാറ്റിൽഷിപ്പ് പോട്ടംകിനി*ലെ പ്രശസ്തമായ ഒഡേസ സീക്വൻസിന് മുമ്പുള്ള മൂടൽമഞ്ഞ് സീക്വൻസാണ്. രക്തസാക്ഷിയായ വാക്കുലിൻചുക്കിന്റെ മൃതദേഹവുമായി പടക്കപ്പൽ തുറമുഖത്തെത്തിക്കഴിഞ്ഞു. ജനങ്ങൾ വിവരം അറിഞ്ഞുകഴിഞ്ഞിട്ടില്ല. നേരം വെളുക്കുന്നതേയുള്ളൂ. വിജനമായ തുറമുഖത്ത് ഏകാകിയായ മീൻപിടുത്തക്കാരൻ മാത്രം. തുറമുഖത്ത് മൂടൽമഞ്ഞാണ്. ഉദിച്ചുയരുന്ന സൂര്യന്റെ പ്രകാശത്തിൽ കടൽ തിളങ്ങുന്നു. തിളങ്ങുന്ന കടലിൽ കൊച്ചോളങ്ങൾ. അതിൽ കപ്പലിന്റെ കറുത്ത നിഴൽ. കപ്പലിൽനിന്ന് കറുത്തപുക. കപ്പലിൽ കറുത്തൊരു ക്രെയിൻ കറുത്ത എന്തോ എടുത്തുയർത്തുന്നു. വീണ്ടും തിളങ്ങുന്ന കൊച്ചോളങ്ങൾ. കപ്പലിന്റെ കറുത്ത നിഴലുകൾ. ഇവിടെ

ഡെല്യൂഷ് പറയുമ്പോലെ, മണ്ണും വെള്ളവും കാറ്റും മൂടൽമഞ്ഞുമെല്ലാം ചേർന്ന് പ്രകൃതിതന്നെ ദുഃഖാചരണത്തിന്റെ ഭാവം ഉണ്ടാക്കുന്നു. കറുപ്പും വെള്ളത്തിന്റെ വെള്ളിവെള്ളയും ചേർന്നൊരു ശോകഗാനമുയർത്തുന്നു. വാക്കുലിൻ ചുക്കിന്റെ കൈയിൽ കൊളുത്തിവെച്ച മെഴുകുതിരിനാള ത്തിലെ തീയ്യും കൂടിയാവുമ്പോൾ പ്രകൃതിയുടെ ശോകസംഗീതം ഉച്ച സ്ഥായിയിലെത്തുന്നു.

മഴയിൽ തുടങ്ങി മരണത്തിലവസാനിക്കുന്ന *പഥേർ പഞ്ചലി*യിലെ അവസാനഭാഗം ഇതേ കാവ്യാത്മകതകൊണ്ടാണ് ശ്രദ്ധേയമാകുന്നത്. മഴയത്ത് മരച്ചുവട്ടിൽ അഭയംതേടുന്ന അനുജനെ കുസൃതികാട്ടാനാണ് ദുർഗ മഴകൊണ്ട് നൃത്തംവെക്കുന്നത്. മഴകൊണ്ടോടുന്ന പട്ടി വീട്ടു വരാന്തയിൽ കയറി ദേഹം കുടയുമ്പോഴും അവൾ മഴയത്ത് നൃത്തം തുടരുകയാണ്. മഴകൊണ്ടാണ് അവൾക്ക് പനിപിടിക്കുന്നത്. പനിക്കിടക്ക യിൽ കിടക്കുമ്പോഴും അവൾ അനിയനോട് വീണ്ടുമൊരിക്കൽക്കൂടി തീവണ്ടി കാണാൻ പോകുന്നതിനെക്കുറിച്ച് സ്വപ്നം പറയുന്നു. പനിക്കിടക്ക മരണക്കിടക്കയാവുമ്പോൾ മഴ മടങ്ങിവരുന്നു കാറ്റിനെ കൂട്ടി, രാത്രിയിൽ ഇടിമിന്നൽ വെളിച്ചത്തിൽ. ഒടുവിൽ കരയാൻപോലും കെല്പില്ലാതെ മരവിച്ചിരിക്കുന്ന അമ്മയുടെ മടിയിൽ അവൾ മരിച്ചു കിടക്കുന്നു. മഴ മടങ്ങിപ്പോകുന്നു. തകർന്ന വീടിന്റെ മുറ്റത്ത് കുറച്ചു ചെളിവെള്ളം ബാക്കിയിട്ട് മഴ മടങ്ങുന്നു. ആ ചെളിവെള്ളത്തിൽ ഒരു തവള ചത്തുമലച്ചു കിടക്കുന്നു. അപ്പോഴേക്കും അനിയൻ അപു ഇനി ചേച്ചിയില്ലെന്ന സത്യം തിരിച്ചറിയുന്നു. കുളി കഴിഞ്ഞ് മുടി ചീകി ക്കൊടുക്കാൻ ചേച്ചി വരില്ലെന്നതിനാൽ അവൻ സ്വയം മുടി കോതി യൊതുക്കുന്നു. വീടിനു പുറത്തിറങ്ങുമ്പോൾ മാനം നോക്കി മടങ്ങി, കുട കൈയിലെടുത്തു തിരിച്ചിറങ്ങുന്നു. ഒരാളുടെ അനുഭവവും അഭാവവും മറ്റൊരാളിൽ പക്വതയായി മാറുന്നു. പക്വത എന്ന വാർദ്ധക്യം.

മരണമറിയാതെയാണ് അച്ഛൻ മടങ്ങിവരുന്നത്. ദുർഗയ്ക്കുള്ള സാരി കൈയിൽ കൊടുക്കുമ്പോൾ പൊട്ടിക്കരയുന്ന അമ്മയിലൂടെ യാണ് അയാൾ മരണം അറിയുന്നത്. ഒടുവിൽ ഒരു പാമ്പ് വീട്ടിലേക്ക് ഇഴഞ്ഞിഴഞ്ഞ് നീങ്ങുന്നു. ആ കുടുംബം വീടുപേക്ഷിച്ചതായി നാം അറിയുന്നു. കുതിരവണ്ടിയിൽ അവർ എങ്ങോട്ടോ യാത്രയാവുന്നിട ത്താണ് ചിത്രം അവസാനിക്കുന്നത്. ദുർഗയെ തനിച്ചാക്കി പോവുക യാണോ എന്ന് ഉള്ളിലൊരു തേങ്ങലുയരുന്നു, നൂറുതവണ ഈ ചിത്രവും ഈ രംഗവും കണ്ടശേഷവും. പ്രകൃതിയെ ഇവിടെ സംവിധായകൻ ചിത്രത്തിന്റെ പൊതുപശ്ചാത്തലത്തിൽ അഭിനയിക്കാൻ വിടുന്നു. പ്രകൃതി *ബാറ്റിൽഷിപ്പി*ലെന്നപോലെ വൈകാരികതയ്ക്കുള്ള ശോക സംഗീതമായി മാറുന്നു. കനത്ത മഴയും കാറ്റും ഇടിവെട്ടുമുള്ള രാത്രി യിലാണ് ദുർഗ മരിച്ചതെന്ന ഭൗതികമായ വസ്തുതയും യുക്തിയും ഈ ദൃശ്യ വൈകാരിക അനുഭവത്തിനിടയ്ക്ക് നാം മറന്നുപോകുന്നു.

അമ്മ അറിയാൻ ചിത്രീകരണം. ജോൺ അബ്രഹാമും വേണുവും

മലയാളചിത്രങ്ങളിൽ *നീലക്കുയിലിൽ* മരണത്തോടൊപ്പം മഴ വരുന്നുണ്ട്. ഒരിക്കലല്ല പലതവണ. നീലി തീവണ്ടിക്കു തലവെക്കു കയും അതോടൊപ്പം പ്രസവിക്കുകയും ചെയ്യുമ്പോൾ മഴ തിമർത്തു പെയ്യുകയാണ്. ഇടിവെട്ടിന്റെ വാൾത്തിളക്കമുള്ള വെളിച്ചത്തിലാണ് കാണികൾ ഈ മരണരംഗം കാണുന്നത്. എന്നാൽ, *ന്യൂസ് പേപ്പർ ബോയിയി*ൽ മരണം വല്ലാത്ത മിതത്വത്തോടെയാണ് കാണിക്കുന്നത്. നായകനായ ബാലന്റെ അച്ഛൻ മരണക്കിടക്കയിലാണ്. ഡോക്ടർ വന്ന് പരിശോധിക്കുന്നു. രക്ഷയില്ല എന്നു പിറുപിറുത്ത് ഡോക്ടർ പുറത്തി റങ്ങുന്നു. പെട്ടെന്ന് അകത്തുനിന്ന് കരച്ചിൽ. ഡോക്ടർ തിരിച്ച് അകത്തു കയറുന്നു. രംഗം ഇവിടെ അവസാനിക്കുന്നു; കൂട്ടക്കരച്ചിലിന് ഇടം കൊടുക്കാതെ, മഴ വരുംവരെ കാത്തുനിൽക്കാതെ.

ഋത്വിക് കുമാർ ഘട്ടക്കിലും ജോൺ അബ്രഹാമിലുമെത്തു മ്പോൾ ഇതേ പ്രകൃതി നിസ്സംഗമാകുന്നു. വീടു നോക്കാൻവേണ്ടി പണിയെടുത്ത്, കാത്തിരിക്കാൻ ക്ഷമയില്ലാത്ത കാമുകനെ നഷ്ടപ്പെട്ട് ഒടുവിൽ ക്ഷയരോഗിയാവുന്ന നീതാ എന്ന യുവതി ഡാർജിലിങ്ങിലെ ക്ഷയരോഗാശുപത്രിയിലെത്തുന്നു. ഇതിനിടയ്ക്ക് അവളുടെ അനുജത്തി അവളുടെ പഴയ കാമുകനെ വിവാഹംചെയ്യുന്നു. അവൾ കൊടുക്കുന്ന ഫീസുകൊണ്ട് സംഗീതം പഠിക്കുകയും റേസർ വാങ്ങി ഷേവുചെയ്ത്

സുന്ദരനാവുകയും ചെയ്തിരുന്ന സഹോദരൻ പ്രശസ്തനായ ഗായക നായി മാറുന്നു. അവളോട് നന്ദിയും സ്നേഹവുമുള്ള ഒരേയൊരു മനുഷ്യജീവി ഈ സഹോദരനാണ്. അയാൾ അവളുടെ ക്ഷേമമന്വേഷിച്ച് സാനറ്റോറിയത്തിലെത്തുന്നു. അനിയത്തിക്ക് കുട്ടിയുണ്ടായതും വീടുപുതുക്കിപ്പണിതു രണ്ടു നിലയാക്കിയതും ഓടിനടന്നു കുറുമ്പു കാട്ടുന്ന കുട്ടി, വീട്ടിൽ പുതിയൊരു ഊർജം ഉണ്ടാക്കിയതുമെല്ലാം പറയുമ്പോൾ പെട്ടെന്ന് നീത പൊട്ടിക്കരയുന്നു. സഹോദരാ, എനിക്കി നിയും ജീവിക്കണം എന്നുറക്കെ വിളിച്ചുപറഞ്ഞാണവൾ കരയുന്നത്. അവളുടെ കരച്ചിൽ മുഴക്കമായി തുടരുമ്പോൾ ക്യാമറ പതുക്കെ മുകളി ലേക്കുയരുന്നു. ആ കരച്ചിൽ കേൾക്കാൻവയ്യ എന്ന മട്ടിൽ. എന്നിട്ടത് 360 ഡിഗ്രി തിരിയുന്നു. ചുറ്റുമുള്ള മലകളിലും മരങ്ങളിലും ആ വേദന യുടെ മാറ്റൊലി തേടുംപോലെ. പക്ഷേ, പ്രകൃതി ഇവിടെ നിസ്സംഗമായി രിക്കുന്നു. നീതയുടെ ചുറ്റുമുള്ള മനുഷ്യപ്ര കൃതിയോളം നിസ്സംഗം. ഐസൻസ്റ്റീന്റെ non-indifferent nature ഘട്ടക്കിൽ totally indifferent ആകുന്നു.

ജോൺ അബ്രഹാമിന്റെ *അമ്മ അറിയാനി*ലുമുണ്ട് ഏതാണ്ട് സമാന മായ സന്ദർഭം. തബലിസ്റ്റായ ഹരി ടെറസ്സിൽ തബല വായിച്ചിരിക്കുക യാണ്. കൂട്ടുകാരൻ ഫ്ളൂട്ടു വായിക്കുന്നു. ആ സംഗീതത്തിൽ അലിഞ്ഞെ ന്നവണ്ണം ക്യാമറ ഉയരുകയും 360 ഡിഗ്രി തിരിയുകയും ചെയ്യുന്നു. പക്ഷേ, പ്രകൃതിയിൽ ഇല്ല ആ സംഗീതത്തിന്റെ മാറ്റൊലികൾ. പ്രകൃതി വീണ്ടും നിസ്സംഗമായിരിക്കുന്നു. 360 ഡിഗ്രി തിരിഞ്ഞ് ക്യാമറ താഴോട്ടു വരുമ്പോൾ ടെറസ്സിൽ സംഗീതജ്ഞരില്ല. സംഗീതവുമില്ല. ചെറുപ്പക്കാരെ പൊലീസ് പിടിച്ചുകൊണ്ടുപോവുകയും പിന്നെ അവരെക്കുറിച്ചൊന്നും കേൾക്കാതിരിക്കുകയും ചെയ്തിരുന്ന പഴയ നക്സലൈറ്റ് കാലത്താണ് സിനിമയിലെ കഥ നടക്കുന്നത്. ചെറുപ്പക്കാരുടെ സംഗീതവും സ്വപ്ന ങ്ങളും പെട്ടെന്നുതീരുന്ന ഒരു കാലമായിരുന്നു അത്. കാണാതായത് അയൽപക്കത്തെ കുട്ടിയാവാം, കൂട്ടുകാരനാവാം, കൂട്ടുകാരിയുടെ സഹോ ദരനോ കാമുകനോ ആകാം. ആരായാലും അക്കാലത്ത് സാമൂഹ്യ പ്രകൃതി നിസ്സംഗമായിരുന്നു. ഈ ചെറുപ്പക്കാരുടെ തിരോധാനങ്ങളിലും അവരുടെ കുടുംബത്തിലെ വേദനകളിലും സമൂഹം അത്രമേൽ നിസ്സംഗ മായിരുന്നു. ബാഹ്യപ്രകൃതിയും നിസ്സംഗംതന്നെ, സാമൂഹ്യപ്രകൃതിയുടെ പ്രതിഫലനമെന്ന മട്ടിൽ. പ്രകൃതി മനുഷ്യവികാരങ്ങളുടെ പ്രതിഫലന മാവുകതന്നെയാണ് ഇവി ടെയും; നിസ്സംഗതയിലൂടെയാണെന്നുമാത്രം.

അങ്ങനെ പ്രകൃതിയെ സംഗീതമാക്കിയാണ് സിനിമയും സ്വപ്ന ജീവിതസഞ്ചാരങ്ങൾ സാധിക്കുന്നത്. ജീവിതത്തിന്റെ അനുരണനങ്ങൾ സിനിമ പ്രകൃതിയിൽ തേടുന്നു. അതിലൂടെ സ്വപ്നസഞ്ചാരം നടത്തുന്നു. സ്വപ്നത്തേക്കാൾ പെരുത്ത സ്വപ്നമാകുന്നു സിനിമ. ജീവിതംപോലെ താളസാന്ദ്രമായ സംഗീതവും.

1. Giles Deleuze,*Thought and Cinema*, Cinema 2, Continuum, The Tower Building , 11York Road, London, 2005, p.157
2. ഐസൻസ്റ്റീന്റെ ഇംഗ്ലീഷിലിറങ്ങിയ കൃതികളിലൊന്നും കാണാത്ത ഒരു കുറിപ്പിലാണ് അദ്ദേഹം non indifferent nature നെക്കുറിച്ച് പരാമർമശിച്ചുകണ്ടത്. ഐസൻസ്റ്റീനെക്കുറിച്ചു പഠിക്കാൻ റഷ്യയിൽ പോയ അരുൺ ഖോപ്കർ ഇംഗ്ലീഷിലേക്കു പരിഭാഷപ്പെടുത്തിയതാണ് ഈ കുറിപ്പ്. അമൃത് ഗാംഗറും ഐ. ഷണ്മുഖദാസും മറ്റും ചേർന്ന് പണ്ട് മുംബെയിൽ നടത്തിയിരുന്ന സ്ക്രീൻ യൂണിറ്റെന്ന ഫിലിം സൊസൈറ്റിയുടെ പ്രോഗ്രാം നോട്ടിൽ വായിച്ചതാണ് ഖോപ്കറുടെ ഇംഗ്ലീഷ് കുറിപ്പ്. സൈക്ലോസ്റ്റൈൽ ചെയ്ത് തപാലിലയച്ചുകിട്ടിയ പ്രോഗ്രാം നോട്ട്. പിന്നീടിറങ്ങിയ ചില ഐസൻസ്റ്റീൻ കൃതികളിൽ ഈ ഇംഗ്ലീഷ് നോട്ട് ചേർത്തുകണ്ടിട്ടുണ്ട്.
3. കെ.ജി. ശങ്കരപ്പിള്ള, 'അന്യാധീനം', *കെ.ജി. ശങ്കരപ്പിള്ളയുടെ കവിതകൾ*, ഡി.സി.ബുക്സ്, കോട്ടയം.

ആത്മഗതം

"ഇതെന്താ,ണിതെന്താ-
ണറിഞ്ഞും നുണഞ്ഞും,
അതെന്താ,ണതെന്താ-
ണലഞ്ഞും വലഞ്ഞും,
അറിഞ്ഞെന്നറിഞ്ഞും
അതോർത്താഞ്ഞുപാഞ്ഞും
അറിഞ്ഞില്ലതാനൊന്നു-
മെന്നായറിഞ്ഞും"

– എം.എൻ. പാലൂർ

ആത്മകഥയാണിത്. ഇതുവരെ അറിഞ്ഞതും അറിഞ്ഞില്ലെന്നറിഞ്ഞതും ആശ്ചര്യവും ആവേശവുംമൂത്ത് ആരാഞ്ഞു തളർന്നതും. അനുഭവിച്ചതും ഓർത്തോർത്തു രസിച്ചതും സ്വപ്നമായതും. സത്യവും അത്യന്തസുന്ദരമായ മിഥ്യയും. പഠിച്ചതും പഠിപ്പിച്ചതും പറഞ്ഞൊഴിപ്പിച്ചതുമെല്ലാം. ഞാനായതും ഞാനല്ലാതായതുമെല്ലാം ഇതിലുണ്ട്.

ഒരുനാൾ ഫോൺസംസാരത്തിനിടയിൽ അവിചാരിതമായി ലക്ഷ്മിയാണ് ഇങ്ങനെയൊരു എഴുത്തുസാദ്ധ്യതസൂചിപ്പിച്ചത്; പിന്നെ പ്രേരിപ്പിച്ചതും. കെ.ജി. ശങ്കരപ്പിള്ളയുടെ ഭാര്യയെന്ന സൗഹൃദത്തിനപ്പുറം സാഹോദര്യത്തിന്റെ അപൂർവ്വ തുറസ്സുകൾ നിശ്ശബ്ദമായി കാണിച്ചുതന്നിരുന്നു ലക്ഷ്മി. അതുകൊണ്ട് അത്ഭുതംതോന്നിയില്ല, അശേഷം. എഴുതാൻ തുടങ്ങിയപ്പോൾ തീർന്നതെല്ലാം അപ്പോഴപ്പോൾ വായിച്ചു തലയാട്ടിയത് ഭാര്യ ലീലയാണ്. എല്ലാ അർത്ഥത്തിലും മൗനാഹ്ലാദത്തോടെ, സത്തും അസത്തും ഒരുപോലെ ഉൾക്കൊള്ളാൻ കരുത്തുള്ള സ്ത്രീ. അവരാണ് എന്നും ആദ്യവായനക്കാരി. അതുകഴിഞ്ഞാൽ എന്റെ പെങ്ങൾ സതി. സ്നേഹത്തെ അത്യപൂർവ്വ പ്രാർത്ഥനയാക്കിയവൾ. ഈ കൊച്ചുകൃതിക്കുപോലും ഈ മൂവരോടും അത്രമേൽ ഞാൻ കടപ്പെട്ടിരിക്കുന്നു.

എഴുതുന്നതെന്തും ആദ്യം വായിക്കുകയും വിമർശിക്കുകയും തിരുത്തുകയും തിരസ്കരിക്കുകയും ചെയ്യാറുള്ള സഹൃദയസൗഹൃദക്കൂട്ടത്തിലെ കെ.ജി. ശങ്കരപ്പിള്ള, കെ.മോഹൻദാസ്, ഐ. ഷണ്മുഖദാസ്, കേശവ്ജിയെന്ന എം. കേശവൻ, എന്നെ നാടകം പഠിപ്പിച്ച ഡോ.വി. സുകുമാരനെന്ന സുകുമാരൻമാഷ്, ഡോ. സി.എസ്. വെങ്കിടേശ്വരൻ, സഹപ്രവർത്തകനായിവന്ന് കൂട്ടത്തിൽ കൂടിയ ഹരി എസ്.കർത്താ, സ്വകാര്യജീവിതം ദുഷ്കരമായ കാലമായിട്ടും ഇതു വായിക്കാനും മുഖക്കുറിപ്പുതരാനും സന്മനസ്സുകാട്ടിയ അടൂർ സാറിന്റെ ഗുരുതുല്യമായ സ്നേഹം. വീട്ടാക്കടങ്ങൾ; കടപ്പാടുകൾ.

ഈ അരിപ്പകളൊക്കെ കടന്നിട്ടും പല പ്രമുഖർക്കും എന്തുകൊണ്ടോ ഇതു വേണ്ടാതായി. അപ്പോൾ ഇടംവലം നോക്കാതെ ഇതു സ്വീകരിച്ചത് *സമകാലീനമലയാളം* വാരികയാണ്. 17 ലക്കങ്ങളിലായി അവരിത് പ്രാധാന്യംനൽകി പ്രസിദ്ധീകരിച്ചു. പത്രാധിപർ സജി ജെയിംസും *മലയാളം* വാരികയും കാണിച്ച ചങ്കൂറ്റത്തിനും സ്നേഹത്തിനും നന്ദി. അതുകഴിഞ്ഞ് പ്രസാധകപ്രമുഖർ കയ്യൊഴിഞ്ഞപ്പോൾ തൃശൂരിലെ ഗ്രീൻ ബുക്സാണ് അങ്ങനെ വിട്ടാൽ പറ്റില്ലല്ലോ എന്ന മട്ടിൽ ഇത് ഏറ്റെടുത്തത്. ഗ്രീൻ ബുക്സിലെ മാനേജിങ്ങ് ഡിറക്ടർ കൃഷ്ണദാസ്, പബ്ലിക്കേഷൻ മാനേജർ സ്നേഹലത - ഇവരോടും നന്ദിയെന്നല്ലാതെ എന്താണു പറയുകയെന്നറിയില്ല. യൗവ്വനസഹജമായ എടുത്തുചാട്ടംകൊണ്ട് *മലയാളം* വാരികയ്ക്ക് പരിക്കൊന്നും പറ്റിയതായി കേട്ടില്ല. ഗ്രീൻ ബുക്സിനും നല്ലതുവരട്ടെ.

പുസ്തകനിർമ്മാണത്തെ രസകരമായ സർഗ്ഗവൃത്തിയും കൂട്ടായ്മയുമാക്കാറുണ്ട് ഞാനും വാസുദേവ ഭട്ടതിരിയും കൂടി. കുറേ പുസ്തകങ്ങൾ ഞങ്ങളങ്ങനെ ഒന്നിച്ച് രസിച്ചു ചെയ്തിട്ടുണ്ട്. ഈ പുസ്തകവും എന്റേതെന്നപോലെ ഭട്ടതിരിയുടേതുകൂടിയാണ്. അദ്ദേഹത്തിനുള്ള നന്ദി തത്കാലം ഇപ്പോൾ പറയാനുദ്ദേശിക്കുന്നില്ല; കടമായി അതവിടെ കിടക്കട്ടെ. കാലമുണ്ടല്ലോ ഇനിയും വേണ്ടുവോളം.

നീലൻ

തിരുവനന്തപുരം
5 നവംബർ 2016

www.ingramcontent.com/pod-product-compliance
Lightning Source LLC
LaVergne TN
LVHW060623051026
849519LV00002B/739
9789386120700